ഇംഗ്ലീഷ് ഭാഷ:
ഒരു ലഘുചരിത്രം

**english bhasha:
oru laghu charithram**

•

c b sudhakaran

•

first edition
june 2010

•

typesetting
chasimar, thiruvananthapuram

•

published
chintha publishers, thiruvananthapuram

•

•

cover
prasoon prabhakar

•

വിതരണം

ദേശാഭിമാനി ബുക്ക് ഹൗസ്

H O തിരുവനന്തപുരം-695 001

ബ്രാഞ്ചുകൾ

ദേശാഭിമാനി റോഡ് തിരുവനന്തപുരം • ഓവർബ്രിഡ്ജ് തിരുവനന്തപുരം • കെ എസ് ആർ ടി സി ബസ് സ്റ്റേഷൻ ആലപ്പുഴ • കെ എസ് ആർ ടി സി ബസ് സ്റ്റേഷൻ എറണാകുളം • കലൂർ കൊച്ചി • ഐ ജി റോഡ് കോഴിക്കോട് • മാവൂർ റോഡ് കോഴിക്കോട് • എൻ ജി ഒ യൂണിയൻ ബിൽഡിങ് കണ്ണൂർ • സെൻട്രൽ ബസ് ടെർമിനൽ കോംപ്ലക്സ് താവക്കര കണ്ണൂർ • മച്ചിങ്ങൽ ലെയ്ൻ തൃശൂർ

CO - VV.80 / 1459 / 2489

ഇംഗ്ലീഷ് ഭാഷ: ഒരു ലഘുചരിത്രം

സി ബി സുധാകരൻ

ചിന്ത പബ്ലിഷേഴ്സ്
തിരുവനന്തപുരം-695 001
വില: രൂപ

സി ബി സുധാകരൻ

1954 ൽ തൃപ്പൂണിത്തുറയിൽ ജനനം. അച്ഛൻ ഭാസ്കര പണിക്കർ, അമ്മ ലീല. തേവര സേക്രഡ് ഹാർട്ട് കോളേജിൽനിന്നും എം എ ബിരുദം. കാലിക്കറ്റ് സർവ കലാശാലയിൽനിന്നും എം ഫിൽ ബിരുദം. മഹാത്മാ ഗാന്ധി സർവകലാശാലയിൽനിന്നും പി എച്ച് ഡി ബിരുദം. കൊച്ചിൻ കോളേജിൽ ഇംഗ്ലീഷ് അധ്യാപകനായിരുന്നു. *ഉത്തരാധുനികത* (1999) *ഉത്തരാധുനികത: മലയാള പാഠഭേദങ്ങൾ* (2001) *A History of British Colonialism: Social and Literary Aspects* (വി സി ഹാരീസുമായി ചേർന്ന് 1999–2000) എന്നീ പുസ്തകങ്ങൾ പ്രസിദ്ധീ കരിച്ചിട്ടുണ്ട്.

ഭാര്യ : ലത

മക്കൾ : അശോക്, മാലിനി

ഉള്ളടക്കം

ആമുഖം

ഇംഗ്ലീഷ് ഭാഷയുടെ ഒരു ലഘുചരിത്രമാണിവിടെ അവതരിപ്പിക്കു
ന്നത്. ഇംഗ്ലീഷിലുള്ള വിവിധ ഗ്രന്ഥങ്ങളുടെയും ഇന്റർനെറ്റിൽ നിന്നു
ലഭ്യമായ വിവരങ്ങളുടെയും സഹായത്തോടെയാണിത് തയാറാക്കിയി
രിക്കുന്നത്. ചില നിരീക്ഷണങ്ങൾ മാത്രമേ എന്റേതായുള്ളൂ. അതുകൊ
ണ്ടുതന്നെ മൗലികത അവകാശപ്പെടാനില്ലാത്ത ഒരു സംരംഭമാണിത്.
ഹൈസ്കൂൾ, സെക്കൻഡറി സ്കൂൾ വിദ്യാർഥികളെ പ്രധാനമായും ഉദ്ദേ
ശിച്ചുകൊണ്ടാണ് ഇത് എഴുതിയിട്ടുള്ളത്. അതുകൊണ്ടുതന്നെ ഭാഷാ
പരവും വ്യാകരണപരവുമായ പല സങ്കീർണപ്രശ്നങ്ങളും ഈ ചരിത്ര
ത്തിൽനിന്ന് ഒഴിവാക്കിയിട്ടുണ്ട്. കഴിയുന്നത്ര ലളിതമായി ഈ ചരിത്രം
അവതരിപ്പിക്കുവാൻ ശ്രമിച്ചിട്ടുണ്ട്. ചില സന്ദർഭങ്ങളിൽ ചില കാര്യങ്ങൾ
ആവർത്തിക്കുന്നതായി വായനക്കാർക്ക് തോന്നിയേക്കാം. അനിവാര്യമായ
ചില സന്ദർഭങ്ങളാണവ. പല കാര്യങ്ങളും കുറെക്കൂടി വിശദമായി പ്രതി
പാദിക്കപ്പെടേണ്ടതായിരുന്നു എന്നും തോന്നാവുന്നതാണ്. എന്നാൽ
പ്രത്യേകിച്ചും കുട്ടികളെ മുന്നിൽ കണ്ടുകൊണ്ടുള്ള ഒരു രചനയായതി
നാൽ അത്തരത്തിലുള്ള വിശദീകരണം ബോധപൂർവം ഒഴിവാക്കുകയാ
ണുണ്ടായത്. ഭാഷയിൽ താൽപ്പര്യമുണ്ടാക്കുവാനും അതിന്റെ ചരിത്രത്തെ
ഗൗരവപൂർവം സമീപിക്കുവാനും പ്രേരകമാകും എന്ന് പ്രതീക്ഷിച്ചുകൊ
ണ്ടാണ് ഇത് എഴുതിയിട്ടുള്ളത്. ഭാഷയുടെ ചരിത്രമാണ് വിഷയമെന്ന
തിനാൽ സാഹിത്യത്തെ വിശദമായി പ്രതിപാദിക്കുവാൻ തുനിഞ്ഞിട്ടില്ല.
മധ്യകാല ഇംഗ്ലീഷ് കാലഘട്ടം വരെയുള്ള സാഹിത്യത്തെ ഹ്രസ്വമായി
പ്രതിപാദിച്ചിട്ടുണ്ട്. മിക്കവാറും സാഹിത്യചരിത്രങ്ങളിലെല്ലാം ആധുനിക
ഇംഗ്ലീഷ് സാഹിത്യത്തിന്റെ ചരിത്രം മാത്രമേ പ്രതിപാദ്യ വിഷയമാകാ
റുള്ളൂ എന്നതിനാലാണ് ഇവിടെ പഴയ രചനകളെക്കുറിച്ച് നാമമാത്രമാ

യെങ്കിലും പരാമർശിച്ചിട്ടുള്ളത്. ചില കൗതുകകരമായ കാര്യങ്ങൾ അവ യിൽനിന്ന് നമുക്ക് മനസിലാക്കാനും സാധിക്കും. പതിനഞ്ചാം നൂറ്റാണ്ടു മുതലുള്ള സാഹിത്യത്തിന്റെ ചരിത്രം പ്രതിപാദിക്കുന്ന ധാരാളം പുസ്ത കങ്ങളും ലഭ്യമാണ് എന്നതുകൊണ്ടുകൂടിയാണ് അത് ഒഴിവാക്കിയിരി ക്കുന്നത്. വില്യം ഷേക്സ്പിയർ ഇംഗ്ലീഷ് ഭാഷയ്ക്കു നൽകിയിട്ടുള്ള സംഭാവനകളും ബ്രിട്ടീഷ്ഇംഗ്ലീഷും അമേരിക്കൻഇംഗ്ലീഷും തമ്മിലുള്ള ചില പ്രധാന വ്യത്യാസങ്ങളും സംബന്ധിക്കുന്ന അൽപ്പം നീണ്ടതെന്നു തോന്നാവുന്ന പട്ടികകളും ഇതിലുണ്ട്. അതുപോലെ തന്നെ ലാറ്റിൻ, ഫ്രെഞ്ച്, ഗ്രീക്ക് എന്നീ ഭാഷകളിൽനിന്ന് ഇംഗ്ലീഷിലേക്കു കടന്നു വന്നി ട്ടുള്ള പദങ്ങളുടെയും കുറെ ഉദാഹരണങ്ങളും നൽകിയിട്ടുണ്ട്. കൂടുതൽ താൽപ്പര്യമുള്ളവർക്കുവേണ്ടി ഇംഗ്ലീഷ് ഭാഷയുടെ ചരിത്രത്തിലെ നാഴിക ക്കല്ലുകളെന്നു വിശേഷിപ്പിക്കാവുന്ന സംഭവങ്ങളുടെ പട്ടികയും ഈ പുസ്തകത്തിന്റെ ഒടുവിൽ ചേർത്തിട്ടുണ്ട്. ഈ പുസ്തകത്തിന്റെ രച നയ്ക്ക് എന്നെ പ്രേരിപ്പിക്കുകയും നിരന്തരമായി ഇതിന്റെ പുരോഗതി അന്വേഷിക്കുകയും ചെയ്ത് എന്നെ പ്രോത്സാഹിപ്പിച്ച ശ്രീ. വി കെ ജോസ ഫിനു നന്ദി പ്രകാശിപ്പിച്ചുകൊണ്ട് വായനക്കാരുടെ മുമ്പിൽ ഇത് സമർപ്പി ക്കുന്നു.

സി ബി സുധാകരൻ

1

ഭാഷയുടെ ചരിത്രം: ഒരു കുറിപ്പ്

സാമ്പ്രദായികമായ അർഥത്തിൽ ഭാഷ ആശയവിനിമയത്തിനുപ
യോഗിക്കുന്ന ഒരു ശബ്ദവ്യവസ്ഥയാണ്. എല്ലാ ഭാഷകൾക്കും ഒരു
വ്യവസ്ഥ എന്ന നിലയിൽ പല തലങ്ങളുമുണ്ടെങ്കിലും പൊതുവായി അവ
യിൽ ഏറ്റവും മുഖ്യമായത് അർഥരഹിതമായ ഒരു തലവും അർഥപൂർണ
മായ മറ്റൊരു തലവുമാണ്. മറ്റൊരു തരത്തിൽ പറഞ്ഞാൽ ഇത് ശബ്ദ
തലവും അർഥ തലവുമാണ്. ഒരു ഭാഷയിലും ഒരു ശബ്ദത്തിനും മുൻകൂ
റായി നിശ്ചയിക്കപ്പെട്ട ഒരർഥമില്ല. ഒരു സമൂഹം കാലക്രമത്തിൽ പ്രയോ
ഗങ്ങളുടെ അടിസ്ഥാനത്തിൽ കൽപ്പിച്ചുനൽകുന്ന ഒന്നാണ് ഒരു ശബ്ദ
ത്തിന്റെ അർഥം. ഒരു ശബ്ദം തന്നെ ആവർത്തിച്ച് പല സന്ദർഭങ്ങളിൽ
ഉപയോഗിക്കുമ്പോൾ ആവർത്തനത്തിന്റെ അടിസ്ഥാനത്തിൽ അതിനു
പിന്നിലെ ആശയം പൊതുവായി അംഗീകരിക്കപ്പെടുകയും ആ ശബ്ദ
ത്തിന് അങ്ങനെ ഒരു സമൂഹത്തിൽ പ്രയോഗത്തിന്റെ അംഗീകാരം ലഭി
ക്കുകയും ചെയ്യുന്നു. ആവർത്തനത്തിലൂടെ ലഭിക്കുന്ന ഈ അംഗീകാര
മാണ് ഒരു ശബ്ദത്തിന് അർഥം കൽപ്പിച്ചു നൽകുന്നത്. മറ്റൊരു തര
ത്തിൽ പറഞ്ഞാൽ ഒരു ശബ്ദവ്യവസ്ഥ അംഗീകരിക്കുന്ന ഒരു സമൂഹ
മാണ് അതിലെ ശബ്ദങ്ങൾക്ക് അർഥം കൊടുക്കുന്നത്. ഇതേ ശബ്ദം
തന്നെ മറ്റൊരു ശബ്ദവ്യവസ്ഥ നിലനിൽക്കുന്ന സമൂഹത്തിൽ വേറൊരു
രീതിയിലായിരിക്കും മനസിലാക്കപ്പെടുന്നത്. ഇതുകൊണ്ടാണ് ഒരു
വാക്കിനു തന്നെ പല ഭാഷകളിൽ വ്യത്യസ്തങ്ങളായ അർഥം ലഭിക്കു
ന്നത്.

ഭാഷയുണ്ടായത് ശബ്ദാനുകരണത്തിലൂടെയാണെന്നാണ് പൊതു
അഭിപ്രായം. പ്രകൃതിയിലെയും പക്ഷിമൃഗാദികളുടെയും ശബ്ദങ്ങൾ
അനുകരിച്ചാണ് മനുഷ്യന്റെ പൂർവികർ ഭാഷാപ്രയോഗം ആരംഭിച്ചതെ

ന്നാണ് പറയപ്പെടുന്നത്. പക്ഷേ, മൃഗങ്ങളുടെ ഭാഷയും മനുഷ്യന്റെ ഭാഷയും തമ്മിൽ അടിസ്ഥാനപരമായ ഒരു വ്യത്യാസമുണ്ട്. മൃഗങ്ങളുടെ ഭാഷയ്ക്ക് ചിന്തയുടെയോ യുക്തിയുടെയോ പിൻബലമില്ല. മനുഷ്യന്റെ ഭാഷയാകട്ടെ, ശബ്ദങ്ങൾ സുഘടിതവും യുക്തിപൂർവവുമായി സംഘാടനം ചെയ്യപ്പെട്ടതാണ്. ഏതൊരു ഭാഷയുടെയും സത്ത അതിലെ പദ ങ്ങളും അവയുടെ സംഘാടനവുമാണ്. ഇവയോരോന്നിനേയും സന്ദർഭ മനുസരിച്ച് ഉൽപ്പാദിപ്പിക്കുന്നത് നമ്മുടെ തലച്ചോറിൽ പ്രവർത്തിക്കുന്ന ഒരു സംഘാടന വ്യവസ്ഥയാണ്. അങ്ങനെ സന്ദർഭോചിതമായി വാക്കു കൾ ഉൽപ്പാദിപ്പിക്കുവാനും തെരഞ്ഞെടുക്കുവാനും വ്യത്യസ്ത രീതിക ളിൽ അവയെ സംഘാടനം ചെയ്യുവാനും അതിലൂടെ വ്യത്യസ്തങ്ങളായ അർഥതലങ്ങൾ സൃഷ്ടിക്കുവാനും കഴിയുമെന്നുള്ളതാണ് മനുഷ്യഭാ ഷയെ മറ്റുള്ളവയിൽ നിന്നു വേർതിരിച്ചു നിർത്തുന്നത്. ഓരോ വാക്കിനും ഒരു ശബ്ദം മാത്രമേ ഉണ്ടായിരുന്നുള്ളുവെങ്കിൽ ഏതൊരു ഭാഷയുടെയും ശബ്ദകോശം ആയിരത്തിൽ താഴെയാകുമായിരുന്നു. അർഥരഹിതമായ വിവിധ ശബ്ദങ്ങളെ കൂട്ടിയോജിപ്പിച്ച് അവയ്ക്ക് അർഥം നൽകാൻ കഴി യുന്നുവെന്നതും മനുഷ്യഭാഷയുടെ മാത്രം സവിശേഷതയാണ്.

നമ്മുടെ പൂർവികർ എന്നാണ് ആശയവിനിമയത്തിനായി ആദ്യമായി ഭാഷ ഉപയോഗിക്കുവാൻ തുടങ്ങിയത് എന്ന ചോദ്യത്തിന് ഇന്നുവരെ തൃപ്തികരമായ ഉത്തരം ലഭിച്ചിട്ടില്ല. രണ്ടു ദശലക്ഷം വർഷങ്ങൾക്കു മുൻപാണ് മനുഷ്യഭാഷ ഉണ്ടായതെന്നും അതല്ല നാൽപ്പതിനായിരം വർഷ ങ്ങൾക്കു മുൻപ് മാത്രമാണ് ഭാഷയുണ്ടായതെന്നും അഭിപ്രായങ്ങളുണ്ട്. കാടുകളുടെ സുരക്ഷിതത്വം വിട്ട് മനുഷ്യൻ പുറം ലോകത്തേക്കു സഞ്ച രിക്കാൻ തുടങ്ങിയ അൻപതിനായിരം വർഷങ്ങൾക്കു മുമ്പാണ് ഭാഷയു ണ്ടായതെന്നു കരുതുന്നവരുമുണ്ട്. നരവംശശാസ്ത്രജ്ഞരുടെ അഭിപ്രാ യത്തിൽ ഒരു ലക്ഷത്തി ഇരുപതിനായിരം വർഷം മുൻപാണ് ആഫ്രി ക്കൻ വനങ്ങളിൽ നിന്നു മനുഷ്യർ പല വിഭാഗങ്ങളായി തിരിഞ്ഞ് ലോക ത്തിന്റെ പല ഭാഗങ്ങളിലേക്കും പുതിയ മേച്ചിൽപ്പുറങ്ങൾ തേടി സഞ്ചരി ക്കുവാൻ തുടങ്ങിയത്. ഈ യാത്ര പരസ്പരം ആശയങ്ങൾ കൈമാറു വാൻ അവരെ നിർബന്ധിതരാക്കി. യാത്രയ്ക്കിടയിൽ തങ്ങൾ കണ്ടതും കേട്ടതുമായ വിവരങ്ങൾ മറ്റുള്ളവർക്ക് കൈമാറേണ്ടത് അത്യാവശ്യമാ യിരുന്നു. സുരക്ഷിതത്വത്തിനും അപകടങ്ങൾ മുൻകൂട്ടി അറിഞ്ഞ് അതിനെ നേരിടാൻ തയാറെടുക്കുന്നതിനും നിരന്തരമായ ആശയവിനി മയം അനിവാര്യമായിരുന്നു. ഗുഹാഭിത്തികളിൽ വന്യമൃഗങ്ങളുടെ ചിത്ര ങ്ങൾ കോറിയിട്ട് ആശയപ്രകാശനം നിർവഹിച്ചിരുന്നവർ അത് ചെയ്തി രുന്നത് കാട്ടുമൃഗങ്ങളെ വേട്ടയാടാനുള്ള കരുത്ത് ഭാവനയിലൂടെ സംഭ രിക്കുവാൻ കൂടി വേണ്ടിയായിരുന്നു. ആ ഗുഹകളിൽ നിന്ന് പുറത്തുക ടന്ന് കൂടുതൽ വെളിച്ചമന്വേഷിച്ചുള്ള മനുഷ്യന്റെ ആദ്യകാല യാത്രക ളിൽ ഒട്ടേറെ അപകടങ്ങൾ പതിയിരിക്കുന്നുണ്ടായിരുന്നു. അവ തരണം ചെയ്യുവാൻ മാനസികമായ തയാറെടുപ്പുകൾ നടത്താൻ ആശയങ്ങൾ

കൈമാറേണ്ടത് അനിവാര്യമായിരുന്നു. ചിത്രങ്ങൾ വരയ്ക്കുന്നതിലുമെ ളുപ്പത്തിൽ ശബ്ദങ്ങൾ പുറപ്പെടുവിക്കാൻ കഴിയും. ശബ്ദങ്ങൾക്ക് പല ആശയങ്ങളും കൽപ്പിക്കപ്പെട്ടു. ഈ ഒരു പ്രക്രിയയിലൂടെയാവണം സംസാരഭാഷ രൂപപ്പെട്ടത് എന്നു കരുതാവുന്നതാണ്. മനുഷ്യരുടെ കൂട്ടാ യ്മയും ഈ സുരക്ഷിതത്വത്തിന് അത്യന്താപേക്ഷിതമായിരുന്നു. അപ്പോൾ കൂട്ടായ്മ നിലനിർത്തുവാനും സാമൂഹിക ജീവിതം ശക്തിപ്പെ ടുത്തുവാനും ഭാഷ ആവശ്യമായി വന്നു. സാമൂഹികമായ ആവശ്യങ്ങൾ നിറവേറ്റുന്നതിനു വേണ്ടിയുള്ള വിനിമയങ്ങൾക്കു വേണ്ടിയാണ് ഭാഷ ഏറ്റവും കൂടുതൽ ഉപയോഗപ്പെടുത്തുന്നത് എന്ന് ലിവർപൂൾ സർവക ലാശാലയിലെ ഡോ. റോബിൻ ഡൻബർ പറയുന്നുണ്ട്. അദ്ദേഹത്തിന്റെ ഒരു പഠനത്തിൽ നാം ഉപയോഗിക്കുന്ന ഭാഷയുടെ അറുപത്തിമൂന്നുശത മാനവും സാമൂഹിക തലത്തിലുള്ള സംഭാഷണങ്ങൾക്കും ആശയവിനി മയങ്ങൾക്കും വേണ്ടിയാണ് എന്നു കണ്ടെത്തിയിട്ടുണ്ട്.

മനുഷ്യഭാഷയുടെ ആരംഭത്തെക്കാളെന്നതിലേറെ വ്യത്യസ്തങ്ങ ളായ ഓരോ ഭാഷയുടെയും ചരിത്രം പഠിക്കുന്നതിലാണ് ഗവേഷകർക്കു കൂടുതൽ താൽപ്പര്യമെന്നു കരുതാവുന്നതാണ്. രണ്ടായിരത്തി ഏഴിലെ ഒരു കണക്കു പ്രകാരം ഇന്ന് ലോകത്ത് ആറായിരത്തി തൊള്ളായിരത്തി പന്ത്രണ്ട് (6912) ഭാഷകൾ വിവിധ സമൂഹങ്ങൾ ഉപയോഗിക്കുന്നുണ്ട്. ഭാഷാഭേദങ്ങൾ കൂടി പരിഗണിച്ചാൽ ഇത് പതിനായിരത്തോളം വരുമെ ന്നാണ് പറയപ്പെടുന്നത്. ഒരു ഭാഷയും അതിന്റെ ഭാഷാഭേദങ്ങളും (dia- lects) തമ്മിൽ വേർതിരിക്കുന്നതിനെക്കുറിച്ചു മാക്സ് വെയിൻറെയിഷ് എന്ന ഭാഷാശാസ്ത്രജ്ഞൻ പറയുന്നതിങ്ങനെയാണ്: "കരസേനയും നാവികസേനയും ചേർന്ന ഭാഷാഭേദമാണ് ഒരു ഭാഷ." ഈ ഭാഷകളെ യെല്ലാം ചില പ്രത്യേകതകളുടെ അടിസ്ഥാനത്തിൽ ഇരുപതോളം ഭാഷാ കുടുംബങ്ങളായി വിഭജിച്ചിട്ടുണ്ട്. പദങ്ങളുടെയും വ്യാകരണ ഘടനയു ടെയും നിർമിതികളുടെയും സമാനതകളുടെയും വ്യത്യസ്തതകളുടെയും അടിസ്ഥാനത്തിലാണ് ഈ തരംതിരിവുകൾ നടത്തപ്പെട്ടിരിക്കുന്നത്.

ഏതൊരു ഭാഷയുടെയും ചരിത്രമെഴുതുക ശ്രമകരമാണ്. ഒരു ഭാഷ യുടെ ഉത്ഭവത്തെക്കുറിച്ച് ആധികാരികതയോടെയും കൃത്യതയോടെയും നമുക്കു പറയാനാകില്ല. കാരണം സംസാരഭാഷയുണ്ടായതിനു എത്രയോ ശേഷമാണ് ലിപിയും എഴുത്തും ഉണ്ടായത്. അതുകൊണ്ടുതന്നെ ഭാഷ യുടെ ഉത്ഭവത്തെക്കുറിച്ച് രേഖാപരമായ തെളിവുകളൊന്നുംതന്നെ നമുക്ക് ലഭ്യമല്ല. സംസ്കാരത്തിന്റെ അടയാളങ്ങൾ വഹിക്കുന്ന ഭാഷ ഒരു ദേശത്തെ കൂട്ടിയിണക്കുന്നതിലും ദേശീയതകളെ നിർമിക്കുന്നതിലും വഹിക്കുന്ന പങ്ക് വളരെ വലുതാണ്. സാമൂഹികമായ വിഭജനങ്ങൾ പോലും പലപ്പോഴും ഭാഷ മൂലമാണുണ്ടായിട്ടുള്ളത്. ഇണക്കുവാനും പിണക്കുവാനും യോജിപ്പിക്കുവാനും വിഭജിപ്പിക്കുവാനും ഭാഷയ്ക്കു കഴിയും. നമ്മുടെ രാജ്യത്തെ പല സംസ്ഥാനങ്ങളായി വിഭജിച്ചിരിക്കു ന്നതിന്റെ പ്രധാന അടിസ്ഥാനം ഭാഷയാണ്. ഓരോ സംസ്ഥാനവും ഒരു ഭാഷാസംസ്ഥാനമാണെന്നു പറയാം.

<h1 style="text-align:center">2</h1>

<h1 style="text-align:center">പഴയ ഇംഗ്ലീഷ്</h1>

ഇന്ന് ഇംഗ്ലണ്ട്, അമേരിക്ക, കാനഡ, ആസ്ത്രേലിയ, ന്യൂസിലന്റ്, കരീബിയൻ നാടുകൾ എന്നിവിടങ്ങളിൽ മാതൃഭാഷയായും ഇന്ത്യ യുൾപ്പെടെ ലോകത്തിന്റെ മറ്റു പലയിടങ്ങളിലും രണ്ടാം ഭാഷയായും പ്രവർത്തന ഭാഷയായും ഏകദേശം അറുനൂറു ദശലക്ഷം പേർ ദൈനം ദിനം ഉപയോഗിക്കുന്ന ഒരു ഭാഷയാണ് ഇംഗ്ലീഷ്. അൻപത്തഞ്ചു രാഷ്ട്രങ്ങൾ ഇത് ഔദ്യോഗിക ഭാഷയായി അംഗീകരിച്ചിട്ടുണ്ട്. അനൗദ്യോ ഗികമായി ഇംഗ്ലീഷ് അന്താരാഷ്ട്ര തലത്തിൽ ആഗോള ഭാഷയായും അംഗീകരിക്കപ്പെട്ടിട്ടുണ്ട്.

ഇൻഡോ-യൂറോപ്യൻ ഭാഷകൾ എന്ന് വിളിക്കുന്ന ഒരു വലിയ ഭാഷാസമൂഹത്തിലെ അംഗമാണ് ഇംഗ്ലീഷ്. ഈ വലിയ കുടുംബത്തിൽ ലാറ്റിൻ, റൊമാൻസ് ഭാഷകളും ജെർമാനിക് ഭാഷാശാഖയും ഇൻഡോ ഇറാനിയൻ ശാഖയും ബാൾട്ടിക് ഭാഷകളും സ്ലാവിക് ഭാഷകളും കെൽറ്റിക് ഭാഷകളും, ഗ്രീക്കും ഉൾപ്പെടുന്നു. പുരാതന റോമാക്കാരുടെ ഭാഷയായ ലാറ്റിനിൽ നിന്നുത്ഭവിച്ച ഫ്രെഞ്ചുൾപ്പെടെയുള്ള ഭാഷകളെ യാണ് റൊമാൻസ് ഭാഷകളെന്നു വിശേഷിപ്പിക്കുന്നത്. ജെർമാനിക് ശാഖ യിലുൾപ്പെടുന്നതാണ് ഇംഗ്ലീഷും ജെർമനും സ്വീഡിഷും. റഷ്യൻ, പോളിഷ്, ചെക് എന്നിവയെല്ലാം സ്ലാവിക് ഭാഷകളാണ്. ലാറ്റ്വിയൻ, ലിത്വാനിയൻ എന്നിവ ബാൾട്ടിക് ഭാഷകളും വെൽഷ്, ഐറിഷ്, കെൽറ്റിക് എന്നിവ കെൽറ്റിക് ഭാഷകളും. ഇൻഡോ യൂറോപ്യൻ ഭാഷാശാഖയിലെ ജെർമാനിക് കുടുംബത്തിലെ അംഗങ്ങളായ ഭാഷകളേതൊക്കെയെന്ന് താഴെ കൊടുത്തിരിക്കുന്ന ചിത്രത്തിൽ നിന്നറിയാം. സംസ്കൃതവും ഹിന്ദിയും ഉർദുവും മലയാളവുമുൾപ്പെടുന്ന ഇന്ത്യൻ ഭാഷകൾ ഇതേ ശാഖയിലെതന്നെ ഇൻഡോ ഇറാനിയൻ കുടുംബത്തിലെ അംഗങ്ങളാണ്.

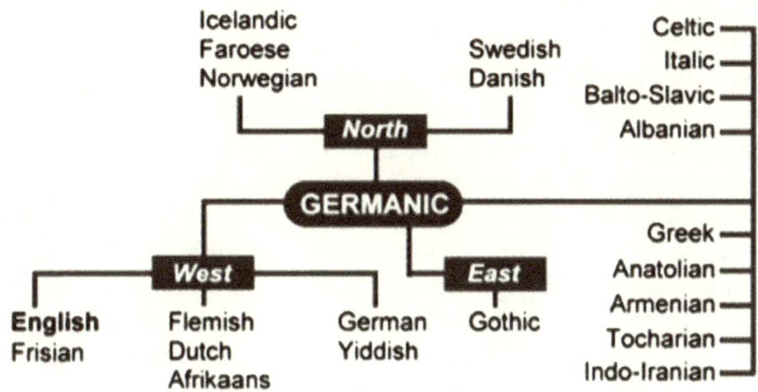

ഭാഷാഗോത്രങ്ങളുടെ ചരിത്രം

1786 ൽ കൽക്കത്തയിലെ ഏഷ്യാറ്റിക് സൊസൈറ്റിയെ അഭിസം
ബോധന ചെയ്തുകൊണ്ട് സർ വില്യം ജോൺസ് പ്രഖ്യാപിച്ചത് സംസ്കൃ
തത്തിനു ഗ്രീക്ക്, ലാറ്റിൻ തുടങ്ങിയ ക്ലാസിക്കൽ ഭാഷകളുമായി ബന്ധ
മുണ്ടെന്നാണ്. അനേകശതം വർഷങ്ങൾക്ക് മുൻപ് നിലനിന്നിരുന്ന
ഇൻഡോയൂറോപ്യൻ ഭാഷാസമൂഹത്തിലെ ഒരംഗമായിരുന്നു സംസ്കൃ
തമെന്ന് അദ്ദേഹം ചൂണ്ടിക്കാണിച്ചു. ഈ ഭാഷാസമൂഹത്തിലെ എല്ലാഭാ
ഷകളും പുരാതനകാലത്തു നിലനിന്നിരുന്നുവെന്നു പറയപ്പെടുന്ന
പ്രോട്ടോ ഇൻഡോയൂറോപ്യൻ ഭാഷയിൽനിന്ന് ആവിർഭവിച്ചതാണെന്ന്
പറയുവാൻ സമൂർത്തമായ തെളിവുകളൊന്നും ലഭ്യമല്ലെങ്കിലും ഇന്ന്
യൂറോപ്പിലും പശ്ചിമേഷ്യയിലും സംസാരിക്കുന്ന പല ഭാഷകളും ഒരു
ഭാഷയിൽ നിന്ന് ഉരുത്തിരിഞ്ഞതാണെന്നാണ് പൊതുവെ വിശ്വസിക്ക
പ്പെടുന്നത്. ഈ പ്രോട്ടോ ഇൻഡോ യൂറോപ്യൻ ഭാഷ സംസാരിച്ചിരുന്ന
വർ ഏകദേശം ഏഴായിരം വർഷങ്ങൾക്കു മുമ്പ് ഇന്നത്തെ തെക്കുപടി
ഞ്ഞാറൻ റഷ്യയിൽ അധിവസിച്ചിരുന്നവരാണ്. അവർ മൃഗങ്ങളെ
വളർത്തുകയും കുതിരവണ്ടികൾ ഉപയോഗിക്കുകയും ചെയ്തിരുന്നു.
ധാന്യങ്ങളിൽ നിന്നുൽപ്പാദിപ്പിച്ച മദ്യം കഴിക്കുന്നവരായിരുന്നു അവർ.
അവർ വീഞ്ഞ് ഉപയോഗിച്ചിരുന്നില്ല. ചൂടുള്ള കാലാവസ്ഥയിലല്ല അവർ
ജീവിച്ചിരുന്നതെന്നതിനു തെളിവാണിത്. ദശാംശത്തിന്റേതായ ഒരു ഗണി
തരീതിയായിരുന്നു അവർ ക്കുണ്ടായിരുന്നത്. ഇൻഡോ യൂറോപ്യൻ ഭാഷ
കൾ ഒരു കുടുംബത്തിലെ അംഗങ്ങളായിരുന്നുവെന്നതിനു തെളിവായി
ഭാഷാപണ്ഡിതർ ചൂണ്ടിക്കാണിക്കുന്ന പൊതുവായ ഒരു കാര്യം വാക്കു
കളുടെ സാമ്യമാണ്. സംസ്കൃതത്തിലെ 'pita' എന്ന വാക്കും, ഗ്രീക്കി
ലെയും ലാറ്റിനിലെയും 'piter' എന്ന വാക്കും ഗോഥിക്കിലെ 'fadar' എന്ന
വാക്കും, ഇംഗ്ലീഷിലെ 'father' എന്ന വാക്കും ഒരേ വേരിൽ നിന്നും മുള

ച്ചതാണെന്നാണ് അവർ പറയുന്നത്. ഇങ്ങനെ ഒരേ ഭാഷാഗോത്ര ത്തിൽപ്പെട്ട വാക്കുകളെ അവർ 'cognates' എന്നു വിളിക്കുന്നു. ഇവ കാഴ്ചയ്ക്കു മാത്രം സാമ്യമുള്ള പദങ്ങളല്ല. 'coffee', 'kaffe', 'kahawe', 'cafe' എന്നിവയെ cognates ആയി പരിഗണിക്കാനാകില്ല. പല ഭാഷ കളും ഒരേ വാക്കുതന്നെ കടംകൊള്ളുന്നതിന്റെ ഉദാഹരണമാണ് ഇവ. Cognates എന്നാൽ ചരിത്രപരമായി ബന്ധമുള്ള പദങ്ങളാണ്. അവ ഒരേ പൂർവികനിൽ നിന്നുരുത്തിരിഞ്ഞ പദങ്ങളാണ്. ഇത്തരം വാക്കുകളെ അപ ഗ്രഥിച്ച് അവയുടെ ആദിവേരുകൾ കണ്ടെത്തുമ്പോഴാണ് അവ ഏതു ഭാഷാകുടുംബത്തിൽപ്പെടുന്നതാണെന്നറിയുക. അത്തരം അപഗ്രഥനത്തി നുശേഷമാണ് സംസ്കൃതം ഉൾപ്പെടുന്ന ഒരു ഇൻഡോ യൂറോപ്യൻ ഭാഷാകുടുംബത്തെക്കുറിച്ച് ഭാഷാശാസ്ത്രജ്ഞർ പറഞ്ഞുതുടങ്ങുന്നത്.

യൂറോപ്പിലെ മറ്റു ഭാഗങ്ങളുടേതെന്നപോലെ റോമാസാമ്രാജ്യത്തിന്റെ കാലഘട്ടത്തിനു മുൻപുള്ള ഇംഗ്ലണ്ടിന്റെ ചരിത്രത്തിനു പൊതുവെ ആശ്ര യിക്കുന്നത് പുരാവസ്തുശാസ്ത്രത്തെയാണ്. റോമാക്കാരെ സംബന്ധി ച്ചിടത്തോളം ഇംഗ്ലണ്ട് അവരുടെ അതിർത്തികളുടെ ഓരത്തായിരുന്നു. എന്നു മാത്രമല്ല അവർക്ക് പ്രത്യേക താൽപ്പര്യങ്ങളൊന്നുമില്ലാതിരുന്ന ഒരു പ്രദേശവുമായിരുന്നു. ബ്രിട്ടനെക്കുറിച്ച് നമുക്കു ലഭ്യമായ ലിഖിത രൂപത്തിലുള്ള ചരിത്രരേഖകളുടെ തുടക്കം റോമൻ ചക്രവർത്തി ജൂലി യസ് സീസറിന്റെ സൈന്യം ബി സി 54–55 ൽ നടത്തിയ പടയോട്ടം മുതലാണ്. വലിയ താൽപ്പര്യമൊന്നുമില്ലാതിരുന്നതിനാൽ ഇംഗ്ലണ്ട് പൂർണമായി കീഴടക്കുവാൻ അവർ ശ്രമിച്ചില്ല. അതുകൊണ്ട് പടിഞ്ഞാറ് കോൺവാളും വെയിൽസും വടക്ക് സ്കോട്ലണ്ടും കെൽറ്റിക് പ്രദേശ ങ്ങളായിത്തന്നെ തുടർന്നു. ബ്രിട്ടീഷുകാർ റോമാക്കാരാൽ കീഴടക്കപ്പെ ട്ടത് മുതൽക്കാണ് അവർക്ക് "ബ്രിട്ടീഷുകാർ" എന്ന പേരു നൽകിയ തെന്ന് ചരിത്ര പണ്ഡിതന്മാർ അഭിപ്രായപ്പെടുന്നു. കെൽറ്റിക് വംശജരാ യിരുന്ന ദ്വീപു നിവാസികൾക്ക് ബ്ലൂ, നാസ്റ്റി, ബ്രൂട്ടിഷ്, ഷോർട്ട് (blue, nasty, brutish, short) എന്നീ വിശേഷണങ്ങളാണ് നൽകിയതത്രേ! ഈ നാലു പദങ്ങളിൽ നിന്നാണ് "ബ്രിട്ടീഷ്" എന്ന വാക്കുണ്ടായത് എന്നു പറയപ്പെടുന്നു. അക്കാലത്ത് ബ്രിട്ടീഷുകാർ സംസാരിച്ചിരുന്നത് കെൽറ്റിക് ഭാഷയുടെ ഒരു രൂപമായിരുന്നു. ഈ ഭാഷയുടെ മാറ്റൊലികൾ ഇന്ന് സ്കോട്ലണ്ടിലും അയർലണ്ടിലും ഐൽ ഓഫ് മാനിലെ മാങ്ക്സ് ഭാഷ യിലും, ഫ്രാൻസിലെ ബ്രെട്ടൺ ഭാഷയിലും കേൾക്കാം.

ആംഗിൾസിന്റെ നാട് എന്ന അർഥത്തിൽ ഇംഗ്ലാന്റ് എന്നറിയപ്പെ ട്ടിരുന്ന രാജ്യത്തെ ജനങ്ങൾ അക്കാലത്ത് ആംഗിൾകിൻ എന്നും അവ രുടെ ഭാഷ ഇംഗ്ലിസ് (Englisc) എന്നുമാണ് അറിയപ്പെട്ടിരുന്നത് എന്ന് മറ്റൊരഭിപ്രായവുമുണ്ട്. ഇംഗ്ലണ്ടിലെ ക്രിസ്തീയ സഭയുടെ ചരിത്രകാര നായ വെനെറബിൾ ബീഡ് (Venerable Bede) എന്നറിയപ്പെടുന്ന പുരോ ഹിതൻ അവരെ പൊതുവായി ആംഗ്ലി (Angle) എന്നും അവരുടെ ഭാഷയെ

സെർമൊ ആംഗ്ലികസ് (Sermo Anglicus) എന്നുമാണ് വിളിച്ചിരുന്നത്. പാശ്ചാത്യ സാക്സൺ ഗദ്യത്തിന്റെ പിതാവായി പരിഗണിക്കപ്പെടുന്ന ആൽഫ്രഡ് രാജാവ് തന്റെ ഭാഷയെ ഇംഗ്ലിസ് എന്നും, ഇംഗ്ലണ്ടിലെ ആദ്യത്തെ ക്രിസ്തീയ രാജാവായി അറിയപ്പെടുന്ന എതെൽബെർട്ട് ഓഫ് കെന്റ് തന്നേയും തന്റെ പ്രജകളേയും ആംഗ്ലി എന്നുമാണു വിശേഷിപ്പി ച്ചിരുന്നത്. ഈ പ്രയോഗങ്ങളിൽ നിന്നാവണം പതിനെട്ടാം നൂറ്റാണ്ടിൽ ആംഗ്ലോ–സാക്സൺ എന്ന വിശേഷണം പ്രചാരത്തിൽ വന്നത്. ഇന്ന് വളരെ വിരളമായി മാത്രമെ ഇംഗ്ലീഷുകാരെ ആംഗ്ലോ–സാക്സൺസ് എന്ന് വിശേഷിപ്പിക്കാറുള്ളൂ.

അഞ്ചാം നൂറ്റാണ്ടിന്റെ ആദ്യവർഷങ്ങളിൽ തന്നെ റോമാക്കാർ സ്വന്തം നാട്ടിലേക്കു മടങ്ങിയത് അന്നത്തെ ഇംഗ്ലണ്ടിൽ രാഷ്ട്രീയമായ ഒരു ശൂന്യത സൃഷ്ടിച്ചു. ആ ശൂന്യതയിലാണ് തദ്ദേശവാസികളായ കെൽറ്റു കളെ വടക്കുനിന്നുള്ള ഗോത്രങ്ങൾ ആക്രമിച്ചത്. ആക്രമണത്തെ പ്രതി രോധിക്കുവാൻ തങ്ങളെ സഹായിക്കുവാൻ കെൽറ്റുകൾ വിദേശികളെ ക്ഷണിച്ചു. അങ്ങനെയാണ് ജെർമാനിക് വംശജർ അവിടെയെത്തുന്നത്. പക്ഷേ, സഹായ ഹസ്തവുമായി വന്നവർ പിന്നീട് അവിടത്തെ യജമാ നന്മാരാവുന്നതാണു നാം കാണുന്നത്. ഈ വിവരം നമുക്കു ലഭിക്കു ന്നത് വെനെറബിൾ ബീഡ് എട്ടാം നൂറ്റാണ്ടിന്റെ ആദ്യദശകങ്ങളിലെഴു തിയ *Ecclesiastical History of the English People* (730 AD) എന്ന പുസ്തകത്തിൽ നിന്നാണ്. ലാറ്റിൻ ഭാഷയിലെഴുതപ്പെട്ടിരിക്കുന്ന ഈ പുസ്തകത്തിൽ കെൽറ്റുകളുടെ അഭ്യർഥന മാനിച്ച് റോമാക്കാർക്ക് അവ രുടെ സഹായത്തിന് എത്താൻ കഴിയാതിരുന്ന ഒരു സാഹചര്യത്തിലാണ് വടക്കൻ കടലിന്റെ തീരദേശങ്ങളിൽ അധിവസിച്ചിരുന്ന ജെർമൻ ഗോത്ര വർഗക്കാർ എ ഡി 449ൽ ദ്വീപിലെത്തുന്നത്. ഷ്ലീസ്വിഗ് ഹോൾസ്റ്റെ യിൻ എന്ന പ്രദേശത്തിന്റെ വടക്കു കിഴക്കൻ മേഖലയിൽ നിന്നുള്ള ആംഗി ളുകളാണ് ആദ്യമായി അവിടെ വന്നെത്തിയത്. ഇതുകൊണ്ടാണ് പിന്നീട് ഈ പ്രദേശത്തിന് ഇംഗ്ലണ്ട് എന്ന പേരു നൽകപ്പെട്ടത്.

അഞ്ചാം നൂറ്റാണ്ടിൽ ഇംഗ്ലീഷ് രാജാവായിരുന്ന വൊർടിജേണിനെ പിക്ടുകൾക്കെതിരായ പോരാട്ടത്തിൽ സഹായിക്കാനെത്തിയ ഈ ജെർമൻ വംശജരാണ് ഇംഗ്ലീഷ് ആദ്യമായി അതിന്റെ ആദി രൂപത്തിൽ ഇന്നറിയപ്പെടുന്ന ബ്രിട്ടീഷ് ദ്വീപുകളിൽ കൊണ്ടുവരുന്നത്. എന്നാൽ, ഈ സഹായികൾ പിന്നീട്, അന്നത്തെ ബ്രിട്ടീഷുകാരുടെ കഥയില്ലായ്മ മന സിലാക്കി തങ്ങളുടെ ഉറ്റവരെ അവിടേക്ക് ക്ഷണിച്ചുവരുത്തുകയും ആ രാജ്യത്തിന്റെ ഏറ്റവും നല്ല ഭാഗങ്ങൾ കയ്യടക്കുകയും ചെയ്തു. അങ്ങനെ കയ്യടക്കിയവരിൽ മുൻപന്തിയിൽ നിന്നിരുന്നത് ജ്യൂട്ടുകൾ (Jutes) ആയി രുന്നു. ബ്രിട്ടീഷ് ദ്വീപുകളിലെ യഥാർഥ വാസക്കാർ പടിഞ്ഞാറുള്ള മല നിരകളിലേക്ക് പലായനം ചെയ്യുവാൻ നിർബന്ധിതരാവുകയും ചെയ്തു. ജട്ലാന്റിൽ (Jutland) നിന്നു വന്ന ജ്യൂട്ടുകൾക്കൊപ്പം ഷ്ലീസ്വിഗ്ഗിൽ

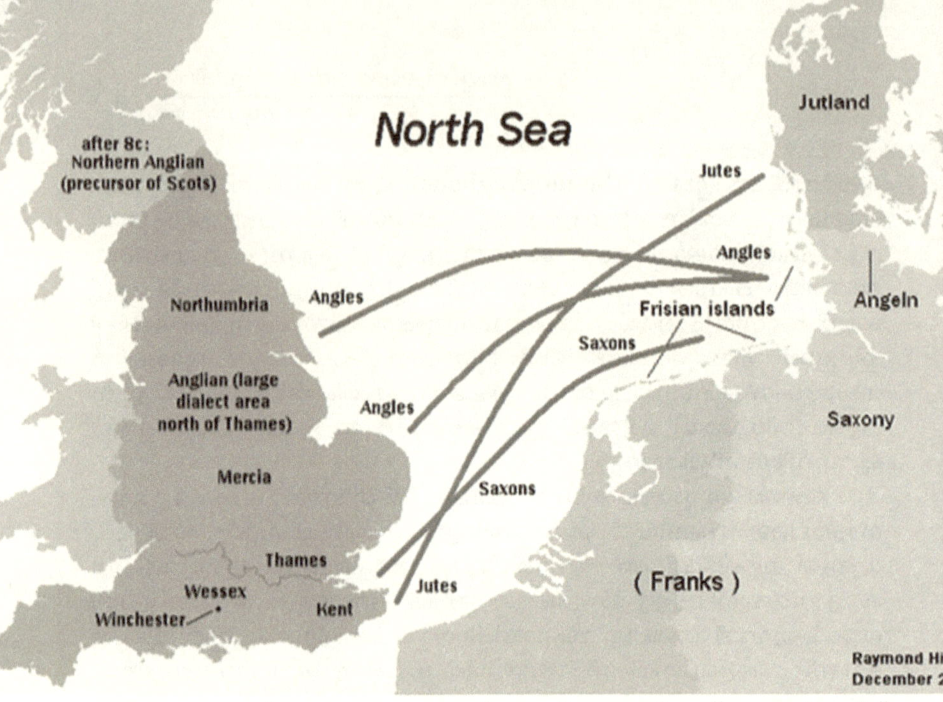

അഞ്ചാം നൂറ്റാണ്ടിലും ആറാം നൂറ്റാണ്ടിലുമായി ഇംഗ്ലണ്ടിലേയ്ക്കു ജെർമാനിക് വംശജർ വന്ന വഴികൾ. ജട്ലന്റിൽ നിന്നു വന്ന ജ്യൂട്ടുകൾ കെന്റിൽ കുടിയേറി. ഇന്നത്തെ സാക്സണിയിൽ നിന്നാണു സാക്സണുകൾ വന്നത്. അവർ തേംസ് നദിയുടെ തെക്കുഭാഗത്ത് തമ്പടിച്ചു. ജട്ലാന്റിന്റെ താഴത്തെ ഭാഗത്തുനിന്നു വന്ന ആംഗിലുകൾ മദ്ധ്യഭാഗത്തും വടക്കുഭാഗത്തുമായി കുടിയേറി. മുകളിലെ ഭൂപട ത്തിലെ വരകൾ വളരെ കൃത്യതയുള്ളതാണെന്നു പറയാനാവില്ല. എങ്കിലും ഇക്കൂട്ടർ വന്ന വഴികളെക്കുറിച്ച് ഒരു ഏകദേശ ധാരണ നൽകുവാൻ അവയ്ക്കു കഴിയും.

നിന്നുള്ള ആംഗിൾസും, ഹോൾസ്റ്റെയിനിൽ നിന്നുള്ള സാക്സൺസുമു ണ്ടായിരുന്നു.

ഏകദേശം നൂറു വർഷങ്ങൾകൊണ്ട് ഇക്കൂട്ടർ ഇംഗ്ലണ്ടിന്റെ ഭൂഭാഗ ങ്ങളെല്ലാം തങ്ങളുടെ വരുതിയിലാക്കി. ജട്ലന്റിൽ നിന്നെത്തിയ ജ്യൂട്ടു കൾ ഹെൻജെസ്റ്റ്, ഹോഴ്സ (രണ്ടു പേരുകൾക്കും കുതിര എന്നാണർഥം) എന്നീ സഹോദരന്മാരുടെ നേതൃത്വത്തിൽ കെന്റിൽ തങ്ങളുടെ നാട്ടു രാജ്യം സ്ഥാപിച്ചു എന്നാണ് പറയപ്പെടുന്നത്. തേംസ് നദിയുടെ തെക്കു ള്ള ബാക്കി പ്രദേശങ്ങളിലും വൈറ്റ് ദ്വീപിലും സാക്സണുകൾ തങ്ങ ളുടെ ആധിപത്യം സ്ഥാപിച്ചു. ഇക്കൂട്ടരാണ് പിന്നീട് നോർമൻ ഫ്രെഞ്ചു കളുടെ ആക്രമണകാലം വരെ ഇംഗ്ലണ്ടിന്റെ നിയന്ത്രണം പരിപൂർണ മായും കൈക്കലാക്കിയത്. തേംസിനു വടക്കാണ് ആംഗിലുകൾ കുടി യേറിയത്. ഹംബറിനും തേംസിനുമിടയ്ക്കുള്ള പ്രദേശമായിരുന്നു മേഴ്സി യ. ഈ ജെർമാനിക് വംശജരായിരുന്നു ഇംഗ്ലീഷ് ഭാഷയുടെ ആദിരൂപം സംസാരിച്ചിരുന്നതെന്ന് അവർ കയ്യേറിയ, വിശേഷിച്ചും തെക്കും മധ്യ ദേശങ്ങളിലുമുള്ള സ്ഥലനാമങ്ങളിൽ നിന്നു വ്യക്തമാണെന്ന് ഭാഷാചരി ത്രകാരന്മാർ അഭിപ്രായപ്പെടുന്നു.

കൊന്നും കൊള്ളയടിച്ചും തദ്ദേശവാസികളെ നിർദയം തുരത്തിയ ഈ ജെർമാനിക് വംശജർ ശൗര്യത്തിന്റെയും ക്രൂരതയുടെയും ആൾ രൂപങ്ങളായിരുന്നുവെന്നു തോന്നാമെങ്കിലും അവർക്ക് ധീരത, ആത്മാർഥത, നേതാവിനോടുള്ള അചഞ്ചലമായ കൂറ് എന്നിവയും കൈമു തലായയുണ്ടായിരുന്നുവെന്ന് ചില ആദ്യകാല ഇംഗ്ലീഷ് കവിതകൾ സാക്ഷ്യ പ്പെടുത്തുന്നു.

ഇംഗ്ലണ്ട് കീഴടക്കിയ ജെർമാനിക് വംശജർ സംസാരിച്ചിരുന്ന ഭാഷ കൾ തമ്മിൽ വലിയ അന്തരങ്ങളൊന്നുമുണ്ടായിരുന്നില്ല എങ്കിലും വ്യത്യസ്ത പ്രദേശങ്ങളിൽ അവർ കുടിയേറിയതിനുശേഷം അതിനു വിഭിന്ന ഭാഷാഭേദങ്ങൾ വന്നുചേർന്നു. അങ്ങനെ സാക്സൺ, കെന്റിഷ്, ആംഗ്ലിയൻ എന്നീ ഭാഷാഭേദങ്ങൾ രൂപപ്പെട്ടു. ഇതിൽ ആംഗ്ലിയൻ ഭേദ ത്തിൽ നോർത്തംബ്രിയൻ എന്നും മേഴ്സിയൻ എന്നുമുള്ള രണ്ടു വ്യത്യസ്ത വകഭേദങ്ങളും ഉണ്ടായിരുന്നു. ഹംബറിനു വടക്കുഭാഗത്ത് എത്തിപ്പെട്ടവർ നോർത്തംബ്രിയനും, മധ്യദേശത്ത് കുടിയേറിയവർ മേഴ്സിയനും സംസാരിച്ചു.

ജെർമാനിക് വംശജർ ഇംഗ്ലണ്ടിലെ വിവിധ ഭാഗങ്ങളിലായി അടുത്ത കുറെ വർഷങ്ങൾകൊണ്ട് ഏഴു നാട്ടുരാജ്യങ്ങൾ സ്ഥാപിച്ചു. കെന്റ്, എസ്സെക്സ്, സസ്സെക്സ്, വെസ്സെക്സ്, കിഴക്കൻ ആംഗ്ലിയ, മേഴ്സിയ, നോർത്തംബ്രിയ എന്നിവയായിരുന്നു ആ നാട്ടുരാജ്യങ്ങൾ. ആറാം നൂറ്റാ ണ്ടിൽ കെന്റ് ആയിരുന്നു ഏറ്റവും ശക്തം. ഏഴാം നൂറ്റാണ്ടോടുകൂടി നോർത്തംബ്രിയ മേധാവിത്വം കൈവരിച്ചു. ഒമ്പതാം നൂറ്റാണ്ടാകുമ്പോ ഴേക്കും തെക്കൻ നാടുകളിലേക്ക് ഈ സ്വാധീനം മാറുന്നതുകാണാം. അങ്ങനെ മേഴ്സിയയും പിന്നീട് പത്ത്, പതിനൊന്നു നൂറ്റാണ്ടുകളിൽ പടിഞ്ഞാറൻ സസ്സെക്സും രാഷ്ട്രീയമായ സ്വാധീനവും മേധാവിത്വവും നേടിയെടുക്കുന്നുണ്ട്. ജെർമാനിക് വംശജരായ ആംഗിൾസ്, സാക്സൺ സ്, ജ്യൂട്സ്, ഫ്രീസിയൻസ് എന്നീ ഗോത്രക്കാർ ഇംഗ്ലണ്ടിലെത്തിയതിനു ശേഷമാണ് ഇന്നു നമുക്കു പരിചിതമായ ഇംഗ്ലീഷ് ഭാഷ അതിന്റെ ആദി രൂപത്തിൽ പ്രത്യക്ഷപ്പെടുന്നത്.

ഇന്നത്തെ ഡെൻമാർക്, വടക്കൻ ജെർമനി എന്നിവിടങ്ങളിലെ ആംഗിൾസ്, സാക്സൺസ്, ജൂട്സ് എന്നീ ഗോത്രങ്ങൾ വടക്കൻ കടൽ കടന്നാണ് അവിടെ എത്തിച്ചേർന്നത് എന്നു പറഞ്ഞുവല്ലോ. ആംഗിൾസ് എന്ന ഗോത്രക്കാർ എംഗിൾസ് എന്ന സ്ഥലത്തു നിന്ന് വന്നവരാണെന്നും അല്ല, അവർ ഇംഗ്ലാന്റിൽ നിന്നു വന്നവരാണെന്നും രണ്ടഭിപ്രായങ്ങളു ണ്ട്. ജെർമാനിക് വംശജരുടെ കുടിയേറ്റം അഞ്ചാം നൂറ്റാണ്ടിലായിരുന്നു വെങ്കിലും ഏഴാം നൂറ്റാണ്ടുവരെയുള്ള കാലഘട്ടത്തിൽ അവരുടെ ഭാഷ യെക്കുറിച്ച് യാതൊരു രേഖകളും നമുക്കു ലഭ്യമല്ല. ബ്രിട്ടണിലേക്കു കുടി യേറി വന്ന ഈ ആംഗ്ലോ സാക്സണുകൾ സംസാരിച്ചിരുന്ന ഭാഷയുടെ പരിഷ്കരിച്ച പുതിയ രൂപത്തെയാണ് നാം ഇന്ന് ഇംഗ്ലീഷ് എന്നു വിളി

ക്കുന്നത്. ഇംഗ്ലണ്ടിലേക്കു കുടിയേറിയ ജെർമാനിക് ഗോത്രക്കാർ തദ്ദേ
ശീയർ അന്നുപയോഗിച്ചിരുന്ന ഭാഷയിൽ നിന്നു വാക്കുകൾ കടംകൊ
ണ്ടിട്ടുണ്ട് എന്നത് വസ്തുതയാണ്. അത്തരം വാക്കുകൾ പ്രധാനമായും
പ്രകൃതിയും പരിസരവും സാമൂഹികാചാരങ്ങളും, അന്ന് നിലവിലുണ്ടാ
യിരുന്ന സാങ്കേതികവിദ്യയും, അന്നത്തെ കാർഷിക വൃത്തിയും ഒക്കെ
യുള്ള ദൈനംദിന കാര്യങ്ങളുമായി ബന്ധപ്പെട്ടവയായിരുന്നു. ഇവയിൽ
ചിലത് ഇന്നും ചില രൂപഭേദത്തോടെ നിലനിൽക്കുന്നുണ്ട്. Sea, land,
strand, mew (a kind of gull), eider, auk, seal, strugeon, herring, ship,
keel, sail, oar, wife, bride, groom, folk, risan (rise), hlaupan (leap),
lagjiz (leg), handuz (hand), skuldar (shoulder), bainam (bone), seukaz
(sick), hairsaz (hoarse), newhiz (near), lik (like), ibnaz (even), kak (a
round object - 'cake'), earl, knight, hafur (oats), ram, lamb, sheep,
kid, bitch, hound, dung, gow (cow) എന്നിവ ഉദാഹരണങ്ങൾ.

എംഗിൽസ് അല്ലെങ്കിൽ ഇംഗ്ലാന്റിൽ നിന്നു വന്നവരുടെ ഭാഷ അന്ന്
ഇംഗ്ലിസ് (Englisc) എന്നാണറിയപ്പെട്ടിരുന്നത്. അതിൽ നിന്നാണു ഇംഗ്ലീഷ്
എന്ന പദമുണ്ടാകുന്നത്. അന്നത്തെ ഇംഗ്ലീഷ്, ഇന്ന് വളരെ ചെറിയൊരു
ഭാഷയായ ഫ്രീസിയൻ പോലുള്ള ഒന്നായിരുന്നുവെന്ന് ഭാഷാശാസ്ത്ര
ജ്ഞർ പറയുന്നു. (ഇന്നത്തെ ഹോളണ്ടിലെ ഫ്രീസ്ലാന്റ് പ്രദേശത്തും
ജെർമനിയുടെ ചില പ്രാന്തപ്രദേശങ്ങളിലും വടക്കൻ കടലിലെ ചില
ചെറു ദ്വീപുകളിലും വസിക്കുന്ന ഏതാണ്ട് അഞ്ചുലക്ഷത്തിൽപ്പരം ആളു
കൾ സംസാരിക്കുന്നതാണു ഫ്രീസിയൻ.) ഈ ഭാഷ പിന്നീട് ബ്രിട്ടണി
ലേക്കു വന്ന വൈകിംഗ് വംശജരുടെ നോഴ്സ് ഭാഷയും അൽപ്പം ലാറ്റി
നുമെല്ലാം ചേർന്നാണു വികസിച്ചുവന്നത്. എ ഡി 597– ലാണു സെന്റ്
അഗസ്റ്റിൻ ക്രിസ്തുമതം പ്രചരിപ്പിക്കുന്നതിന് ഇംഗ്ലണ്ടിൽ എത്തുന്നത്.
ഇതിനു ശേഷമാണ് ലാറ്റിൻ പദങ്ങൾ, വിശേഷിച്ചും മതകർമങ്ങളുമായും
കർമികളുമായും ബന്ധപ്പെട്ടവ, ആംഗലത്തിലേക്കു കടന്നുവരുന്നത്.

ആദ്യകാല ഇംഗ്ലീഷ് ഭാഷയുടെ പ്രാരംഭദശയിൽ ഇംഗ്ലണ്ടിലെ
രാഷ്ട്രീയ സാംസ്കാരിക മണ്ഡലങ്ങളുടെ കേന്ദ്രം കെന്റായിരുന്നു. ഒന്നര
നൂറ്റാണ്ടോളം നീണ്ടുനിന്ന ഈ അവസ്ഥയ്ക്കു കാരണം ഒരു ഘട്ടത്തിൽ
ഹംബറിനു തെക്കുള്ള ഇംഗ്ലണ്ടിലെ ഭൂരിഭാഗം പ്രദേശങ്ങളും തന്റെ നിയ
ന്ത്രണത്തിലാക്കിയ എതെൽബർട്ട് രാജാവായിരുന്നു. ഏഴാം നൂറ്റാണ്ടിലും
എട്ടാം നൂറ്റാണ്ടിലും ഇതിനൊരു മാറ്റം വന്നു. തെക്കു നിന്നു വടക്കോട്ട്
ഈ സ്വാധീനകേന്ദ്രം മാറി. അതിനു പ്രധാന കാരണമായത് വടക്കൻ
ഇംഗ്ലണ്ടിലെ വെയർമൗത്ത്, ജാരോ എന്നീ സ്ഥലങ്ങളിൽ സ്ഥാപിക്കപ്പെട്ട
രണ്ട് വിദ്യാഭ്യാസകേന്ദ്രങ്ങളാണ്. ജാരോവിലായിരുന്നു വെനെറബിൾ
ബീഡ് ജീവിച്ചതും പ്രവർത്തിച്ചതും.

ഒൻപതാം നൂറ്റാണ്ടിലുണ്ടായ വൈകിംഗ് വംശജരുടെ ആക്രമണവും
മേഴ്സിയയുടെ തകർച്ചയുമാണ് ഈ സ്വാധീനമേഖലയെ വീണ്ടും

തെക്കുഭാഗത്തേക്ക് മാറ്റി സ്ഥാപിക്കുന്നത്. ഇതോടെ ഇംഗ്ലണ്ടിൽ അവ ശേഷിച്ച ഏകസ്വതന്ത്രനാട്ടുരാജ്യം പടിഞ്ഞാറൻ വെസ്സെക്സ് ആയിത്തീർന്നു. അങ്ങനെ പാശ്ചാത്യ സാക്സൺ ഭാഷ "ഔദ്യോഗിക" ഭാഷയായി മാറുകയും ചെയ്തു. ആദ്യകാല ഇംഗ്ലീഷ് ഭാഷയുടെ ലിഖിത രൂപം പ്രത്യക്ഷപ്പെടുന്നത് ഇക്കാലത്താണ്. റൂണിക് അക്ഷരമാലയാണു അന്നവർ ഉപയോഗിച്ചിരുന്നത്. അന്നത്തെ ഇംഗ്ലീഷ് ഭാഷയുടെ അടിസ്ഥാ നമായി പ്രവർത്തിച്ചിരുന്നത് പാശ്ചാത്യ സാക്സൺ ആണ്. അതിനോ ടൊപ്പം സ്കാൻഡിനേവിയൻ ഭാഷകളായ ഡാനിഷും നോഴ്സും ലാറ്റിനും ചേർന്ന ഒരു ഭാഷാരൂപമായിരുന്നു അന്നത്തെ ഇംഗ്ലീഷ്.

ഇംഗ്ലീഷിനെക്കുറിച്ചു നമുക്കു ലഭ്യമായിട്ടുള്ള ഏറ്റവും പുരാതനമായ രേഖകൾ ഏഴാം നൂറ്റാണ്ടിന്റെ ഒടുവിലും എട്ടാം നൂറ്റാണ്ടിന്റെ തുടക്ക ത്തിലും എഴുതപ്പെട്ട ലാറ്റിൻ ഭാഷയിലുള്ള ചാർട്ടറുകളാണ്. ഈ ചാർട്ട റുകളിൽ ഇംഗ്ലീഷ് സ്ഥലനാമങ്ങളും വ്യക്തികളുടെ പേരുകളുമുണ്ട്. അപ്പോൾ ഇംഗ്ലീഷ് ഭാഷയുടെ ചരിത്രവും വികാസവും പഠിക്കാൻ ശ്രമി ക്കുന്ന ഒരാൾ ആരംഭിക്കേണ്ടത് ഈ ചാർട്ടറുകളിൽ നിന്നാണ്. കാലക്ര മേണ ഇത്തരം രേഖകളുടെ എണ്ണവും വണ്ണവും വർധിക്കുകയും അവ യുടെ സ്വഭാവങ്ങളിൽ വൈവിധ്യമുണ്ടാകുകയും ചെയ്യുന്നതു കാണാം. കഴിഞ്ഞ ആയിരത്തിമുന്നൂറു വർഷങ്ങളായി തിരിച്ചറിയാനാവാത്ത വിധ മുള്ള മാറ്റങ്ങളാണ് ഇംഗ്ലീഷ് ഭാഷയ്ക്ക് സംഭവിച്ചിരിക്കുന്നത്. അവ ഒട്ടേറെ തരത്തിലുള്ളവയുമാണ്. എങ്കിൽ തന്നെ വാക്കുകളുടെ സ്പെല്ലിംഗിലും ഉച്ചാരണത്തിലും വ്യാകരണത്തിലും സംഭവിച്ചിട്ടുള്ള മാറ്റങ്ങളാണ് ഇവ യിൽ ഏറ്റവും പ്രധാനം. കാലാകാലങ്ങളിൽ ഉച്ചാരണത്തിൽ വന്ന മാറ്റ ങ്ങളുടെ ചുവടു പിടിച്ചാണു സ്പെല്ലിങ്ങിൽ മാറ്റം വന്നിട്ടുള്ളതെന്ന് ഭാഷാ പണ്ഡിതർ അഭിപ്രായപ്പെടുന്നു. ഇതോടൊപ്പം തന്നെ പദസഞ്ചയത്തിനു മാറ്റം സംഭവിച്ചിട്ടുണ്ട്. പല പദങ്ങൾക്കും അവയുടെ പഴയ അർഥവും പ്രയോഗവും നിലനിർത്താൻ കഴിഞ്ഞിട്ടുണ്ടെങ്കിലും ഒട്ടേറെ പദങ്ങൾക്ക് അവയുടെ അസ്തിത്വം നഷ്ടപ്പെട്ടിട്ടുണ്ട്. പലതും അപ്രത്യക്ഷമായിട്ടു മുണ്ട്. നിരവധി വാക്കുകൾ പുതുതായി ഭാഷയിൽ പ്രത്യക്ഷപ്പെട്ടിട്ടുമുണ്ട്. പലതിന്റെയും പഴയ അർഥത്തിനു പകരം പുതിയ അർഥങ്ങൾ വന്നു ചേർന്നിട്ടുണ്ട്.

ഭാഷാഭേദങ്ങൾ

ഭാഷാഘടനയുടെയും വ്യാകരണത്തിന്റെയും സ്ഥിതി വ്യത്യസ്ത മല്ല. പല വ്യാകരണഘടകങ്ങൾക്കും അവയുടെ ധർമങ്ങളിൽ മാറ്റം സംഭ വിച്ചിട്ടുണ്ട് എന്നു മാത്രമല്ല പലതിനും പഴയതു കൂടാതെ പുതിയ ധർമ ങ്ങൾ നിർവഹിക്കേണ്ടതായും വന്നിട്ടുണ്ട്. എന്നാൽ ഈ മാറ്റങ്ങളെല്ലാം ഒരേ കാലഘട്ടത്തിൽ രാജ്യത്തിന്റെ വിവിധ ഭാഗങ്ങളിൽ ഒരുപോലെ ഒരേ രീതിയിൽ സംഭവിച്ചവയല്ല എന്ന് പ്രത്യേകം പറയേണ്ടതില്ലല്ലോ. ഏക

രൂപമായ ഒരു ഭാഷയെന്ന നിലയിലല്ല ഇംഗ്ലീഷ് അതിന്റെ ആരംഭം മുതൽ വികസിച്ചതും വളർന്നതും. ഇന്നും അത് അങ്ങനെയാണെന്നു പറയുക വയ്യ. ഇംഗ്ലീഷ് മാതൃഭാഷയായുള്ള ഇംഗ്ലണ്ടിലും അമേരിക്കയിലും കാന ഡയിലും ആസ്ത്രേലിയയിലും ന്യൂസിലന്റിലും കരീബിയൻ ദ്വീപുക ളിലും അത് സംസാരിക്കുന്ന രീതികളിൽ വ്യത്യാസങ്ങളുണ്ട്. ഇൻഡ്യ യിൽ തന്നെ വിവിധ സംസ്ഥാനങ്ങളിലുള്ളവർ ഇംഗ്ലീഷ് സംസാരിക്കുന്ന രീതിയിലും വ്യത്യാസങ്ങളുണ്ട്. ഏതൊരു ഭാഷയിലും ഇത്തരം വ്യത്യാ സങ്ങൾ സാധാരണമാണ്.

ഒരേ ഭാഷ സംസാരിക്കുന്നവർക്കിടയിൽ തന്നെ പല ഭാഷാഭേദങ്ങളും പ്രകടമാണ്. ഇത് എന്തുകൊണ്ടാണു സംഭവിക്കുന്നത്? ഒരു ഭാഷാ സമൂഹം ഭൂമിശാസ്ത്രപരവും ഭൗതികവും മതപരവും തൊഴിൽപരവും രാഷ്ട്രീയപരവും വർഗപരവുമായി വിഭജിക്കപ്പെട്ടിരിക്കുന്നതിനാൽ ആ സമൂഹത്തിൽ ഈ വേർതിരിവുകൾക്കനുസരിച്ചുള്ള ഭാഷാഭേദങ്ങൾ ഉണ്ടാകുന്നത് സ്വാഭാവികമാണ്. ഭാഷാഭേദങ്ങൾ സൃഷ്ടിക്കുന്നത് പ്രാദേ ശികമായ വ്യത്യാസങ്ങൾ മാത്രമല്ല എന്നാണിതു കാണിക്കുന്നത്. ഈ വ്യത്യാസങ്ങൾ ഭാഷയുടെ ഉച്ചാരണരീതിയിലും പ്രതിനിധാനം ചെയ്യ പ്പെടുന്നുണ്ട്. ഉച്ചാരണരീതിയും ഭാഷാഭേദങ്ങൾ നിർണയിക്കുന്നതിൽ പങ്കു വഹിക്കുന്നുണ്ട്. ഈ ഭാഷാസമൂഹങ്ങൾക്കോ അവയ്ക്കുള്ളിലെ ചെറുവിഭാഗങ്ങൾക്കോ മറ്റൊരു ഭാഷ സംസാരിക്കുന്ന ഒരു സമൂഹവു മായി നിരന്തര ബന്ധമുണ്ടെങ്കിൽ അവരുടെ ഇടപഴകലുകളിൽ നിന്നും ഭാഷയ്ക്കു ഭേദങ്ങളുണ്ടാകാം.

രണ്ടു ഭാഷകൾ സംസാരിക്കുന്ന സമൂഹങ്ങൾ തമ്മിലുണ്ടാകുന്ന നിരന്തര സമ്പർക്കം ഭാഷാഭേദത്തിനു വഴിയൊരുക്കും എന്നു പറഞ്ഞു വല്ലോ. ഈ സമ്പർക്കത്തിലൂടെ പലപ്പോഴും ഈ സമൂഹങ്ങൾ കൂടു തൽ ഇഴുകിച്ചേരുകയും അവയിലെ അംഗങ്ങൾ രണ്ടു ഭാഷയും സംസാ രിക്കുന്നവരുമാകും. കേരളത്തിന്റെ അതിർത്തിപ്രദേശങ്ങളിൽ താമസി ക്കുന്നവർ അയൽസംസ്ഥാനത്തിന്റെ ഭാഷകളായ തമിഴും കന്നഡയും മാതൃഭാഷപോലെ തന്നെ ഉപയോഗിക്കുന്നത് നമുക്കറിയാമല്ലോ. ചില സന്ദർഭങ്ങളിൽ ഈ സമ്പർക്കം ഒരു ഭാഷ ഉപയോഗിക്കപ്പെടാതിരിക്കാനും അതുവഴി കുറച്ചു കാലത്തിനുശേഷം അത് അപ്രത്യക്ഷമാകാനും സാധ്യ തയുണ്ട്. ഇത്തരത്തിലുള്ള സമ്പർക്കങ്ങൾ ഭാഷാസമൂഹങ്ങൾ അവയുടെ ഭാഷ കൈകാര്യം ചെയ്യുന്നതിൽ കാര്യമായ വ്യതിയാനങ്ങൾ വരുത്തു ന്നതായാണു ചരിത്രം നമ്മോടു പറയുന്നത്. കരീബിയൻ ദ്വീപുകളിലെ കരിമ്പിൻ തോട്ടങ്ങളിൽ പണിയെടുക്കുവാൻ ആഫ്രിക്കയുടെ വിവിധ ഭാഗ ങ്ങളിൽ നിന്നു യൂറോപ്യൻ തോട്ടംമുതലാളിമാർ ഇറക്കുമതി ചെയ്ത കറുത്ത വർഗക്കാർക്ക് അവർ അന്ന് സംസാരിച്ചിരുന്ന അവരുടെ മാതൃ ഭാഷ പിന്നീട് നഷ്ടമാവുകയുണ്ടായി. തങ്ങളുടെ യജമാനന്മാരുടെ ഭാഷ സംസാരിക്കുവാൻ നിർബന്ധിതരായ ആഫ്രിക്കക്കാർക്ക് കുറേക്കാലത്തി

നുശേഷം സ്വന്തം ഭാഷ നഷ്ടപ്പെടുകയും അവരുടെ പിന്മുറക്കാർ ഒരു യൂറോപ്യൻ ഭാഷ സംസാരിക്കുന്നവരായി മാറുകയുമുണ്ടായത് ചരിത്രത്തിൽ രേഖപ്പെടുത്തിയിട്ടുണ്ട്.

ഒരു ഭാഷ സംസാരിക്കുന്ന സമൂഹത്തിന്റെ ചിന്തയിലും പ്രവർത്തനങ്ങളിലും അവ ആവിഷ്കരിക്കുന്ന രീതിയിലും വരുന്ന മാറ്റങ്ങളാണല്ലോ ഭാഷയിലെ മാറ്റങ്ങൾക്ക് കാരണമാകുന്നത്. മുതിർന്നവരിൽ നിന്ന് ഒരു ഭാഷ സംസാരിക്കുവാൻ പഠിക്കുന്ന ഒരു കുട്ടി എന്തിനാണു താൻ പഠിച്ച ഭാഷയിൽ വ്യത്യാസം വരുത്തുന്നത് എന്നു നമുക്കു തോന്നിയേക്കാം. എന്നാൽ ഭാഷ ആശയവിനിമയത്തിനും, ചിന്തയെയും വികാരങ്ങളെയും ശബ്ദങ്ങളിലൂടെ ആവിഷ്കരിക്കാനുമുള്ള ഒരു ഉപാധിയാണെന്നു വരുമ്പോൾ ഒരു തലമുറ ഈ മാറ്റങ്ങൾ വരുത്തുന്നതിൽ അസാധാരണമായൊന്നുമില്ല എന്നു കാണാം. മാത്രവുമല്ല ജൈവമായ ഏതൊരു ഭാഷയിലും ഓരോ തലമുറ കഴിയുമ്പോഴും പുതിയ പ്രയോഗങ്ങൾ ഉണ്ടാവുകയും പഴയവ പലതും അപ്രത്യക്ഷമാവുകയും ചെയ്യും. പുതിയ അനുഭവങ്ങളും ചിന്തകളും ആവിഷ്കരിക്കുവാൻ പുതിയ ഭാഷാപ്രയോഗങ്ങൾ വേണ്ടിവരുന്നു. ഭാഷ വികസിക്കുന്നതെങ്ങനെയാണ്. ഒരു ഭാഷ സംസാരിക്കുന്ന മനുഷ്യരുടെ എണ്ണം വർദ്ധിക്കുന്തോറും ആ ഭാഷയുടെ പദസഞ്ചയവും ഭാഷാഭേദങ്ങളും വർദ്ധിക്കുന്നു.

ഒരു ഭാഷയുടെ ചരിത്രം പഠിക്കാൻ ശ്രമിക്കുമ്പോൾ ആ ഭാഷയിൽ ഏതേതു കാലത്ത് ഏതൊക്കെ തരത്തിലുള്ള മാറ്റങ്ങളാണുണ്ടായിട്ടുള്ളത് എന്ന കാര്യത്തെക്കുറിച്ച് ചില പൊതു തത്വങ്ങളുടെ അടിസ്ഥാനത്തിൽ പൊതുവായ വസ്തുതകൾ പറയാമെന്നല്ലാതെ വളരെ കൃത്യമായി അവയെ വിശദീകരിക്കുവാൻ സാധ്യമല്ല. ഉദാഹരണത്തിന്, മറ്റു ഭാഷകളിൽ നിന്ന് ഇംഗ്ലീഷിലേക്ക് ധാരാളം പദങ്ങൾ കടന്നുവന്നിട്ടുണ്ട്. അവയുടെ ലിസ്റ്റെടുത്ത് ഓരോ വാക്കിനെക്കുറിച്ചും ഇതുപോലൊരു പുസ്തകത്തിൽ പ്രതിപാദിക്കുക അസാധ്യമാണ്. എന്നാൽ, ഒരു ഭാഷയിൽ നിന്ന് മറ്റൊരു ഭാഷയിലേക്ക് പദങ്ങൾ കടന്നുവരുന്നതെങ്ങനെയാണെന്നും, അങ്ങനെ കടന്നു വന്നതിനുശേഷം അവയ്ക്ക് എന്തു സംഭവിക്കുന്നുവെന്ന് മനസിലാകുന്നതുമാണു കൂടുതൽ അഭികാമ്യം. കാരണം, ഭാഷയുടെ ചരിത്രം മനസ്സിലാക്കുമ്പോൾ തന്നെ അത് യഥാർഥത്തിൽ സംസാരഭാഷയിലുണ്ടായ മാറ്റങ്ങളെക്കുറിച്ചുള്ള സൂചനകൾ നൽകുന്നതാണെന്ന പാഠം നാം ഉൾക്കൊള്ളേണ്ടതുണ്ട്. തന്നെയുമല്ല, ഭാഷയിൽ വരുന്ന വ്യത്യാസം ആ ഭാഷ സംസാരിക്കുന്ന ഒരു സമൂഹത്തിന്റെ മാനസികവും ഭൗതികവുമായ ശീലങ്ങളുടെ വ്യത്യാസം മൂലമാണെന്നും നാം തിരിച്ചറിയണം.

എ ഡി 878 ലാണു സ്കാൻഡിനേവിയയിൽ നിന്നുള്ള വൈക്കിങ്ങ് വംശജർ ഇംഗ്ലണ്ടിനെ ആക്രമിക്കുന്നത്. ഡാനിഷ് വംശജരായ ഇവർ ഇതിനുമുൻപ് പലവുരു ഇംഗ്ലണ്ടിനെ ആക്രമിച്ചിരുന്നു. ആൽഫ്രഡ് രാജാ

വാണ് 878 ൽ അവരുമായി സന്ധിചെയ്ത് ഇംഗ്ലണ്ടിന്റെ വടക്കുകിഴക്ക് ഭാഗം അവർക്ക് വിട്ടുകൊടുക്കുന്നത്. ഈ സന്ധി "Danelaw" എന്നാണു അറിയപ്പെടുന്നത്. ഇരുകൂട്ടരുടെയും ഭാഷകൾ തമ്മിലുള്ള സാമ്യം അവർ തമ്മിൽ യോജിക്കുന്നതിനു വഴിയൊരുക്കുകയും കാലക്രമേണ അവർ ഒരു സമൂഹത്തിന്റെ ഭാഗമായിത്തീരുകയും ചെയ്തു. ഇവരുടെ വരവോടെ നോഴ്സ് ഭാഷയിലെ പദങ്ങളും അന്നത്തെ ആംഗ്ലോ സാക്സൺ ഭാഷ യിലേക്കു കടന്നു കൂടി. ഇങ്ങനെ രൂപംകൊണ്ട പതിനൊന്നാം നൂറ്റാണ്ടു വരെയുള്ള ഇംഗ്ലീഷിനെ ഓൾഡ് ഇംഗ്ലീഷ് എന്നാണു വിശേഷിപ്പിക്കു ന്നത്. പത്താം നൂറ്റാണ്ടോടെ പാശ്ചാത്യ സാക്സണുകൾ ഉപയോഗിച്ചി രുന്ന ഭാഷ ബ്രിട്ടന്റെ ഔദ്യോഗിക ഭാഷയായിത്തീർന്നു. പഴയ ഇംഗ്ലീ ഷിന്റെ ലിഖിത രൂപം ഈ കാലഘട്ടം മുതലാണ് അറിയപ്പെട്ടു തുടങ്ങു ന്നത്. സ്കാൻഡിനേവിയൻ ഭാഷകളിൽ നിന്നുരുത്തിരിഞ്ഞ റുണിക് എന്നു പേരായ അക്ഷരമാലയാണ് അവർ ഉപയോഗിച്ചിരുന്നത്. പന്ത്രണ്ടാം നൂറ്റാണ്ടുവരെ ഈ പുരാതന ഇംഗ്ലീഷാണു ബ്രിട്ടനിലെ ജനത സംസാരിച്ചിരുന്നത്. ആധുനിക ഇംഗ്ലീഷ് ഭാഷയിലെ പകുതിയോളം പദ ങ്ങളുടെ വേരുകൾ പഴയ ഇംഗ്ലീഷിൽ കണ്ടെത്താനാകും.

ഇംഗ്ലീഷ് സാഹിത്യമോ സംസ്കാരമോ പഠിക്കാൻ തുടങ്ങുന്ന ഒരു വിദ്യാർഥിയെ സംബന്ധിച്ചിടത്തോളം പഴയ ഇംഗ്ലീഷ് ഭാഷയിൽ ഇന്നു നമുക്കു ലഭ്യമായ രേഖകൾ ഏറെയൊന്നും വലിയ താൽപ്പര്യം ഉണർത്തുവാൻ പോന്നവയല്ല. നമുക്കു ലഭ്യമായ അന്നത്തെ കാവ്യകൃ തികൾ തത്വചിന്താപരവും മതപരവുമായ പ്രമേയങ്ങളെ പ്രതിപാദിക്കു ന്നവയാണ്. നിയമത്തെക്കുറിച്ചും മരുന്നുകളും അവയുടെ പ്രയോഗങ്ങ ളെക്കുറിച്ചുമുള്ള പുസ്തകങ്ങളുൾപ്പെടെ ഈ രേഖകളിലെല്ലാം മുന്തി നിൽക്കുന്നത് പാശ്ചാത്യ സാക്സൺ ഭാഷാഭേദത്തിന്റെ പ്രയോഗമാണ്. മറ്റു ഭാഷാഭേദങ്ങളും ഈ കൃതികളിൽ ഉപയോഗിച്ചിട്ടുള്ളതായി കാണാം.

ഇംഗ്ലീഷ്: ആദ്യകാല ലിപികൾ

ആദ്യകാലത്ത് ഉപയോഗിച്ചിരുന്ന ഇംഗ്ലീഷ് അന്നത്തെ ആളുകൾ കല്ലുകളിലും കൊമ്പുകളിലും മരത്തടികളിലും ലോഹങ്ങളിലും കൊത്തി വെയ്ക്കുകയായിരുന്നു. ഈ അക്ഷരങ്ങളെ റൂൺസ് എന്നാണു വിളിച്ചി രുന്നത്. ഇത് പലപ്പോഴും മരിച്ചവരുടെ ഓർമയ്ക്കായും ജീവിച്ചിരിക്കുന്ന വരെ പ്രകീർത്തിക്കുന്നതിനും മന്ത്രവാദത്തിനുമാണുപയോഗിച്ചിരുന്നത്. എന്നാൽ ഇവയൊന്നും ആദ്യകാലത്തെ കയ്യെഴുത്തുപ്രതികളിൽ നിന്ന് ഏറെയൊന്നും വ്യത്യസ്തമല്ലെന്നാണു പണ്ഡിതമതം. ഇവയിൽ ചിലത് ഇംഗ്ലണ്ടിലും യൂറോപ്പിന്റെ പല ഭാഗങ്ങളിലും ഇപ്പോഴും നിലനിൽക്കു ന്നുണ്ടെന്നു പറയുന്നു. ആംഗ്ലോ സാക്സൺ റൂണിക് അക്ഷരമാലയാണ് താഴെ കൊടുത്തിരിക്കുന്നത്. ഇന്നത്തെ ഇംഗ്ലീഷ് അക്ഷരമാലയിൽ നിന്ന് എത്രത്തോളം വ്യത്യാസം അവയ്ക്കുണ്ടെന്ന് ഒറ്റനോട്ടത്തിൽ വ്യക്തമാ

ണല്ലോ. ആദ്യത്തെ ആറക്ഷരങ്ങൾ ചേർത്ത് ഈ അക്ഷരമാലയെ "ഫൂതോർക്" എന്നാണു വിളിച്ചരുന്നത്.

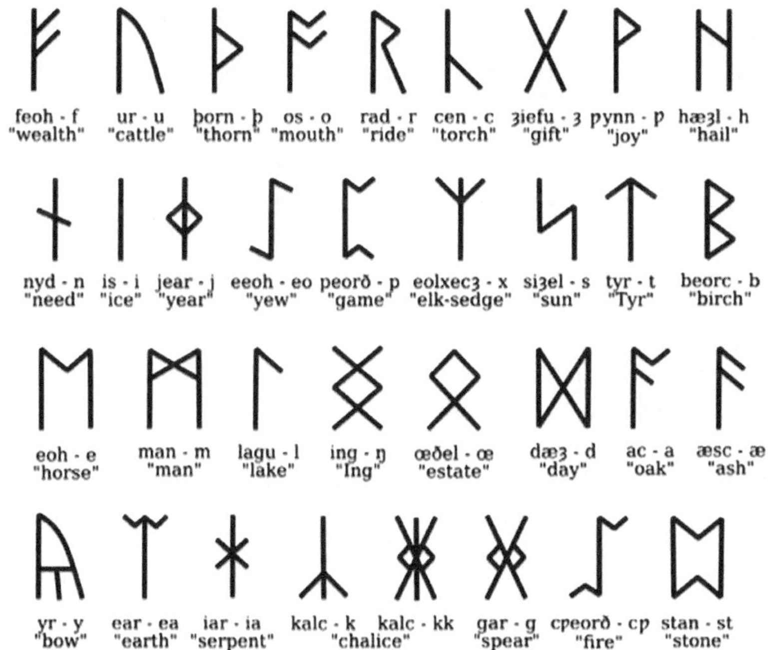

എന്നാൽ ഇംഗ്ലണ്ടിലെ ജനങ്ങൾ ക്രിസ്തുമതം സ്വീകരിച്ച തിനുശേഷം നിലവിൽ വന്ന ഇംഗ്ലീഷ് അക്ഷരമാല ലാറ്റിൻ രൂപത്തിൽ നിന്നുണ്ടായതാണ്. ഇത് ഐറിഷിൽ നിന്നുടലെടുത്തതാണെന്നു പറയ പ്പെടുന്നു. ആധുനിക ഐറിഷ് ഭാഷയുടെ അക്ഷരമാലയ്ക്ക് ഈ പഴയ ഇംഗ്ലീഷ് കയ്യെഴുത്തുപ്രതികളുമായി ഏറെ സാമ്യമുണ്ട്. ക്രിസ്ത്യൻ മിഷ ണറിമാരാണ് ഇത് ആദ്യമായി ഇംഗ്ലണ്ടിൽ അവതരിപ്പിച്ചത്. ഈ പുതിയ അക്ഷരമാല ഏതാണ്ട് ഏഴാം നൂറ്റാണ്ടുമുതൽ ഉപയോഗിക്കപ്പെടാൻ തുട ങ്ങുന്നുണ്ടെങ്കിലും അടുത്ത ഒന്നര നൂറ്റാണ്ടോളം പഴയ റൂണിക് അക്ഷ രമാലയും പുതിയ ലാറ്റിൻ അക്ഷരമാലയും ഒരുപോലെ ഉപയോഗിക്ക പ്പെട്ടിരുന്നു. പഴയ ഇംഗ്ലീഷിന്റെ അക്ഷരമാലയാണു താഴെ കൊടുത്തി രിക്കുന്നത്.

റൂണിക്ഭാഷ ലാറ്റിൻ അക്ഷരമാലയെ സ്വാധീനിച്ചിട്ടുണ്ട് എന്നു കരു തുന്നവർ പറയുന്നത് *thorn* (Þ þ) *wynn* (Ρ ρ) *eth* (Ð ð) എന്നീ അക്ഷ രങ്ങൾ ലാറ്റിൻ ഭാഷയ്ക്ക് സംഭാവന ചെയ്തത് റൂണിക് ആണെന്നാണ്.

Aa	Ææ	Bb	Cc	Dð	Ðȝ	Ee	Ff	Ᵹȝ	Hh	Ii	Ll
a	ash	be	c	de	eth	e	eff	yogh	há	i	ell
a	æ	b	c	d	ð	e	f	ȝ (g)	h	i	l

Mm	Nn	Oo	Pp	Rr	Ss	Tt	Uu	Pp	Xx	Yy	Þþ
emm	enn	o	pe	err	ess	te	u	wynn	eks	yr	thorn
m	n	o	p	r	s	t	u	p (w)	x	y	þ

eth (Dð) എന്ന അക്ഷരം 'd' യുടെ ഒരു പരിഷ്കാരം എന്ന നിലയിൽ പിന്നീട് രൂപം കൊടുക്കപ്പെട്ടതാണ്. ആധുനിക ഇംഗ്ലീഷ് അക്ഷരമാല യിൽ കാലഹരണപ്പെട്ട *thorn* (Þ þ) *wynn* (P p) *eth* (Ð ð) *yogh* (3) എന്നീ അക്ഷരങ്ങൾ ഒഴിവാക്കപ്പെട്ടു. *ash* (æ) *ethel* (œ) എന്നിവയുടെ പ്രയോഗം ഇല്ലാതായി. ഇന്ന് ഇംഗ്ലീഷ് അക്ഷരമാലയിലുള്ള ഇരുപത്തി യാറ് അക്ഷരങ്ങളിലെ J/j, U/u, W/w എന്നീ അക്ഷരങ്ങൾ പതിനാറാം നൂറ്റാണ്ടിലാണ് അതിലേയ്ക്കു കടന്നുവന്നത്. ഭാഷയുടെ പ്രയോഗത്തിൽ ഏറ്റവും അധികം ഉപയോഗിക്കപ്പെടുന്നത് E/e എന്ന അക്ഷരമാണ് എന്നാണു വിദഗ്ധർ അഭിപ്രായപ്പെടുന്നത്. Z/z ആണ് ഏറ്റവും കുറച്ച് ഉപയോഗിക്കപ്പെടുന്നത്. ഉപയോഗത്തിന്റെ അടിസ്ഥാനത്തിൽ ഇംഗ്ലീഷ് അക്ഷരങ്ങളുടെ ശരാശരി പ്രയോഗത്തിന്റെ കണക്ക് ഏതാണ്ടിങ്ങനെ യാണ്. A/a 8.17 % , B/b 1.49 %, C/c 2.78%, D/d 4.25%, E/e 12.7%, F/f 2.23%, G/g 2.02%, H/h 6.09%, I/i 6.97 %, J/j 0.15 %, K/k 0.77 %, L/l 4.03 %, M/m 2.41 %, N/n 6.75 %, O/o 7.51 %, P/p 1.93 %, Q/q 0.10 %, R/r 5.99 %, S/s 6.33 %, T/t 9.06 %, U/u 2.76%, V/v 0.98%, W/w 2.36%, X/x 0.15%, Y/y 1.95 %, Z/z 0.07 %.

ഭാഷയ്ക്ക് കാലക്രമത്തിൽ മാറ്റങ്ങൾ സംഭവിക്കുമെന്നും അത് നിര ന്തരം മാറ്റത്തിനു വിധേയമാകുന്നുവെന്നും നാം മനസിലാക്കിയാൽ ഒരു കാര്യം വ്യക്തമാകും: ഒരു ഘട്ടത്തിൽ നിന്നു മറ്റൊരു ഘട്ടത്തിലേക്ക് ഭാഷ മാറുന്നത് എന്നാണെന്ന് കൃത്യമായി പറയുവാൻ കഴിയില്ല എന്ന്. അത് നിരന്തരമായ ഒരു പ്രക്രിയയാണ്. ഒരു പ്രത്യേക ചരിത്ര സന്ദർഭം നാം പരിശോധിച്ചാൽ അതിൽ ഏറ്റവും പുതിയ തലമുറയിലെ യുവാ ക്കൾ സംസാരിക്കുന്ന ഭാഷയും, ഏറ്റവും മുതിർന്നവർ ഉപയോഗിക്കുന്ന ഭാഷയും ഇവർക്കിടയിലുള്ള ഒരു വിഭാഗം സംസാരിക്കുന്ന ഭാഷയും തമ്മിൽ അന്തരമുണ്ടെന്നു കാണാം. ഇളംതലമുറക്കാർ ഭാഷയിലെ ഏറ്റവും പുതിയ പ്രയോഗങ്ങൾ കൂസലില്ലാതെ ഉപയോഗിക്കുന്നവരാണ്. ഏറ്റവും മുതിർന്നവരാകട്ടെ അവയെ സംശയദൃഷ്ടിയോടെ വീക്ഷിക്കു ന്നവരും. രണ്ടിനും ഇടയിലുള്ളവർ മുതിർന്നവരുടെയും ഇളയവരുടെയും പ്രയോഗങ്ങൾ ഒരുപോലെ മനസിലാക്കുന്നവരും.

മറ്റൊരുതരത്തിൽ പറഞ്ഞാൽ, സംസാരിക്കുന്നതിലൂടെയാണ്

ഏതൊരു ഭാഷയ്ക്കും മാറ്റങ്ങൾ സംഭവിക്കുന്നത്. അതായത്, ഒരു ഭാഷ സംസാരിക്കുന്ന ഒരു സമൂഹത്തിലെ മനുഷ്യരുടെ ചുണ്ടുകളിലും മന സുകളിലും എന്നർഥം. അത് എഴുതപ്പെട്ട രേഖകളിലോ നിർമിക്കപ്പെട്ട നിയമങ്ങളിലോ അല്ല. ഇപ്പറഞ്ഞവയിൽ ആ മാറ്റങ്ങളുടെ അനുരണന ങ്ങൾ കാണാനാകും. മാറ്റങ്ങളെ രേഖപ്പെടുത്തുവാനും അവയ്ക്ക് കഴിയും. ഭാഷയ്ക്കു സംഭവിക്കുന്ന മാറ്റങ്ങളെക്കുറിച്ചറിയണമെങ്കിൽ ആ ഭാഷ സംസാരിക്കുന്ന ഒരു സമൂഹത്തിലെ മനുഷ്യരുടെ പ്രവർത്തനങ്ങൾ എത്ര ത്തോളം ഭാഷയിൽ വരുന്ന മാറ്റങ്ങളുമായി ബന്ധപ്പെട്ടിരിക്കുന്നു എന്നു മനസിലാക്കണം.

ചരിത്രത്തിന്റെ ഒരു സവിശേഷ കാലഘട്ടത്തിൽ ഒരു ഭാഷയുടെ വികാസത്തിൽ ചില സവിശേഷ പ്രവണതകൾ ഉടലെടുക്കുന്നതും കാലം കടന്നുപോകുന്തോറും അവയ്ക്ക് ഭാഷാ സമൂഹത്തിൽ കൂടുതൽ സ്വീകാ ര്യത ലഭിക്കുന്നതും അവ ഭാഷയുടെ ഭാഗമായി മാറുന്നതും സ്വാഭാവിക മാണു. ഈ പ്രക്രിയയുടെ അടിസ്ഥാനത്തിൽ ഭാഷയുടെ വികാസ ചരി ത്രത്തെ ചില ഘട്ടങ്ങളായി വിഭജിക്കുക ചരിത്രകാരന്മാരുടെ രീതിയാണ്.

ഇംഗ്ലീഷ് ഭാഷയുടെ ചരിത്രത്തെ ഈ രീതിയിൽ വിഭജിക്കുമ്പോൾ പ്രധാനമായും മൂന്നു ഘട്ടങ്ങളാണ് ചരിത്രകാരന്മാർ രേഖപ്പെടുത്തുന്ന ത്. ഏഴാം നൂറ്റാണ്ടിന്റെ അന്ത്യപാദം മുതൽ ഏതാണ്ട് 1050വരെ നീണ്ടു നിൽക്കുന്ന പഴയ ഇംഗ്ലീഷിന്റെ ഘട്ടം. 1150 മുതൽ 1400വരെയുള്ള മധ്യ കാലഘട്ടം. 1400മുതൽ ഇന്നുവരെയുള്ള ആധുനിക കാലഘട്ടം 1050 മുതൽ 1150വരെയുള്ള ഒരു നൂറ്റാണ്ടിനെ ഒരു പരിവർത്തന കാലഘട്ടമാ യാണു പൊതുവിൽ ഭാഷാചരിത്രകാരന്മാർ പരിഗണിക്കുന്നത്. ഈ മൂന്നു മുഖ്യ ഘട്ടങ്ങളെയും മേൽപ്പറഞ്ഞ പൊതുവായ പ്രവണതകളുടെ അടിസ്ഥാനത്തിൽ വീണ്ടും കാലികമായി വിഭജിച്ചിരിക്കുന്നു. ഈ കാല ഗണനയനുസരിച്ച്, പഴയ ഇംഗ്ലീഷ് ഘട്ടം, മൂന്നായി വിഭജിക്കാവുന്നതാ ണ്. ഏഴാം നൂറ്റാണ്ടിന്റെ അവസാനം വരെയുള്ള ഇംഗ്ലീഷ് ഭാഷയുടെ ഏറ്റവും ആദ്യകാലത്തെ അവസ്ഥ. രണ്ടാമതായി ആദ്യകാല പഴയ ഇംഗ്ലീ ഷ്– എട്ടും ഒൻപതും നൂറ്റാണ്ടുകൾ. പത്താം നൂറ്റാണ്ടു മുതലുള്ള അമ്പതു വർഷങ്ങൾ, പിൽകാല പഴയ ഇംഗ്ലീഷിന്റെ കാലഘട്ടം. മധ്യ കാല ഇംഗ്ലീഷിന്റെ ചരിത്രം വീണ്ടും മൂന്നു ഘട്ടങ്ങളായി വിഭജിച്ചിരിക്കു ന്നു. 1150മുതൽ 1250വരെ നീളുന്ന ആദ്യഘട്ടം. 1250മുതൽ 1370വരെയുള്ള മധ്യഘട്ടം. 1370 മുതൽ 1400വരെയുള്ള അന്ത്യ ഘട്ടം. ആധുനിക ഇംഗ്ലീഷ് ഭാഷയുടെ ചരിത്രം നാലു ഘട്ടങ്ങളായാണു ചരിത്രകാരന്മാർ വിഭജിച്ചി രിക്കുന്നത്. 1400മുതൽ 1500വരെയുള്ള ആദികാലം. പതിനേഴാം നൂറ്റാ ണ്ടിന്റെ രണ്ടാം ഘട്ടം. പതിനെട്ടാം നൂറ്റാണ്ടിന്റെ മൂന്നാം ഘട്ടം. പത്തൊ മ്പതാം നൂറ്റാണ്ടുമുതൽ ഇന്നുവരെയുള്ള പിൽക്കാലഘട്ടം ഇത്തരം കാലിക വിഭജനങ്ങളെല്ലാം വിശദീകരണത്തിന്റെ സൗകര്യത്തിനു വേണ്ടി ഉപയോഗിക്കുന്ന രീതിശാസ്ത്രപരമായ സങ്കേതങ്ങളാണ്. അവയെ

ക്കുറിച്ച് ചരിത്രകാരന്മാർക്കിടയിൽ തന്നെ അഭിപ്രായവ്യത്യാസങ്ങളുണ്ട്. അതുകൊണ്ടുതന്നെ ഈ കാലിക വിഭജനം കുറ്റമറ്റതാണെന്ന് ധരിക്കരുത്.

ഭാഷ: സ്വാധീനവും വികാസവും

ഇന്നറിയപ്പെടുന്ന ബ്രിട്ടീഷ് ദ്വീപുകളിലെ ആദിവാസികളായിരുന്ന ബ്രിട്ടൺസ് സംസാരിക്കുന്നത് കെൽറ്റിക് ഭാഷയുടെ ഒരു രൂപമായിരുന്നു എന്നാണു പൊതുവിൽ വിശ്വസിക്കപ്പെടുന്നത് എന്നു മുകളിൽ സൂചിപ്പിച്ചുവല്ലോ. വടക്കൻ ഫ്രാൻസിൽ, വിശേഷിച്ചും ഇന്ന് ബ്രിട്ടനി എന്നറിയപ്പെടുന്ന പ്രദേശത്തെ ആളുകൾ സംസാരിച്ചിരുന്ന ഭാഷയുമായി അതിനു സാമ്യമുണ്ടായിരുന്നു. റോമാ അധിനിവേശകാലമത്രയും, അതായത്, ബി.സി 55 മുതൽ എ ഡി 410 വരെ ഈ ഭാഷതന്നെയായിരിക്കണം. അവർ സംസാരിച്ചിരുന്നത്. സ്വാഭാവികമായും അതിൽ റോമൻ സൈന്യത്തിന്റെ ലാറ്റിൻ ഭാഷയിലെ ധാരാളം ഘടകങ്ങൾ കലർന്നിട്ടുണ്ടാകാം. റോമക്കാരെ അധിനിവേശകരായല്ല, മറിച്ച്, രക്ഷകരായാണു ബ്രിട്ടണുകൾ പരിഗണിച്ചിരുന്നത്. പശ്ചിമജെർമനിക് വംശജർ ബ്രിട്ടീഷ് ദ്വീപുകളിലെത്തി അവരുടെ ആധിപത്യം സ്ഥാപിക്കുന്നതുവരെ തദ്ദേശവാസികളുടെ ഭാഷയായ കെൽറ്റിക്കിനു പ്രാമുഖ്യം ലഭിച്ചിരുന്നു. ജെർമൻ ഗോത്രങ്ങളുടെ വരവോടെ അവർ ഇന്നത്തെ വെയിൽസ്, കോൺവാൾ, സ്കോട്ട്ലന്റ് എന്നിവിടങ്ങളിലേയ്ക്ക് പലായനം ചെയ്യാൻ നിർബന്ധിതരായി.

ഇങ്ങനെ പലായനം ചെയ്യുവാൻ നിർബന്ധിതരായ കെൽറ്റിക് ജനത തങ്ങളുടെ സംസ്കാരവും ഭാഷയും നിലനിർത്തുന്നതിൽ അതീവ താൽപര്യം കാണിച്ചിരുന്നു. സ്വന്തം പൈതൃകം സംരക്ഷിക്കുന്നത് കടമയായി അവർ കണക്കാക്കി. ഈ കെൽറ്റിക് ജനതയ്ക്ക് മധ്യ യൂറോപ്പിൽ ഭേദപ്പെട്ട സ്വാധീനമുണ്ടായിരുന്നു എന്നു മാത്രമല്ല ജെർമാനിക് ഗോത്രങ്ങളുമായി സമ്പർക്കത്തിലേർപ്പെടുകയും ചെയ്തിരുന്നു. ഇന്ന് അവരുടെ ഭാഷ പ്രചാരത്തിലില്ലെങ്കിലും അതിന്റെ സ്വാധീനം പലയിടങ്ങളിലും കാണാം. ഫ്രാൻസിലും വടക്കൻ സ്പെയിനിലും ഈ സ്വാധീനം പ്രകടമായി ഇന്നും കാണാം. അതുപോലെ തന്നെ വടക്കൻ ഇറ്റലിയിലെ പല സ്ഥലനാമങ്ങളും, വിശേഷിച്ചും 'tre' യിൽ തുടങ്ങുന്നവയ്ക്ക് കെൽറ്റിക് ഭാഷയുമായി ബന്ധമുണ്ട്.

പഴയ ഇംഗ്ലീഷ് ഭാഷയിൽ കെൽറ്റിക്കിന്റെ സ്വാധീനം വ്യത്യസ്ത ഉറവിടങ്ങളിൽ നിന്ന് വന്നിട്ടുള്ളതാണ്. യൂറോപ്യൻ ഭൂഖണ്ഡത്തിൽ നിന്ന് വന്നിട്ടുള്ളവ മിക്കവാറും തർക്കങ്ങളും യുദ്ധവുമായി ബന്ധപ്പെട്ടവയാണ്. കെൽറ്റുകൾ മുഖ്യമായും വാടക സൈനികരായിരുന്നു എന്നതാണ് ഇതിനു കാരണമായി പറയപ്പെടുന്നത്. ജെർമാനിക് ഗോത്രങ്ങൾ ദ്വീപ് കൈയടക്കിയതിനു ശേഷം അതിന്റെ പല കോണുകളിലായി ആവാസമുറപ്പിച്ചിരുന്ന കെൽറ്റിക് വംശജർ ഭാഷാപരമായി രണ്ടു വ്യത്യസ്ത ശാഖ

കളായി പിരിഞ്ഞു. Goidelic (Gaelic) ഉം, Brythonic (British) ഉം. Gaelic ഭാഷകളിൽ ഐറിഷും സ്കോട്ടും മാങ്ക്സും ഉൾപ്പെടുന്നു. ബ്രിത്തോണിക് ആകട്ടെ വെൽഷ്, കോർണിഷ്, ബ്രെട്ടൺ എന്നീ ഭാഷകൾ ഉൾപ്പെടുന്നതാണ്. ഇന്ന് ഇക്കൂട്ടത്തിൽനിന്ന് ഏറ്റവും ശക്തമായ നില യിൽ നിലനിൽക്കുന്നത് വെൽഷ് ആണ്. ഇംഗ്ലീഷുകാരിൽ നിന്ന് വേറിട്ട ഒരു സംസ്കാരവും ഭാഷയും നിലനിർത്തണമെന്ന വെൽഷുകാരുടെ നിർബന്ധമാണ് ഇതിനു കാരണം. എന്നാൽ ഏതു ഭാഷയിൽ നിന്നും വാക്കുകൾ നിർലോഭമായി കടംകൊള്ളുന്നതിനു പേരുകേട്ട ഇംഗ്ലീഷ് ഭാഷയിൽ ഇന്ന് കെൽറ്റിക് ഭാഷകളിൽ നിന്നുള്ള പദങ്ങൾ വളരെ കുറ വാണ്. ഉള്ളവയാകട്ടെ, ഭൂമിശാസ്ത്രപരമായി പ്രാധാന്യമുള്ളവയും സ്ഥല നാമങ്ങളുമാണ്. തലമുറകളോളം കെൽറ്റുകളുടെ ഭാഷയെയാണ് ബ്രിട്ടീഷ് ദ്വീപുകളിലെ നിവാസികളായ ബ്രിട്ടണുകളുടെ ഭാഷ എന്ന അർഥത്തിൽ 'ബ്രിട്ടീഷ്' എന്നു വിശേഷിപ്പിക്കപ്പെട്ടിരിക്കുന്നത്. ഇന്നും നിലനിൽക്കുന്ന ചില പ്രശസ്ത പേരുകളാണ് Thames, Yare, London, York, Lincoln തുടങ്ങിയവ. കുന്ന് എന്നർഥമുള്ള രണ്ടു കെൽറ്റിക് വാക്കു കളായ 'bre', 'pen' എന്നിവ ഇന്നും പല പേരുകളിലും കാണാം. ബക്കി ങ്ഗാംഷയറിലെ Brill, 'bre' യുടെയും ഓൾഡ് ഇംഗ്ലീഷിലെ 'hyll' ന്റെയും സംയോജിത രൂപമാണ്. ലെസ്റ്റെർഷയറിലുള്ള Bredon on the Hill, 'bre', 'dun' എന്നീ കെൽറ്റിക് വാക്കുകൾ ചേർന്നുണ്ടായതാണ്. അതുപോലെ തന്നെ Brewood, 'bre' യും ഓൾഡ് ഇംഗ്ലീഷ് 'wudu' ഉം ചേർന്നുണ്ടാ യതാണ്. ധാരാളം സ്ഥലനാമങ്ങളിൽ കണ്ടുവരുന്ന 'Combe' അല്ലെങ്കിൽ 'Coombe', 'valley' എന്നർഥമുള്ള കെൽറ്റിക് പദമായ 'kumb'ൽ നിന്നു വരുന്നതാണ്.

കെൽറ്റിക് സംസ്കാരത്തിന്റെയും ഭാഷയുടെയും സ്വാധീനം ബ്രിട്ടീഷ് സമൂഹത്തിൽ കാണുന്നത്ര അനുപാതത്തിൽ ഇംഗ്ലീഷ് ഭാഷ യിൽ പ്രതിഫലിച്ചു കാണുന്നില്ല എങ്കിൽ തന്നെയും ഇന്ന് നമുക്കു പരി ചിതമായ ബ്രിട്ടീഷ് സ്ഥലനാമങ്ങൾ ഒരു സമൂഹം എങ്ങനെ അവരുടെ ചുറ്റുപാടുകളെ നോക്കിക്കണ്ടിരുന്നു എന്ന് നമ്മെ ഓർമിപ്പിക്കുകയും ആ പേരുകൾ എങ്ങനെ അവർ ജീവിച്ചിരുന്ന പരിസരങ്ങളെ പ്രതിഫലിപ്പി ക്കുന്നു എന്നും വ്യക്തമാക്കുന്നു. മറ്റൊരു തരത്തിൽ പറഞ്ഞാൽ ഭൂമി ശാസ്ത്രപരമായ സ്വഭാവങ്ങളെ സൂചിപ്പിക്കുന്നവയാണ് ആ പേരുകൾ. മറ്റൊരു പ്രധാന സംഗതികൂടി ഇതിൽ അടങ്ങിയിട്ടുണ്ട്. ജെർമാനിക്, നോർമൻ ഫ്രെഞ്ച്, ലാറ്റിൻ, ഗ്രീക്ക്, തുടങ്ങിയ ഭാഷകളിൽ നിന്ന് പദ ങ്ങളും പ്രയോഗങ്ങളും കടംകൊള്ളുന്നതുപോലെ കെൽറ്റിക് വാക്കുകൾ സ്വീകരിക്കുന്നതിൽ മടികാണിച്ച ഒരു സമൂഹം കെൽറ്റുകളെ എങ്ങനെ യാണ് സാമൂഹികമായും സാംസ്കാരികമായും പരിഗണിച്ചിരുന്നത് എന്ന് വ്യക്തമാക്കുന്നതാണിത്. ഭാഷ എങ്ങനെ ശക്തമായ സാമൂഹികവും സാംസ്കാരികവും രാഷ്ട്രീയവുമായ ആയുധമായി പ്രയോഗിക്കാനാകും

എന്ന് ഈ പക്ഷഭേദം വെളിപ്പെടുത്തുന്നു. അന്നത്തെ സമൂഹത്തിൽ വിഭാ ഗീയത വളർത്തുന്ന രീതിയിൽ കെൽറ്റിക് ഭാഷയെ അവഗണിക്കുകയും അകറ്റി നിർത്തുകയും ഉണ്ടായി എന്നത് ചരിത്രവസ്തുതയാണ്. രാജ്യ മാകമാനം കാലക്രമേണ ഇംഗ്ലീഷ് ഒരു ഭാഷയെന്ന നിലയിൽ മാനകീക രിക്കപ്പെട്ടപ്പോൾ കെൽറ്റിക് ഭാഷയ്ക്ക് ഭ്രഷ്ട് കൽപ്പിക്കപ്പെട്ടു. അതേ സാമൂഹിക അസമത്വത്തിന്റെ ദുഷിച്ച മുദ്രകൾ ഇന്നും കെൽറ്റിക് ഭാഷ യ്ക്ക് ഇംഗ്ലീഷ് ഭാഷയിൽ എത്രത്തോളം സ്വാധീനമുണ്ടെന്ന് മനസിലാ ക്കാൻ ശ്രമിക്കുന്ന പഠനങ്ങളിലുമുണ്ട്. പഴയ ഇംഗ്ലീഷ് ഭാഷയിൽ കെൽ റ്റിക് പദങ്ങൾ കുറവാണെന്നു തോന്നുന്നതിനുള്ള ഒരു കാരണം ഒരു പക്ഷേ അക്കാലത്ത് വിവിധ വിഭാഗങ്ങളിൽപ്പെടുന്ന ജനങ്ങൾ സംസാരി ച്ചിരുന്ന ഭാഷകൾ എങ്ങനെ ഇണങ്ങിച്ചേർന്നുവെന്നും അതിനുശേഷം എങ്ങനെ എല്ലാ വിഭാഗക്കാരും സംസാരിക്കുന്ന ഒരു ഭാഷയായിത്തീർന്നു വെന്നും ഇന്നും നമുക്ക് കൃത്യമായി മനസിലാക്കാൻ സാധിക്കാത്തതു മൂലമാകാം.

പഴയ ഇംഗ്ലീഷ് ഭാഷയെ രൂപപ്പെടുത്തുന്നതിന്, അതിന്റെ വാക്യ ഘടനയും പദാവലിയും വ്യാകരണവും രൂപപ്പെടുത്തുന്നതിന് അതിന്റെ ജെർമാനിക് പൈതൃകം ഏറെ സഹായകരമായിട്ടുണ്ട്. ഈ ഘടകങ്ങൾ പലതും പാശ്ചാത്യ ജെർമാനിക് ഭാഷാകുടുംബത്തിന്റെ സവിശേഷത കളാണ്. ശബ്ദപരവും ഘടനാപരവുമായ ഒട്ടേറെ സമാനതകൾ ഈ ഭാഷകൾ തമ്മിലുണ്ട്. പഴയ ഇംഗ്ലീഷ്, ആംഗ്ലോ സാക്സൺ കുടിയേറ്റം മുതൽ ഏകദേശം എഴുനൂറു കൊല്ലക്കാലം അന്നത്തെ ഇംഗ്ലണ്ടിലെ ജനത ഉപയോഗിച്ചിരുന്നു. ഫ്രെഞ്ച് ആധിപത്യം സ്ഥാപിതമായതോടെ യാണ് അതിന്റെ കാലഘട്ടം അവസാനിക്കുന്നത്. ഈ എഴുനൂറു വർഷ ക്കാലം അതുമായി ബന്ധപ്പെട്ടിരുന്ന കെൽറ്റിക്, നോഴ്സ് എന്നീ ഭാഷക ളുടെ പല ഘടകങ്ങളും അത് സ്വാംശീകരിച്ചു. ഇരുപതാം നൂറ്റാണ്ടിന്റെ തുടക്കംവരെ ആദ്യകാല ഇംഗ്ലീഷ് ഭാഷയെ ആംഗ്ലോസാക്സൺ എന്നാ ണു വിശേഷിപ്പിച്ചിരുന്നത്. എന്നാൽ പിന്നീട് അത് പഴയ ഇംഗ്ലീഷ് (ഓൾ ഡ് ഇംഗ്ലീഷ്) എന്ന് വിളിക്കപ്പെടുവാൻ തുടങ്ങി. ഈ നാമകരണം ഇന്ന ത്തെ ഇംഗ്ലീഷ് ഭാഷയുമായുള്ള അതിന്റെ ബന്ധവും പഴയതിന്റെ തുടർച്ച യാണിന്നത്തേതെന്ന് വെളിവാക്കുകയും ചെയ്യും.

പഴയ ഇംഗ്ലീഷിന് ഒരു മാനകരൂപം ഇല്ലായിരുന്നു. പ്രാദേശികമായ നാലു വ്യത്യസ്തഭേദങ്ങൾ അതിനുണ്ടായിരുന്നു. അതിന് ഒരേയൊരു ശബ്ദവ്യവസ്ഥ മാത്രവുമായിരുന്നില്ല. സ്ഥലപരവും കാലികവുമായ ഭിന്ന തകൾക്കനുസരിച്ച് വ്യത്യസ്തങ്ങളായ ഭാഷാഭേദങ്ങൾ അതിനുണ്ടായി രുന്നു. വടക്കൻ പ്രദേശങ്ങളിൽ നോർത്തംബ്രിയൻ, മധ്യദേശങ്ങളിൽ മേഴ്സിയൻ, തെക്കും പടിഞ്ഞാറും വെസ്റ്റ് സാക്സൺ, തെക്കുകിഴക്കൻ മേഖലകളിൽ കെൻറിഷ് എന്നിവയായിരുന്നു ആ ഭാഷാഭേദങ്ങൾ. പഴയ ഇംഗ്ലീഷിന്റെ കാലഘട്ടത്തിൽ ഭാഷാഭേദങ്ങളുണ്ടാകുവാനുള്ള ഒരു

കാരണം ഭൂമിശാസ്ത്രപരമായ ഒറ്റപ്പെടലാണ്. ഒരു പ്രദേശവും മറ്റൊ ന്നുമായി വലിയ സമ്പർക്കമൊന്നുമുണ്ടായിരുന്നില്ല. ഈ ഒറ്റപ്പെടൽ, സമ്പർക്കമില്ലായ്മ, ഭാഷകൾ തമ്മിലുള്ള ഭിന്നതയ്ക്ക് ആക്കം കൂട്ടുവാനേ സഹായിച്ചുള്ളൂ.

പഴയ ഇംഗ്ലീഷ് കാലഘട്ടത്തിലെ ഭാഷാഭേദങ്ങളിൽ പാശ്ചാത്യ സാക്സൺ ഭാഷാഭേദത്തിനാണ് ഏറ്റവും പ്രാമുഖ്യം ലഭിച്ചത്. അതിനു രണ്ടു കാരണങ്ങളുണ്ട്. ഇംഗ്ലണ്ടിലെ നാട്ടുരാജ്യങ്ങളിൽ ഉന്നതമായ സംസ്കാരം പ്രതിഫലിച്ചിരുന്നത് ഈ പ്രദേശത്തായിരുന്നു. രാഷ്ട്രീയ മായ ഐക്യവും താരതമ്യേന വ്യവസ്ഥാപിതമായ ഒരു ഭരണസംവിധാ നവും ആദ്യമായി കൈവരിച്ചത് ഈ പ്രദേശമായിരുന്നു. രണ്ടാമത്തെ കാരണം അക്കാലത്തെ സാഹിത്യകൃതികളിലേറെയും രചിക്കപ്പെട്ടിരു ന്നത് പാശ്ചാത്യ സാക്സണിലായിരുന്നു എന്നതാണ്. പൂർണമായോ ഭാഗി കമായോ ഇന്നു നമുക്കു ലഭ്യമായ പാശ്ചാത്യ സാക്സൺ കൃതികളിൽ പ്രധാനപ്പെട്ടവ ഒൻപതാം നൂറ്റാണ്ടിന്റെ അന്ത്യത്തിലോ പത്താം നൂറ്റാ ണ്ടിന്റെ ആരംഭത്തിലോ എഴുതപ്പെട്ട *ബിയോവുൾഫ്* എന്ന മഹാകാവ്യം, ചില മതപരമായ കൃതികളുടെ പരിഭാഷകൾ, ആൽഫ്രഡ് രാജാവ് തുടങ്ങി വെച്ചതും പിന്നീട് 1070 വരെ പല ഇടർച്ചകളോടെയും തുടർന്ന ആംഗ്ലോ സാക്സൺ ചരിത്രം എന്നിവയാണ്. ഇവ കൂടാതെ ചില ചരിത്രകാവ്യ ങ്ങളും, വൈദ്യശാസ്ത്രവുമായി ബന്ധപ്പെട്ട പ്രബന്ധങ്ങളും പ്രധാനമാ ണെന്ന് ചരിത്രകാരന്മാർ അഭിപ്രായപ്പെടുന്നു.

ആൽഫ്രഡ് രാജാവിന്റെ കാലത്ത് വെസ്സക്സിലെ നിരവധി കൊച്ചു നാട്ടുരാജ്യങ്ങളുടെ ഏകീകരണം നടന്നതോടെ പ്രാദേശികമായി നില നിന്നിരുന്ന പല ഭാഷാഭേദങ്ങളുടെയും പ്രാധാന്യം കുറഞ്ഞു. ഇന്നു നമുക്കു ലഭ്യമായ പല ആംഗ്ലോ സാക്സൺ രേഖകളും എഴുതപ്പെട്ടിരി ക്കുന്നത് ആൽഫ്രഡ് രാജാവിന്റെ രാജ്യമായിരുന്ന വെസ്സക്സിൽ നില നിന്നിരുന്ന ഭാഷയിലാണ്. അധികാരം വർധിക്കുകയും നാടിന്റെ ഏകീ കരണം നടക്കുകയും ചെയ്തപ്പോൾ ഭരണപരമായ സൗകര്യങ്ങൾക്കു വേണ്ടി ഭാഷയുടെ മാനകവൽക്കരണം ആവശ്യമായി വന്നു. ഭാഷയോ ടുള്ള തന്റെ താൽപ്പര്യംകൊണ്ട് ആൽഫ്രഡ് രാജാവ് അയൽ പ്രദേശ മായ മേഴ്സിയയിൽ നിന്ന് എഴുത്തുകാരെ തന്റെ നാട്ടിൽകൊണ്ടുവന്ന് എഴുതപ്പെടാത്ത രേഖകൾ എഴുതിച്ചിരുന്നു എന്നും പറയപ്പെടുന്നു. മാത്ര വുമല്ല, മതപരമായ രേഖകൾ ഇംഗ്ലീഷിലേക്കു വിവർത്തനം ചെയ്യുവാ നുള്ള ഒരു ബൃഹത് പദ്ധതിയും അദ്ദേഹം തുടങ്ങിവെച്ചിരുന്നു. ഈ പദ്ധ തിയിൽ ആകൃഷ്ടരായി അതിൽ സഹകരിച്ചിരുന്ന പുരോഹിതരെല്ലാം തന്നെ പാശ്ചാത്യ സാക്സൺ ഭാഷയിലാണ് എഴുതിയിരുന്നത്. പോപ്പ് ഗ്രിഗറി ഒന്നാമന്റെ ഭരണകാര്യങ്ങളെക്കുറിച്ചുള്ള പ്രബന്ധം *Pastoral Care* ഉൾപ്പെടെ പല ലാറ്റിൻ കൃതികളും ആൽഫ്രഡ് രാജാവു തന്നെ ഇങ്ങനെ പരിഭാഷ ചെയ്തിട്ടുണ്ട്. രാഷ്ട്രീയമായ ഏകീകരണവും അധി

കാരസ്ഥാനങ്ങളിൽ നിന്നുള്ള അകമഴിഞ്ഞ പിന്തുണയും പ്രോത്സാഹ നവും പാശ്ചാത്യ സാക്സൺ ഭാഷയുടെ വളർച്ചയ്ക്കും പ്രചാരത്തിനും അതുമൂലമുണ്ടായ പ്രാധാന്യത്തിനും വഴിയൊരുക്കി. സാഹിത്യകൃതി കളിൽ ഏറെയും ഇക്കാരണംകൊണ്ട് പാശ്ചാത്യസാക്സണിലാണ് രചി ക്കപ്പെട്ടിരുന്നത്. സാഹിത്യ കൃതികളിൽ ഉപയോഗിക്കപ്പെട്ടിരുന്ന ഭാഷ യെന്ന നിലയിൽ അതിന് ഒരു പ്രത്യേക പദവി ലഭിച്ചതിനാൽ ഒരു പ്രദേശത്തെ ഭാഷ എന്നതിൽ കവിഞ്ഞ് മറ്റു പ്രദേശങ്ങളിൽ അതിനൊരു സ്വീകാര്യതയുണ്ടായിരുന്നു. പഴയ ഇംഗ്ലീഷ് പഠിക്കാൻ തുനിയുന്നവർ ആദ്യമായി പഠിക്കേണ്ടത് ഈ പാശ്ചാത്യ സാക്സൺ ഭാഷയാണ്. സാഹി ത്യമെന്ന നിലയ്ക്ക് ഏറെയൊന്നും വായിക്കാനില്ലെങ്കിലും ഇന്നു സാക്സൺ പാറ്റോയ്സ് എന്നറിയപ്പെടുന്ന ഈ ഭാഷയിൽ ചില രസക രമായ മതപ്രഭാഷണങ്ങളുണ്ട്. കെൻറിഷ്, നോർത്തംബ്രിയൻ, മേഴ്സി യൻ എന്നിവയാകട്ടെ, ചില ചാർട്ടറുകളിലും ടിപ്പണികളിലുമായി ഒതു ങ്ങുന്നു.

ആൽഫ്രഡ് രാജാവിന്റെ കാലത്തെ പാശ്ചാത്യ സാക്സൺ ഭാഷ യും എഥൽവോൾഡ് ഓഫ് വിഞ്ചെസ്റ്ററിന്റെ കാലത്തെ പാശ്ചാത്യ സാ ക്സൺ ഭാഷയും തമ്മിൽ ധാരാളം വ്യത്യാസങ്ങളുണ്ടായിരുന്നു. ഇതിൽ ആൽഫ്രഡ് രാജാവിന്റെ ആദ്യകാലത്തേതിനെ പഴയ പാശ്ചാത്യ സാക്സ ണെന്നും രണ്ടാമത്തേതിനെ പിൽക്കാല പാശ്ചാത്യ സാക്സണെന്നും വിശേഷിപ്പിക്കപ്പെടുന്നു. പേരു സൂചിപ്പിക്കുന്ന സാമ്യംകൊണ്ട് പിൽക്കാ ലഭാഷ മുൻകാലത്ത് നിലനിന്നിരുന്നതിൽ നിന്നാണു വികസിച്ചത് എന്നു കരുതരുത്. അവ തമ്മിൽ സാമ്യത്തേക്കാളേറെ ഭിന്നതകളായിരുന്നു.

പഴയകാല ഇംഗ്ലീഷിൽ ഈ ഭേദങ്ങളുണ്ടായിരുന്നെങ്കിലും ഒരു പ്രദേശത്ത് സംസാരിക്കുന്ന ഭാഷ മറ്റൊന്നിൽ നിന്നു തീർത്തും ഭിന്നമാ ണെന്നിതിന് അർഥമില്ല. മധ്യകാല രചനകളിൽ നിന്ന് നമുക്കു തിരിച്ചറി യാനാകുന്ന ഒരു കാര്യമിതാണ്: ഭാഷാഭേദങ്ങളിലൊന്നുപോലും മറ്റൊ ന്നിൽ നിന്ന് തികച്ചും വേറിട്ടു നിൽക്കുന്ന തരത്തിലുള്ള സ്വഭാവങ്ങളു ള്ളവയല്ല. മറിച്ച്, ഒന്ന് മറ്റൊന്നിനോട് പലവിധത്തിലും ചേർന്നു നിൽക്കു ന്നതാണ്. മറ്റൊരു തരത്തിൽ തികച്ചും ശുദ്ധമായ ഒരു ഭാഷാഭേദവും അന്ന് നിലനിന്നിരുന്നില്ല എന്നർഥം. മാത്രവുമല്ല, ഒരു പ്രദേശത്തെ ഭാഷാ ഭേദം എല്ലാക്കാലത്തും ഒരുപോലെ നിലനിൽക്കുന്നതുമല്ല എന്നു തന്നെ യല്ല, അതിനു സ്വാധീനമുള്ള പ്രദേശങ്ങൾക്ക് കാലാകാലം മാറ്റങ്ങളുമു ണ്ടാകാം. ഒരു ഭാഷാഭേദത്തിന്റെ സ്വാഭാവം എല്ലാക്കാലത്തും ഒരുപോ ലെയായിരിക്കില്ല എന്നും നമുക്കു പറയാം.

താഴെ കൊടുത്തിരിക്കുന്ന ആംഗ്ലോ സാക്സൺ ചരിത്രത്തിൽ നിന്നുള്ള ഉദ്ധരണി അന്നത്തെ ഭാഷയും ഇന്നത്തെ ഭാഷയും തമ്മിലുള്ള വ്യത്യാസം മനസിലാക്കുവാൻ നമ്മെ സഹായിക്കും.

Her on oysum gaere for se micla here, oe we gefyrn ymbe spraecon, eft of oaem eastrice westweard to Bunnan; ond oaer wurdon gescipodse, swa oaet hie asettan him on aenne sio ofer mid h horsum mid ealle; ond oa common up on Limene muoan mid ccl hunde scipa. Se muca is on eastweardre Cent aet oaes miclan wuda eastende oe we Andred hatao.

ഇത് ആധുനിക ഇംഗ്ലീഷിലേക്ക് പരിഭാഷപ്പെടുത്തിയാൽ എങ്ങനെ യിരിക്കും? എഫ് ടി വുഡ് ഇങ്ങനെയാണതിനെ വിവർത്തനം ചെയ്തിരി ക്കുന്നത്:

In this year the great army, to which we have already referred, came again from the east kingdom, westward to Boulogne, and there embarked, making the crossing, together with their horses and all other things, in a single journey. And they came up to the mouth of the Limen with two hundred and fifty ships. The mouth is in the eastern park of Kent, and at the east end of the great forest we call Andred.

മറ്റൊരുദാഹരണം നോക്കുക:

Eft he axode, hu ðære ðeode nama wære þe hi of comon. Him wæs geand wyrd, þæt hi angle genemnode wæron Þa cwæð he, "Rihtlice hi sind Angle gehatene, for ðan ðe hi engla wlite habbað, and swilcum gedafenað þæt hi on heofonum engla fgeferan beon."

ഈ ഉദ്ധരണിയിലെ he, of, him, for, and, on എന്നീ വാക്കുകൾ ഒരുപക്ഷേ നമുക്കു തിരിച്ചറിയാനാകും; മറ്റു ചിലവ (nama, common, wære, wæs എന്നിവ) ഇന്നത്തെ പ്രയോഗത്തിലുള്ള name, come, were, was എന്നീ വാക്കുകളോടു സാമ്യമുണ്ടെന്നതൊഴിച്ചാൽ മറ്റൊന്നും നമുക്കു മനസിലാകുന്നതല്ല. റോമിൽ ആംഗ്ലോ സാക്സൺ കുട്ടികൾ അടിമകളായി വിൽക്കപ്പെടുന്നതറിഞ്ഞ പോപ്പ് അവരെ ക്രിസ്തുമതത്തി ലേക്കു പരിവർത്തിപ്പിക്കുവാൻ മിഷണറിമാരെ അയക്കുന്നതിനെക്കുറി ച്ചുള്ള കഥയെ ആധാരമാക്കിയുള്ള രചനയായ *Homily on St. Gregory* യിൽ നിന്നെടുത്തിട്ടുള്ളതാണീ ഭാഗം. ഇന്നു പ്രയോഗത്തിലുള്ള ഭാഷ യിലേക്കു വിവർത്തനം ചെയ്താൽ നമുക്കത് ഇങ്ങനെ വായിക്കാം.

Again he (St. Geogory) asked what might be the name of the people from which they came. It was answered to him that they were named Angles. Then he said, "Rightly are they called Angles because they have the beauty of angels, and it is fitting that such as they should be angles' companions in heaven"

ഇന്നത്തെ ഇംഗ്ലീഷിൽ പഴയ ബ്രിട്ടോണിക് ഭാഷയുടെ നിഴലുക ളൊന്നും അവശേഷിക്കുന്നില്ലെങ്കിലും ബ്രിട്ടീഷ് ദ്വീപുകളുടെ ഏറ്റവും പടിഞ്ഞാറു ഭാഗത്തെ വെയിൽസിൽ സംസാരിക്കുന്ന വെൽഷ് ഭാഷയിൽ അതിന്റെ അനുരണനങ്ങൾ കേൾക്കാം. തദ്ദേശീയരായവരുടെ ഭാഷയേ ക്കാൾ കുടിയേറിയവരുടെ ഭാഷയുമായാണു പിന്നീടു വികസിച്ച ഇംഗ്ലീ ഷിനു സാമ്യമെന്നത് ചരിത്രവസ്തുതയാണ്. ഇംഗ്ലീഷിനു ജർമൻ ഭാഷ യുമായുള്ള ഈ സാമ്യം താഴെ കൊടുത്തിരിക്കുന്ന പട്ടികയിൽനിന്നു വെളിവാകുന്നതാണ്.

ജെർമൻ	ഇംഗ്ലീഷ്
Apfel	apple,
Bock	buck
Essen	eat
Hoffen	hope
Korn	corn
Machen	make
Pfenning	Penny
Witz	Wit
Zehn	ten

ആധുനിക ഇംഗ്ലീഷ് പ്രധാനമായും പാശ്ചാത്യ സാക്സൺ ഭാഷ യിൽ നിന്നാണു വികസിച്ചതെങ്കിലും മറ്റുള്ള പഴയ ഇംഗ്ലീഷ് ഭാഷാഭേദ ങ്ങളുടെ അനുരണനങ്ങൾ അതിൽ കേൾക്കാം. വിശേഷിച്ചും ഇംഗ്ലണ്ടിന്റെ വിവിധ ഭാഗങ്ങളിലുള്ളവരുടെ ഉച്ചാരണത്തിലും പ്രാദേശികമായി ഇന്നും നിലനിൽക്കുന്ന ചില പദപ്രയോഗങ്ങളിലും. ഈ പൈതൃകം ഡബ്ലെറ്റ്സ് (doublets) എന്നു വിശേഷിപ്പിക്കപ്പെടുന്ന വാക്കുകളിൽ കാണാവുന്നതാ ണ്. ഇന്ന് നേരിയ അർഥവ്യത്യാസമുള്ള രണ്ടു പദങ്ങൾ; മൗലികമായി അവ ഒരു പദത്തിന്റെ തന്നെ ഭാഷാഭേദങ്ങളായിരുന്നു. ഉദാഹരണത്തി നു, "പൂർണാരോഗ്യവാൻ" എന്ന അർഥത്തിൽ പ്രയോഗിക്കുന്ന Whole, hale എന്നീ രണ്ടു പദങ്ങൾ. ഇതിൽ ആദ്യത്തേത് ഇന്ന് അതേ അർഥ ത്തിൽ പ്രയോഗത്തിലില്ല. എന്നാൽ രണ്ടാമത്തേതാകട്ടെ "hale and hearty" എന്ന പ്രയോഗത്തിൽ ഉപയോഗിക്കപ്പെടുന്നുണ്ട്. ഈ രണ്ടു പദ ങ്ങളും പഴയ ഇംഗ്ലീഷിലെ "hal" എന്ന പദത്തിൽ നിന്ന് വരുന്നതാണ്. "dent" "dint"എന്നീ പദങ്ങളും ഇതുപോലുള്ള ഡബ്ലെറ്റ് ആണ്.

പഴയ ഇംഗ്ലീഷിനു വളരെ സങ്കീർണമായ ഒരു വ്യാകരണ വ്യവ സ്ഥയാണുണ്ടായിരുന്നത്. നാമവിശേഷണങ്ങൾക്ക് ശക്തവും ദുർബ്ബല വുമായ രണ്ട് രൂപങ്ങളുണ്ടായിരുന്നു. അവയുടെ നാമരൂപങ്ങൾക്ക് ലിംഗ വ്യത്യാസം കാണിക്കുന്ന മൂന്നു രൂപങ്ങളും. പലപ്പോഴും ഈ ലിംഗസൂ ചികൾ യാതൊരു യുക്തിയുമില്ലാത്തവയുമായിരുന്നു. രസകരമായ ഒരു ഉദാഹരണം എഫ് ടി വുഡ് ചൂണ്ടിക്കാണിക്കുന്നുണ്ട്. "Girl" എന്ന പദം നപുംസകമായിരുന്നു. "Woman" എന്ന വാക്കിനുള്ള രണ്ടു പദങ്ങളിൽ ഒന്ന് നപുംസകവും മറ്റേത് പുല്ലിംഗവുമായിരുന്നുവത്രേ!

ക്രിയാപദങ്ങളുടെ ഇൻഫിനിറ്റീവ് രൂപങ്ങൾ "-an"ലാണവസാനിച്ചി രുന്നത്. വർത്തമാന കാലത്തിലുള്ള ക്രിയാപദങ്ങളിൽ ഏക/ബഹു വച നവും, ഉത്തമ, മധ്യമ, അധമ പുരുഷരൂപങ്ങളും (first, second, third person) തിരിച്ചറിയാനുള്ള ചിഹ്നങ്ങളുണ്ടായിരുന്നു. വർത്തമാനകാലത്തി ലുള്ള ദുർബല ക്രിയാപദങ്ങളെ (Weak verbs) ഭൂതകാലത്തിലേക്ക് മാറ്റുവാൻ "-de" എന്ന സഫിക്സ് ഉപയോഗിക്കപ്പെട്ടു. ശക്തമായവ മാറ്റണമെങ്കിൽ സ്വരവ്യതിയാനം (vowel change) വേണമായിരുന്നു. ഈ വിഭാഗത്തിലുള്ള ക്രിയാപദങ്ങൾ ഇന്നത്തേക്കാൾ വളരെ കൂടുതലായി രുന്നു അന്ന്. നാമവിശേഷണങ്ങളിലും ശക്ത–ദുർബല വേർതിരിവുകൾ ഉണ്ടായിരുന്നു. "-ra" എന്ന സഫിക്സ് ചേർത്ത് ഒരു നാമവിശേഷണ ത്തിന്റെ കംപാരറ്റീവ് ഡിഗ്രി (comparative degree) രൂപപ്പെടുത്താമായി രുന്നു. സൂപ്പർലേറ്റീവുകളാകട്ടെ (superlative) പലവിധത്തിലുള്ള സഫി ക്സുകൾ പദത്തിന്റെ അവസാനം ചേർത്തു രൂപപ്പെടുത്താവുന്നവയാ യിരുന്നു: "ost", "-ist", "est", "m" എന്നിങ്ങനെ. ഒടുവിൽ "-ost", "-m"എന്നീ സഫിക്സുകൾ ഒരുമിച്ചുചേർന്ന് "most" എന്ന പദമുണ്ടായി. ഇത് ഇന്നും സൂപ്പർലേറ്റീവ് ഡിഗ്രിയിലുള്ള നാമവിശേഷണങ്ങൾ രൂപ പ്പെടുത്താൻ ഉപയോഗിക്കുന്ന വാക്കാണ്.

നാമവിശേഷണങ്ങളോടുകൂടി "-e" "-lic" എന്നീ സഫിക്സുകൾ ചേർത്താണു ക്രിയാവിശേഷണങ്ങൾ രൂപപ്പെടുത്തിയിരുന്നത്. "-lic" എന്ന സഫിക്സ് ഇന്നത്തെ പ്രയോഗത്തിൽ "-like"എന്ന രൂപമാറ്റ ത്തോടെ വരുന്നു. പഴയ ഇംഗ്ലീഷിലെ വാക്യഘടന വളരെ അയഞ്ഞതാ യിരുന്നു. ഒരു വാക്യത്തിലെ പദങ്ങളുടെ ക്രമത്തിനു വലിയ പ്രാധാന്യം കൽപ്പിക്കപ്പെട്ടിരുന്നില്ല. പൊതുവിൽ വാക്യത്തിലെ പദക്രമം കർത്താ വ്, ക്രിയ, കർമം (subject, verb, object) എന്നിങ്ങനെയായിരുന്നു. പക്ഷേ പല സന്ദർഭങ്ങളിലും ഈ ക്രമത്തിനും വ്യത്യാസമുണ്ടായിരുന്നു. ഉദാ ഹരണത്തിനു കർമമായി പ്രവർത്തിക്കുന്ന പദം ഒരു സർവനാമം (pronoun) ആയിരുന്നുവെങ്കിൽ അത് ക്രിയാപദത്തിനു മുൻപ് വരണമായി രുന്നു. ഒരു വാക്യം ക്രിയാവിശേഷണത്തോടെയാണ് ആരംഭിക്കുന്നതെ ങ്കിൽ ക്രിയാപദത്തിനു ശേഷമായിരിക്കും കർത്താവിനെ സൂചിപ്പിക്കുന്ന പദം വരിക. ഒരു സബോർഡിനേറ്റ് ക്ലോസിൽ (subordinate clause) ക്രിയാ പദം അവസാനമായിരിക്കും.

എ ഡി 597-ൽ ക്രിസ്ത്യൻ മിഷണറിമാർ ആദ്യമായി ഇംഗ്ലണ്ടിലെ ത്തിയപ്പോൾ പാഠശാലകളോ വിദ്യാഭ്യാസ വ്യവസ്ഥയോ അവിടെയുണ്ടാ യിരുന്നില്ല. എന്നാൽ ഇവ റോമൻ സാമ്രാജ്യത്തിൻ കീഴിൽ നിലനിൽക്കു ന്നുണ്ടായിരുന്നു. ഈ മിഷണറിമാരാണു പഴയ ഇംഗ്ലീഷ് കാലഘട്ടത്തിൽ സ്കൂളുകൾ സ്ഥാപിച്ചത്. അതിന്റെ പ്രധാന ലക്ഷ്യം ലാറ്റിൻ ക്രിസ്തു മതം പ്രചരിപ്പിക്കുന്ന പ്രവർത്തനത്തിൽ ഏർപ്പെട്ടിരുന്ന പുരോഹിത ന്മാർക്ക് പരിശീലനം നൽകുക എന്നതായിരുന്നു. ആംഗ്ലോ സാക്സൺ കാലഘട്ടത്തിൽ ഇംഗ്ലണ്ടിലുണ്ടായിരുന്ന വിദ്യാലയങ്ങൾ യൂറോപ്പിലെ ഏറ്റവും മികച്ചവയായിരുന്നുവെന്ന് പറയപ്പെടുന്നു.

അക്കാലത്തെ ഇംഗ്ലണ്ടിൽ വിദ്യാഭ്യാസമുണ്ടായിരുന്ന ആളുകളിൽ ബഹുഭൂരിപക്ഷം പേരും പുരോഹിതരായിരുന്നു. അവർ ലാറ്റിൻ ഭാഷ പഠിച്ചവരുമായിരുന്നു. ലാറ്റിൻ അന്ന് യൂറോപ്പിലെ വരേണ്യഭാഷയുമാ യിരുന്നു. ലാറ്റിൻ ഭാഷയുടെ സ്വാധീനം ഇംഗ്ലീഷിൽ പ്രകടമാണ്. ഈ ലാറ്റിൻ സ്വാധീനം മൂന്നു ഘട്ടങ്ങളിലായാണു കടന്നുവന്നതെന്നു പറയപ്പെടുന്നു. ആദ്യഘട്ടത്തിൽ ഇത് ജെർമാനിക് വംശജർ ഇംഗ്ലണ്ടിൽ കുടിയേറുന്നതിനു മുൻപാണ്. രണ്ടാമത്തേത് ആംഗ്ലോ സാക്സണുകൾ ക്രിസ്തുമതത്തിലേക്ക് പരിവർത്തിക്കപ്പെട്ടതിനുശേഷവും മൂന്നാമത്തേത് 1066- ലെ നോർമൻ ഫ്രെഞ്ച് അധിനിവേശത്തിനു ശേഷവും.

പഴയ ഇംഗ്ലീഷ്ഭാഷയിലെ മറ്റു രണ്ട് പ്രത്യേകതകൾക്കു കൂടി ഇന്നത്തെ സംസാരഭാഷയിൽ പ്രസക്തിയുണ്ട്. ഒരു സവിശേഷതയെ ഗ്രേഡേഷൻ (gradation) എന്നും രണ്ടാമത്തേതിനെ മ്യൂട്ടേഷൻ (muta- tion) എന്നും വിശേഷിപ്പിക്കാം. ഗ്രേഡേഷൻ എന്നാൽ ഒരു പദത്തിലെ ഊന്നൽ (stress) നൽകപ്പെടുന്ന ശബ്ദത്തിനനുസരിച്ച് സ്വരങ്ങളുടെ ഉച്ചാ രണത്തിൽ വ്യതിയാനം സംഭവിക്കുന്നതാണ്. സാധാരണയായി ഇത് ക്രിയാപദങ്ങളിലാണ് മുഖ്യമായും സംഭവിക്കുന്നത്. ഇത് ആംഗ്ലോ സാക്സൺന്റെ മാത്രം സവിശേഷതയല്ല; ലാറ്റിൻ ഭാഷയിലും ഈ സ്വര മാറ്റ പ്രക്രിയ കാണാം. ഒരുദാഹരണംകൊണ്ട് ഇത് വ്യക്തമാക്കാം. "Can he do it ?" ഈ ഒരു ചോദ്യം തന്നെ മൂന്നു വിധത്തിൽ ചോദിക്കാം. ആദ്യം "can" എന്ന പദത്തിന് ഊന്നൽ നൽകുക. രണ്ടാമത് "he" എന്ന പദത്തിന് ഊന്നൽ നൽകുക. മൂന്നാമത് "do" എന്ന പദത്തിനു ഊന്നൽ നൽകുക. ഈ മൂന്നവസരങ്ങളിൽ "can" എന്ന പദത്തിന്റെ ഉച്ചാരണ ത്തിനു വ്യതിയാനം സംഭവിക്കുന്നു. ഈ പ്രക്രിയയെയാണു ഗ്രേഡിംഗ്

(grading) എന്നു വിളിക്കുന്നത്. കൂടുതൽ ലളിതവൽക്കരിച്ച മറ്റൊരു രീതി യിൽ പറഞ്ഞാൽ ഊന്നൽ നൽകുന്നതിനനുസരിച്ച് ഒരു പദത്തിന്റെ തന്നെ ഉച്ചാരണം മാറുന്നു. ഇതുപോലെ മുൻപ് ഗ്രഡേഷനു വിധേയമാ യിരുന്നതും എന്നാൽ ഇന്ന് ആ പ്രക്രിയയിൽ നിന്നുപേക്ഷിക്കപ്പെട്ടതു മായ ക്രിയാപദങ്ങളിൽ ചിലത് ഇവയാണ്. to help, to dive, to lock, to sulk, to flow, to chew, to yield, to yell, to melt. ഗ്രഡേഷൻ കൊണ്ട് ക്രിയാപദങ്ങൾ കൂടുതൽ ലളിതമാകുകയാണ് ചെയ്യുന്നതെന്ന് എഫ് ടി വുഡ് പറയുന്നു. പാശ്ചാത്യ സാക്സൺ ഭാഷയിൽ ഒട്ടനവധി ക്രിയാപ ദങ്ങൾക്ക് അവയുടെ ഭൂതകാലരൂപത്തിൽ വർത്തമാനകാലരൂപത്തിൽ നിന്നു വ്യത്യസ്തമായ സ്പെല്ലിംഗ് ആയിരുന്നു. ഇന്ന് ഈ വ്യത്യാസം ഇല്ലാതായിട്ടുണ്ട്.

ആധുനിക ഇംഗ്ലീഷിനെ സംബന്ധിച്ചിടത്തോളം ഗ്രഡേഷനേക്കാൾ പ്രാധാന്യം മ്യൂട്ടേഷനാണ്. പൊതുവിൽ ഇത് ഇ–മ്യൂട്ടേഷൻ (i-mutation) എന്നാണറിയപ്പെടുന്നത്. കാരണം മാറ്റം സംഭവിച്ചത് 'ഇ' എന്ന സ്വരത്തിന്റെ സ്വാധീനത്തിലാണ്. പഴയ ഇംഗ്ലീഷിൽ ഊന്നൽ നൽകപ്പെ ടുന്ന ശബ്ദത്തിലെ സ്വരങ്ങൾക്ക് അടുത്ത ശബ്ദത്തിലെ 'ഇ' എന്ന സ്വര ത്തിന്റെ സ്വാധീനത്തിൽ മാറ്റം സംഭവിക്കുന്നു. പിന്നീട് ഈ 'ഇ' കാരം അപ്രത്യക്ഷമാവുകയും ചെയ്യുന്നു. ഇത് മറ്റൊരു രീതിയിൽ വിശദമാ ക്കാം. നിങ്ങൾ എപ്പോഴെങ്കിലും 'tooth' എന്ന പദത്തിന്റെയോ അല്ലെ ങ്കിൽ 'foot' 'എന്ന പദത്തന്റെയോ ബഹുവചനം എന്തുകൊണ്ട് 'tooths' എന്നോ 'foots' എന്നോ അല്ല മറിച്ച് 'teeth' എന്നും 'feet' എന്നും ആകു ന്നു എന്നു ചിന്തിച്ചിട്ടുണ്ടോ? 'strong' എന്ന പദത്തിന്റെ നാമരൂപം എന്തു കൊണ്ട് 'strongth' എന്നല്ലാതെ 'strength' എന്നാകുന്നു? 'old' എന്ന നാമവിശേഷണത്തിനു എന്തുകൊണ്ട് 'older', 'oldest' എന്നും, 'elder' 'eldest' എന്നും വ്യത്യസ്തങ്ങളായ രണ്ടു കമ്പാരറ്റീവ് ഡിഗ്രിയും സൂപ്പർലേറ്റീവ് ഡിഗ്രിയുമുണ്ടായി? ഇങ്ങനെ നമുക്ക് അയുക്തികമെന്നു തോന്നുന്ന മാറ്റങ്ങളെ വിശദീകരിക്കുവാൻ ഇ–മ്യൂട്ടേഷനു കഴിയും.

അക്കാലത്ത് പല ജെർമാനിക് ഭാഷകളിലെന്നപോലെ പഴയ ഇംഗ്ലീ ഷിലും ഭാഷാശാസ്ത്രജ്ഞർ 'i-umlaut' എന്നു വിശേഷിപ്പിക്കുന്ന ഒരു മാറ്റം സംഭവിക്കുകയുണ്ടായി. ഈ മാറ്റം ഊന്നൽ നൽകപ്പെട്ടിരുന്ന സ്വര ങ്ങൾക്കും (a, o, u) ദ്വന്ദസ്വരങ്ങൾക്കുമാണ് (diphothngs; ae,ea, eo, io) സംഭവിച്ചത്. ഈ സ്വരങ്ങൾക്ക് ശേഷമുള്ള അടുത്ത ശബ്ദത്തിൽ i അല്ലെ ങ്കിൽ j ആണു തുടർന്നുവന്നിരുന്നതെങ്കിലാണ് അവ ഈ മാറ്റത്തിനു വിധേയമായത്. ഇങ്ങനെയുള്ള സന്ദർഭങ്ങളിൽ ae യും a യും e ആവു കയും, u, y ആയി മാറുകയും, ea, eo, io എന്നിവ ie ആയിത്തീരുകയും, o, e ആവുകയും ചെയ്തു. ea, eo, io എന്നീ സ്വരങ്ങൾ ie ആയും പിന്നീട് അത് i/y ആയി മാറുകയുമുണ്ടായി. ഉദാഹരണത്തിനു 'bankiz' 'benc'(bench) ആയും 'musiz' 'mys' (plural of 'mus'-modern 'mouse') ആയും മാറി. ഈ മാറ്റം സംഭവിച്ചത് ഏഴാം നൂറ്റാണ്ടിലാണ്. ഇത് ലാറ്റിൻ ഭാഷയിൽനിന്നു കടംകൊണ്ട ഒരു വാക്കിലാണ് സംഭവിച്ച തെങ്കിൽ അത് സൂചിപ്പിക്കുന്നത് അതിനുമുൻപ് തന്നെ ആ വാക്ക് ഇംഗ്ലീ ഷിന്റെ ഭാഗമായിക്കഴിഞ്ഞിരുന്നു എന്നാണ്. അങ്ങനെ ലാറ്റിനിലെ 'mon-eta' (ഇത് പഴയ ഇംഗ്ലീഷിലെ 'munit' ആയിരുന്നു. 'mynet' -a coin) mint ആയിത്തീർന്നു.

പഴയ ഇംഗ്ലീഷ് കാലഘട്ടത്തിൽ ബഹുഭൂരിപക്ഷം നാമപദങ്ങളു ടെയും ബഹുവചനം രൂപപ്പെടുത്തിയിരുന്നത് ആധുനിക ഇംഗ്ലീഷിലെ '-s' എന്ന സഫിക്സിന്റെ മുൻ ഗാമിയായ '-iz' എന്ന ഇൻഫ്ളെക്ഷൻ ചേർത്താണ്. ചില പദസംയോഗങ്ങളിൽ ഇ-മ്യൂട്ടേഷൻ പ്രവർത്തിക്കും. 'too'(tooth) എന്നത് ഉദാഹരണമായെടുക്കാം. അതിന്റെ ബഹുവചന ത്തിന്റെ ആദിരൂപം 'tooiz' ആയിരുന്നു. ഇത് മ്യൂട്ടേഷന്റെ ഫലമായി 'teo' ആയിത്തീർന്നു. ഇതുകൊണ്ടാണ് ആധുനിക ഭാഷയിൽ ഇത് 'teeth' ആയിരിക്കുന്നത്. ഇങ്ങനെ നാമപദങ്ങളുടെ ബഹുവചനങ്ങൾ മ്യൂട്ടേഷൻ എന്ന പ്രക്രിയയിലൂടെ രൂപംകൊണ്ടപ്പോൾ പല നാമവിശേ ഷണങ്ങളിൽ നിന്നും ഈ പ്രക്രിയയിലൂടെ ദ്രവ്യനാമങ്ങൾ രൂപംകൊണ്ടു. നാമവിശേഷണങ്ങളിൽ നിന്നു ഗുണനാമങ്ങൾക്ക് രൂപംകൊടുക്കാൻ ആംഗ്ലോ സാക്സണുകൾ '-iou' എന്ന ഇൻഫെ‍ളക്ഷൻ ചേർക്കുകയാ യിരുന്നു. ഇങ്ങനെ രൂപംകൊണ്ട പദത്തിൽനിന്ന് പിന്നീട് ഊന്നൽ ലഭി ക്കാത്ത 'u' എന്ന സ്വരം ഉപേക്ഷിക്കപ്പെടുകയും അത് '-io' യിൽ അവ സാനിക്കുകയും ചെയ്തു. ഇന്ന് നമുക്ക് സുപരിചിതമായ 'long' എന്ന നാമവിശേഷണം അന്ന് 'lang' ആയിരുന്നു. നീളം എന്ന അർഥം ലഭി ക്കുന്നതിനും അവർ ഉപയോഗിച്ചിരുന്ന പദം 'langiou' ആയിരുന്നു. ഈ പദം മ്യൂട്ടേഷനിലൂടെ 'lengo' ആയിത്തീർന്നു. ഇതിൽ നിന്നാണ് ഇന്നത്തെ 'length' ഉണ്ടാകുന്നത്. ഇതുപോലെ തന്നെ 'strong' 'strength' എന്ന പദങ്ങളുടെ വ്യത്യാസം വിശദമാക്കാവുന്നതാണ്.

പലപ്പോഴും ക്രിയാപദങ്ങളും ഇതേ പ്രക്രിയയിലൂടെ നാമപദങ്ങ ളിൽ നിന്നു രൂപംകൊള്ളാറുണ്ട്. ക്രിയാപദങ്ങൾ അക്കാലത്ത് നാമപദ ങ്ങളോട് '-jan' എന്ന സഫിക്സ് ചേർത്താണു രൂപപ്പെടുത്തിയിരുന്നത്. ഇന്നത്തെ 'judgement' എന്ന പദത്തിന് അന്ന് 'dom' എന്ന രൂപമായിരു ന്നു. ഈ പദത്തിൽ നിന്നാണ് അർഥവ്യത്യാസമുള്ള 'doom' എന്ന പദ മുണ്ടായിട്ടുള്ളത്. വിധി നിർണയിക്കുക എന്ന അർഥം ലഭിക്കുന്ന ക്രിയാ പദം 'domjan' ആയിരുന്നു. ഈ പദം മ്യൂട്ടേഷൻ എന്ന പ്രക്രിയയിലൂടെ ആയി 'deman' മാറി. ഇതിൽ നിന്നാണ് ഇന്നത്തെ 'deem' എന്ന ക്രിയാ പദം വന്നിട്ടുള്ളത്. ഇതുപോലെ തന്നെ 'food' ൽ നിന്ന് 'feed' എന്ന ക്രിയാപദവും, 'mot' ൽ നിന്ന് 'meet' ഉം ലഭ്യമാകുന്നു. ഇതിൽ നിന്ന്

പൊതുവായി ഒരു കാര്യം മനസിലാക്കാം. 'o' എന്ന സ്വരം കാലക്രമ ത്തിൽ 'e' ആയി മാറുകയും ഇത് പിന്നീട് l, r, m, n എന്നീ അക്ഷര ങ്ങൾക്ക് മുൻപിലാണെങ്കിൽ 'i' ആയിത്തീരുകയും ചെയ്തു.

പഴയ ഇംഗ്ലീഷ് ഭാഷയുടെ കാലഘട്ടത്തിൽ മാത്രമല്ല, ഇംഗ്ലീഷ് ഭാഷ യുടെ ചരിത്രത്തിൽ തന്നെ അതിനെ ഏറ്റവും കൂടുതൽ സ്വാധീനിച്ചി ട്ടുള്ള മറ്റൊരു ഭാഷ ലാറ്റിനായിരിക്കും. പ്രധാനമായും രണ്ടു ചരിത്രസ ന്ദർഭങ്ങളാണ് ഇതിനു വഴിയൊരുക്കിയത്. ആദ്യത്തേത് റോമൻ സൈന്യ ത്തിന്റെ അധിനിവേശകാലത്തായിരുന്നു. ആ സമ്പർക്കത്തിൽ കടന്നു വന്ന പദങ്ങളും പ്രയോഗങ്ങളും ക്രമേണ അന്നത്തെ ഭാഷയിലേക്ക് ഉൾച്ചേരുകയും അവ അന്നത്തെ ഇംഗ്ലീഷ് ഭാഷയുടെ ഭാഗമായിത്തീരു കയുമുണ്ടായി. രണ്ടാമത്തേത് ക്രിസ്ത്യൻ മിഷണറിമാരുടെ വരവോടെ തുടങ്ങിയ ക്രിസ്തുമതത്തിന്റെ പ്രചാരത്തോടെയാണ്. എന്നാൽ ഇതിൽ ആദ്യ സന്ദർഭത്തിൽ വന്നുചേർന്ന പദാവലിക്ക് കെൽറ്റിക് ഭാഷയുടെ വിധി തന്നെയായിരുന്നു എന്നു പറയുന്ന ഭാഷാപണ്ഡിതർ പലരുമുണ്ട്. പിന്നീടുണ്ടായ ജെർമൻവംശജരുടെ കയ്യേറ്റത്തെ അതിജീവിച്ച ചുരുക്കം ചില പദങ്ങൾ പ്രായോഗിക ജീവിതത്തിൽ റോമാക്കാർ ബ്രിട്ടീഷ് സംസ്കാരത്തിനു നൽകിയ സംഭാവനകളുമായി ബന്ധപ്പെട്ടവയാണ്. രണ്ടാമത്തെ ചരിത്ര സന്ദർഭം മതപ്രചാരണത്തിന്റേതായതിനാൽ സ്വാഭാ വികമായും ആ പ്രവർത്തനങ്ങളിൽ നിന്നുണ്ടായിട്ടുള്ളത് മതവും വിശ്വാ സവും ദൈവസങ്കൽപ്പവുമായി ബന്ധപ്പെട്ടുള്ള പദാവലിയുടെ വരവാകും എന്നു പറയുന്നതിൽ തെറ്റില്ല. പലപ്പോഴും ഈ പദാവലികൾ വരേണ്യ വർഗത്തിനിടയിൽ മാത്രമേ പ്രയോഗത്തിലുണ്ടായിരുന്നുള്ളൂ. ലാറ്റിൻ സ്വാധീനത്തിൽ നിന്നു വന്നിട്ടുള്ള ചില പദങ്ങളാണ് താഴെ കാണുന്ന പട്ടികയിൽ കൊടുത്തിട്ടുള്ളത്:

ലാറ്റിൻ	പഴയ ഇംഗ്ലീഷ്	ആധുനിക ഇംഗ്ലീഷ്
Monasterium	mynster	monastery
Monachcus	munuc	monk
Episcopus	biscop	bishop
Presbyter	preost	priest

ഈ സന്ദർഭങ്ങളിൽ മാത്രമല്ല ഇംഗ്ലീഷ് ഭാഷയുടെ ചരിത്രത്തിലുട നീളം ഈ കടംകൊള്ളൽ നടന്നിട്ടുണ്ട്. ഇംഗ്ലീഷ് എഴുത്തുകാരിൽ പലരും ലാറ്റിൻ പദങ്ങളെ സ്വന്തം ഭാഷയിലേക്ക് പല രൂപത്തിൽ ആനയിച്ചിട്ടുണ്ട്.

ഇംഗ്ലീഷ് ഭാഷയുടെ മേൽ ലാറ്റിൻ ഭാഷയ്ക്കുള്ള സ്വാധീനം വളരെ വലുതാണ് എന്ന് വ്യക്തമാണല്ലോ. കീഴടക്കപ്പെട്ട ഒരു ജനതയ്ക്കു മേൽ യജമാനന്മാർ അടിച്ചേൽപ്പിച്ച ഒരു ഭാഷയായിരുന്നില്ല; ലാറ്റിൻ. മറിച്ച് ഉന്ന തമായ ഒരു സംസ്കാരത്തിന്റെ ഉൽപ്പന്നമായിരുന്നു. ഈ സംസ്കാര

ത്തിൽ നിന്ന് ഇംഗ്ലീഷുകാർക്ക് ധാരാളം പഠിക്കാനുണ്ടായിരുന്നു. ആ സംസ്കാരവുമായുള്ള ഇംഗ്ലീഷുകാരുടെ ബന്ധം, തുടക്കത്തിൽ വാണി ജ്യപരവും സൈനികവുമായിരുന്നു. അത് പിന്നീട് മതപരവും ധൈഷ ണികവുമായിത്തീർന്നു എന്നു മാത്രമല്ല നൂറ്റാണ്ടുകളോളം നീണ്ടുനിന്ന ആ ബന്ധം കാലാകാലങ്ങളിൽ നവീകരിക്കപ്പെട്ടുകൊണ്ടുമിരുന്നു. മറ്റൊരു കാര്യം ഈ ബന്ധം ആംഗ്ലോ സാക്സണുകൾ ഇംഗ്ലണ്ടിൽ വന്നു ചേരുന്നതിനു മുൻപ് തുടങ്ങിയതാണെന്നതാണ് വിവിധ ജെർമാനിക് ഗോത്രങ്ങൾ യൂറോപ്പിലെ പല ഭാഗങ്ങളിലായി ലാറ്റിൻ സംസ്കാരവു മായി ബന്ധപ്പെട്ടിരുന്നു. അങ്ങനെ റോമാക്കാരുമായി അവർക്കുണ്ടായി രുന്ന ബന്ധങ്ങളിലൂടെ ലാറ്റിനിലെ പല പദങ്ങളും അവരുടെ ഭാഷയി ലേക്ക് കടന്നുവന്നിട്ടുണ്ടായിരുന്നു. പിന്നീട് ആ ഗോത്രങ്ങളിൽ ചിലർ ഇംഗ്ലണ്ടിൽ കുടിയേറിയപ്പോൾ അവർ മനസിലാക്കിയ ഒരു കാര്യം തദ്ദേ ശവാസികൾ ലാറ്റിൻ സംസ്കാരവുമായി ബന്ധമുള്ളവരാണെന്നാണ്. ആ സ്വാധീനത്തിൽ നിന്ന് കെൽറ്റിക് ഭാഷയിലേക്ക് വന്ന ലാറ്റിൻ പദങ്ങളും അവർ അങ്ങനെ ഉൾക്കൊണ്ടു. ഏകദേശം ഒന്നര നൂറ്റാണ്ടിനു ശേഷം റോമൻ മിഷണറിമാർ ഇംഗ്ലണ്ടിൽ ക്രിസ്തുമതം പുനരവതരിപ്പിച്ചപ്പോൾ ആ പുതിയ സാംസ്കാരിക സ്വാധീനം വളരെ വിപുലമായ തോതിൽ ലാറ്റിൻ ഘടകങ്ങൾ ആംഗ്ലോ സാക്സൺ ഭാഷയിലേക്ക് കടന്നു വരുന്ന തിനുള്ള സാഹചര്യമൊരുക്കി. ഇതിൽ നിന്നു നമുക്കു മനസിലാകുന്ന ഒരു വസ്തുത പഴയ ഇംഗ്ലീഷ് കാലഘട്ടം അവസാനിക്കുന്നതിനു മുൻപു തന്നെ മൂന്നു വ്യത്യസ്ത സന്ദർഭങ്ങളിലായി ലാറ്റിൻ പദങ്ങൾ ഇംഗ്ലീഷി ലേക്കു കടന്നു വന്നിരുന്നു എന്നാണ്.

ഈ വാക്കുകളൊക്കെ എന്നാണ് ആംഗ്ലോ സാക്സണിലേക്ക് കട ന്നുവന്നതെന്ന് കൃത്യമായി പറയുക ഏതാണ്ടസാധ്യമാണ്. എങ്കിലും ഇന്നു നമുക്കു ലഭ്യമായ അന്നത്തെ സാഹിത്യകൃതികൾ പരിശോധിച്ചാൽ അതിന്റെ ഏകദേശരൂപം ലഭിക്കും. ആ കൃതികളിൽ ഒരു പദം കൂടെ ക്കൂടെ പ്രത്യക്ഷപ്പെടുന്നുവെങ്കിൽ അതിനർഥം അത് കുറച്ചുകാലമായി ഭാഷയുടെ സാധാരണ ഉപയോഗത്തിലുള്ളതാണെന്നാണ് ഭാഷാശാസ്ത്ര ജ്ഞർ പറയുന്നത്. പക്ഷേ, പഴയ ഇംഗ്ലീഷിനെ സംബന്ധിച്ചിടത്തോളം നമുക്ക് ഏറെ കൃതികളൊന്നും ലഭ്യമല്ല. ഭാഷാശാസ്ത്രകാരന്മാരുടെ അഭി പ്രായത്തിൽ ചില പദങ്ങളുടെ സ്വഭാവം അത് എന്ന് ആ ഭാഷയിൽ പ്രത്യ ക്ഷപ്പെട്ടുവെന്നതിനെ സംബന്ധിച്ച് ചില സൂചനകൾ നൽകുമത്രേ. അതു പോലെതന്നെ ചില സൂചനകൾ അതിന്റെ ഉച്ചാരണരൂപത്തിൽനിന്നും ലഭിക്കുമത്രേ. ഉച്ചാരണത്തിന്റെ വ്യത്യാസം സംഭവിച്ചത് എന്നാണെന്ന് ഒട്ടൊക്കെ കൃത്യതയോടെ പറയാനാകുമെന്നും അവർ പറയുന്നു.

ലാറ്റിൻ ഭാഷയുടെ സ്വാധീനത്തിന്റെ ഏറ്റവും പ്രകടമായ തെളിവ് ഇംഗ്ലീഷ് അക്ഷരമാലയിൽ കാണാം. റൂൺസ് അക്ഷരങ്ങൾ ഉപയോഗിച്ച്

എഴുതപ്പെട്ടിരുന്ന ഭാഷ അതുപേക്ഷിക്കുകയും ലാറ്റിൻ അക്ഷരമാല സ്വീകരിക്കുകയും ചെയ്തു. ഭാഷയുടെ വികാസത്തിൽ ഈ അക്ഷരമാലാമാറ്റം വളരെ പ്രധാനപ്പെട്ട പങ്കു വഹിച്ചിട്ടുണ്ട്. പാശ്ചാത്യ ഗ്രീക്കു ഭാഷയുടെ അക്ഷരമാലയിൽ നിന്നു രൂപംകൊണ്ട ലാറ്റിൻ അക്ഷരമാലയാണ് ഇന്ന് ലോകത്തിൽ ഏറ്റവും കൂടുതൽ ഉപയോഗിക്കപ്പെടുന്നത്. ഏറ്റവും പുരാതന ലാറ്റിൻ ഭാഷയിലെ അക്ഷരമാലാക്രമം ഇങ്ങനെയായിരുന്നു: A B C D E F Z H I K L M N O P Q R S T V X ക്ലാസിക്കൽ ലാറ്റിൻ അക്ഷരമാലയിൽ J, U, W എന്നീ അക്ഷരങ്ങൾ ഇല്ല. റൂണിക് അക്ഷരമാല ഉപയോഗിച്ചിരുന്ന കാലത്ത് എഴുതുന്നതുപോലെ തന്നെയായിരുന്നു വായിച്ചിരുന്നത്. ലാറ്റിനിൽ പലപ്പോഴും അങ്ങനെയല്ല. ഉദാഹരണത്തിനു പഴയ ഇംഗ്ലീഷിൽ cnight (knight) എന്ന വാക്കിലെ 'k' ഉച്ചരിച്ചിരുന്നു. ലാറ്റിൻ സ്വാധീനം കടന്നുവന്നതിനു ശേഷം ആ ശബ്ദം ഉച്ചരിക്കാതായി. ഉച്ചരിക്കുന്നതിനനുസരിച്ച് എഴുതിയാൽ സ്പെല്ലിങ്ങിൽ ധാരാളം വ്യത്യാസങ്ങളുണ്ടാകും. കാരണം ഉച്ചാരണവ്യതിയാനങ്ങൾക്കനുസരിച്ച് ഒരേ വാക്കിനു പല സ്പെല്ലിങ്ങുകൾ ഉണ്ടാകാം. അത് ആശയക്കുഴപ്പങ്ങൾക്ക് വഴിയൊരുക്കും. 1011ലാണു പുതിയ ലാറ്റിൻ അക്ഷരമാലയ്ക്ക് സംഖ്യാശാസ്ത്രപ്രകാരമുള്ള ഒരു ക്രമം ഉണ്ടാകുന്നത്. A B C D E F G H I K L M N O P Q R S T V X Y Z എന്നിവകൂടാതെ P Þ Ð Æ എന്നീ അക്ഷരങ്ങളും അന്ന് ഉപയോഗിക്കപ്പെട്ടിരുന്നു. ഈ അക്ഷരങ്ങളെക്കുറിച്ച് മുകളിൽ പ്രതിപാദിച്ചിട്ടുണ്ട്.

ഡാനിഷ് വംശജരുമായി സാക്സണിലെ ആൽഫ്രഡ് രാജാവുണ്ടാക്കിയ "Danelaw" എന്ന കരാറിനെക്കുറിച്ച് മുൻപ് സൂചിപ്പിച്ചിരുന്നുവല്ലോ. ആ കരാർ പ്രകാരം ഇംഗ്ലണ്ടിന്റെ വടക്കൻ മേഖലകളിലും കിഴക്കൻ മേഖലകളിലും താമസമുറപ്പിച്ച ഡാനിഷ് വംശജർ പിന്നീട് തങ്ങളുടെ സ്വാധീനപരിധി വർധിപ്പിക്കുകയും ക്രമേണ ആധിപത്യം സ്ഥാപിക്കുകയും 1017 മുതൽ 1035 വരെയുള്ള കാലഘട്ടത്തിൽ കന്യൂട് (Canute) എന്ന ഡാനിഷ് രാജാവ് രാജ്യം ഭരിക്കുകയും ചെയ്യുന്നിടം വരെയെത്തുകയും ചെയ്തു. ഈ സംഭവവികാസങ്ങൾ ഭാഷയിലും അവയുടെ അനുരണനങ്ങൾ സൃഷ്ടിച്ചു. മൂന്നു വിധത്തിൽ നമുക്കിവയെ തരം തിരിക്കാം. ഡാനിഷ് വംശജർ താമസമുറപ്പിച്ചിരുന്ന സ്ഥലങ്ങളുടെ പേരുകൾ; പുതുതായി ഇംഗ്ലീഷ് ഭാഷയിലേക്ക് കടന്നുവന്ന ഡാനിഷ് വാക്കുകൾ; നിലവിലുണ്ടായിരുന്ന ഭാഷയ്ക്ക് ഡാനിഷിന്റെ സ്വാധീനത്തിൽ സംഭവിച്ച വ്യാകരണപരവും ഘടനാപരവുമായ മാറ്റങ്ങൾ. ഇംഗ്ലണ്ടിലെ വടക്കും കിഴക്കും മേഖലകളിലുള്ള '-by', '-toft', '-thwaite', 'thorpe' എന്നിങ്ങനെ അവസാനിക്കുന്ന സ്ഥലനാമങ്ങളെല്ലാം ഡാനിഷ് സ്വാധീനത്തിൽ നിന്നു വന്നിട്ടുള്ളതാണ്. '-by' എന്ന ഡാനിഷ് പദം ഒരു ചെറിയ പട്ടണത്തെ സൂചിപ്പിക്കുന്നതാണ്.

സാഹിതീയമായി പഴയ ഇംഗ്ലീഷിൽ അറിയപ്പെടുന്ന കൃതികൾ ഏറെ യെന്നുമില്ലെങ്കിലും ലഭ്യമായ രചനകളിൽ ഏറ്റവും പ്രധാനപ്പെട്ടത് *ബിയൊവുൾഫ്* എന്ന മഹാകാവ്യമാണ്. ആറാം നൂറ്റാണ്ടിൽ ജീവിച്ചി രുന്ന മഹാനായ ഒരു സ്കാൻഡിനേവിയൻ യോദ്ധാവിനെക്കുറിച്ചുള്ള ഈ കാവ്യത്തിന്റെ രചയിതാവ് ആരെന്നതിനെക്കുറിച്ച് വിവരമില്ല. പല കാലങ്ങളിൽ പലർ ചേർന്ന് രചിച്ചതാണ് ഇതെന്നും അഭിപ്രായമുണ്ട്. 3183 വരികളുള്ള ഈ കാവ്യം ഇംഗ്ലീഷിലെ ഏറ്റവും പുരാതനമായ സാഹിത്യ കൃതിയായി പരിഗണിക്കപ്പെടുന്നു. എട്ടാം നൂറ്റാണ്ടിനും പതി നൊന്നാം നൂറ്റാണ്ടിനുമിടയ്ക്കാണ് ഈ കൃതി രചിക്കപ്പെട്ടതെന്നു കണ ക്കാക്കപ്പെടുന്നു. അഞ്ചാം നൂറ്റാണ്ടിന്റെ ഒടുവിൽ നടക്കുന്നതായി അതിൽ പരാമർശിക്കപ്പെട്ടിരിക്കുന്ന സംഭവങ്ങളെല്ലാം നടക്കുന്നത് ഇന്നത്തെ ഡെന്മാർക്കിലും സ്വീഡനിലുമാണ്. കാവ്യം രചിച്ചത് അജ്ഞാതനാണെ ങ്കിലും അതിന്റെ പ്രമേയം പരിചിതമാണെന്നു മാത്രമല്ല അത് വാമൊഴി പാരമ്പര്യത്തിൽനിന്നു വന്നതുമാണ്. ഇത് ഒരു തർക്കവിഷയമാണെ ങ്കിലും എം എച്ച് ഏബ്രംസിനെയും സ്റ്റീഫൻ ഗ്രീൻബ്ലാറ്റിനെയും പോലുള്ള വിഖ്യാത വിമർശകർ *ബിയൊവുൾഫ്* ഒരാൾ തന്നെ എഴുതി യതാണെന്നു പറയുന്നു. ഈ എഴുത്തുകാരനാകട്ടെ ഒരു ക്രിസ്തുമത വിശ്വാസിയുമായിരുന്നുവത്രെ. വളരെയേറെ സ്ഥാപിതമായ ക്രിസ്തീയ പാരമ്പര്യങ്ങൾ ഈ കൃതിയിൽ പ്രതിഫലിക്കുന്നതിൽ നിന്നാണ് അവർ ഇങ്ങനെയൊരു നിഗമനത്തിൽ എത്തിച്ചേർന്നത്.

ഗീറ്റ്സുകളുടെ നായകനായ ബിയൊവുൾഫ് ഡാനിഷ് രാജാവായ ഹ്രുഗറിന്റെ കൊട്ടാരത്തെ നിരന്തരം ആക്രമിച്ചിരുന്ന ഗ്രെന്ദൽ എന്നു പേരായ രാക്ഷസനേയും പിന്നീട് അയാളുടെ മന്ത്രവാദിനിയായ അമ്മ യേയും വകവരുത്തുകയും പിന്നീട് ഗീറ്റ്സിന്റെ രാജാവാകുകയും ചെയ്യു ന്നു. ബിയൊവുൾഫ് രാജാവായിരിക്കുമ്പോൾ തന്റെ രാജ്യത്തെ പല പ്പോഴും അപകടകാരിയായ ഒരു വ്യാളി ആക്രമിച്ചിരുന്നു. ഈ ജന്തു വിനെ കൊല്ലുവാനായി നടത്തുന്ന സാഹസിക പ്രവർത്തനങ്ങൾക്കൊ ടുവിൽ അത് കൊല്ലപ്പെടുന്നുണ്ടെങ്കിലും ബിയൊവുൾഫിന് മാരകമായി മുറിവേൽക്കുകയും മരിക്കുകയും ചെയ്യുന്നതാണു കഥ. കാവ്യത്തിന്റെ ഘടനയിൽ എടുത്തു പറയേണ്ടത് അതിലെ യുദ്ധങ്ങളും വിലാപയാത്ര കളും ആണ്. ബിയൊവുൾഫിന്റെ മരണശേഷമുള്ള വിലാപയാത്രയോ ടെയാണ് കാവ്യം അവസാനിക്കുന്നത്. അതിലെ ചില വരികൾ താഴെ കൊടുക്കുന്നു. വലതു വശത്ത് ആധുനിക ഇംഗ്ലീഷിൽ അതിന്റെ ഏക ദേശ വിവർത്തനവും തൊട്ടുതാഴെ ഗദ്യവിവർത്തനവും കൊടുത്തിരി ക്കുന്നു. ഇന്നത്തേതിൽ നിന്ന് അന്നത്തെ ഭാഷയ്ക്ക് എത്രത്തോളം വ്യത്യാസം ഉണ്ടായിരുന്നുവെന്ന് നമ്മെ ബോധ്യപ്പെടുത്തുന്ന ഉദാഹര ണമാണിത്.

[1] HWæt ! We Gar-Dena in gear-dagum,	what! We [of] Gar-Danes (**lit. spear-danes**) in yore-days,
[2] þeod-cyninga,þrym gefrunon,	[of] people-kings, trim (**glory**) afrained (**have learned of by asking**),
[3] hu ða æþelingas ellen fremedon.	how those athelings (**princes**) arm-strong feats framed (**made/ perfomed**)
[4] Oft scyld Scefing sceaþena þreatum,	Oft Scyld Scefing, [from] scathers (**enemies**) [in] threats (**armed bands**),
[5] monegum mægþum, meodosetla ofteah,	[from] many magths (**clans, groups of sons, cf.Irish cognate Mac-**), mead-settles took,
[6] egsode eorl. Syððan ærest wearð	awed earls (**leaders of men**). Sith (**since**) erst (**first**) [he] worth (**came to be**)
[7] feasceaft funden, he frofre gebad,	fewshiped (**helpless, in "few þæs ship"**) founden, he [in a state of] loving care abode (**lived**),
[8] weox under wolcnum, weorðmyndum þah	wex (**waxed**) under welkin (**the clouds**), [in] mind's worth (honour) thrived,
[9] oðþæt him æghwylc þaraymbsittendra	oth that (**until that**) [to] him each (of) those [who were] by-sitting (**"sitting" or dwelling round about**)
[10]ofer hronrade hyran scolde	over whale-road (**kenning for sea**) hear (**obedience**) should (**owed**),
[11]gomban gyldan. þaet wæs god cyning!	gifts [to] yield. That was [a] good kings!

ആധുനിക ഇംഗ്ലീഷ് പരിഭാഷയിൽ ഇതേ വരികൾ നാം വായിക്കു ന്നത് ഇപ്രകാരമായിരിക്കും:

Listen ! We have heard of the glory of the Spear-Danes, of the kings of the people, in days of yore, [and] how those princes did deeds of glory. Often Scyld Scefing deprived armed bands of foes, many clans of mead-benches, [and] terrified warriors. Since he first was found helpless (he experienced comfort for that), he grew under the heavens, thrived with honours, until each of the nearby peoples over the sea were obliged to pay him tribute. That was a good king !

മറ്റൊരു പ്രധാനപ്പെട്ട കൃതി ക്രിസ്തുമതപരമായ കാവ്യമായ *Caedmon's Hymn* ആണ്. അറിയപ്പെടുന്ന ആദ്യത്തെ ഇംഗ്ലീഷ് കവി യാണു കീഡ്മൺ. ഇന്നു നമുക്കു ലഭ്യമായ ഇംഗ്ലീഷ് കവിതകളിലെ ഏറ്റവും ആദ്യത്തേതാണ് കീർത്തനമെന്നു വിളിക്കാവുന്ന ഈ കവിത. അതിന്റെ ആദ്യത്തെ ഒമ്പതുവരികൾ മാത്രമാണു ഇന്ന് അവശേഷിക്കു ന്നത്. കീഡ്മൺ ഏഴാം നൂറ്റാണ്ടിൽ നോർത്തംബ്രിയയിലെ വിറ്റ്ബി മൊണാസ്റ്ററിയിലാണു ജീവിച്ചിരുന്നത്. കവിതയുടെ വരികളാണു താഴെ കൊടുത്തിരിക്കുന്നത്:

Nu scylun hergan hefaenricaes uard
metudæs maecti end his modgidanc
uerc uuldurfadur sue he uundra gihuaes
eci dryctin or astelidæ
he aerist scop aelda barnum
heben til hrofe haleg scepen.
tha middungeard moncynnæs uard
eci dryctin æfter tiadæ
firum foldu frea allmectig

ആധുനിക ഇംഗ്ലീഷിൽ ഇത് ഇങ്ങനെ വായിക്കാം:

(Now let me praise the keeper of Heaven's kingdom,
the might of the Creator, and his thought,
the work of the Father of glory, how each of wonders
the Eternal Lord established in the beginning.
He first created for the sons of men
Heaven as a roof, the holy Creator,
then Middle-earth the keeper of mankind,
the Eternal Lord, afterwards made,
the earth for men, the Almighty Lord.)

ബിയോവുൾഫ് 'വീരചരിതം' എന്ന ഇനത്തിൽ പെടുത്താമെന്നും കീഡ്മ ണിന്റെ കവിത മതപരമാണെന്നും സ്പഷ്ടമാണ്. അക്കാലത്ത് രചിക്ക പ്പെട്ടിരുന്ന സാഹിത്യകൃതികളെല്ലാം ഈ രണ്ടു വിഭാഗത്തിൽ പെടുന്ന വയായിരുന്നു.

കീഡ്മൺ

കവിതകളേക്കാളധികം ഗദ്യ ത്തിലുള്ള രചനകളായിരുന്നു അന്ന്. അവയിൽ ഒട്ടുമിക്കതും മത പ്രഭാഷണങ്ങളും ലാറ്റിൻ ഭാഷ യിൽ നിന്നുള്ള വിവർത്തനങ്ങളുമാ യിരുന്നു. ഒമ്പതാം നൂറ്റാണ്ടിലാണു ആദ്യത്തെ ഗദ്യ രചന പ്രത്യക്ഷ പ്പെടുന്നത്. പാശ്ചാത്യ സാക്സ ണിലെ രാജാവ് ആൽഫ്രഡ് ആയി രുന്നു അക്കാലത്തെ ഒരു പ്രമുഖ ഗദ്യകാരൻ. പ്രധാനമായും ലാറ്റിൻ ഭാഷയിൽ നിന്നുള്ള വിവർത്തനങ്ങ ളായിരുന്നു അദ്ദേഹത്തിന്റേത്. ഗ്രെഗറിയുടെ *Pastoral Care* എന്ന ഗ്രന്ഥവും ബോഥിയസിന്റെ *The Consolation of Philosophy* യും സെന്റ് അഗസ്റ്റിന്റെ *The Solilo-quies of St. Augustine* നുമാണ് ഈ വിവർത്തനങ്ങളിൽ പ്രമുഖമാ യവ. *Pastoral Care* പുരോഹിത ന്മാർ തങ്ങളുടെ ചുമതലകൾ എങ്ങനെ നിർവഹിക്കണമെന്നു വിശദീകരിക്കുന്നു. ആൽഫ്രഡ് രാജാ വിന്റെ സഹായികളാണു *The HIstory of the World* എന്ന ചരിത്രപു സ്തകം ഇംഗ്ലീഷിലേയ്ക്ക് വിവർത്തനം ചെയ്തത്.

ബിയോവുൾഫ് കഴിഞ്ഞാൽ പഴയ ഇംഗ്ലീഷിലെ ഏറ്റവും അറിയ പ്പെടുന്ന കൃതി Veneralbe Bedeന്റെ *An Ecclesiastical History of the English People* എന്ന ചരിത്രപുസ്തകമാണ്. റോമൻ കാലഘട്ടത്തിലെ ഇംഗ്ലണ്ടിലെ ക്രിസ്തുമതത്തിന്റെ ചരിത്രമാണ് ഇതിൽ പ്രതിപാദിക്കപ്പെ ടുന്നത്. ബീഡ് ഇംഗ്ലീഷിലെ ആദ്യത്തെ ചരിത്രകാരനായാണ് അറിയ പ്പെടുന്നത്. പഴയ ഇംഗ്ലീഷിലെ മറ്റൊരു പ്രധാന കൃതി ആദ്യകാല ഇംഗ്ലീഷ് ചരിത്രവുമായി ബന്ധപ്പെട്ട ആംഗ്ലോ സാക്സൺ ക്രോണിക്കിൾ *(Anglo-Saxon Chronicle)* ആണു. ആൽഫ്രഡ് രാജാവിന്റെ കാലത്ത് തുടങ്ങിവെച്ച ഇത് ആംഗ്ലോ സാക്സൺ വംശത്തിന്റെ ചരിത്രം പറയു ന്നു. ഇവയെക്കൂടാതെ ബൈബിൾ വിവർത്തനങ്ങളും, നിയമ പ്രബന്ധ ങ്ങളും, പുണ്യവാളന്മാരുടെ ജീവിതകഥകളും വിൽപ്പത്രങ്ങളും വ്യാകര ണസംബന്ധമായ രചനകളും പഴയ ഇംഗ്ലീഷ് കാലഘട്ടത്തിലേതായി നമുക്ക് ലഭ്യമാണ്.

പഴയ ഇംഗ്ലീഷിലെ പ്രമുഖ കൃതികളിൽ ചിലത് എഴുതിയത് ആൽഫ്രിക് എന്ന പുരോഹിതനായിരുന്നു. അദ്ദേഹം പുണ്യവാളന്മാരുടെ ജീവിതത്തെ ആസ്പദമാക്കി എഴുതിയ *The Lives of the Saints* (996-997 AD) എന്നറിയപ്പെടുന്ന ഗദ്യ കൃതികൾ ശബ്ദാവർത്തന സമ്പ്രദായം (*alliteration*) അനുവർത്തിച്ചിട്ടുള്ളതായി കാണാം. അക്കാലത്ത് ഏറ്റവും കൂടുതൽ രചനകൾ നടത്തിയത് ആൽഫ്രിക് ആയിരുന്നുവെന്ന് പറയ പ്പെടുന്നു. അവയിൽ പലതും ലാറ്റിൻ ഭാഷയിലുമായിരുന്നു. തന്റെ വിദ്യാർഥികൾക്ക് വേണ്ടി അദ്ദേഹം എഴുതിയതാണു *Latin Grammar and Glossasry* എന്ന കൃതി. ബൈബിളിലെ പഴയ നിയമത്തിന്റെ പരി ഭാഷയും അദ്ദേഹം നിർവഹിച്ചിട്ടുണ്ട്. പഴയ ഇംഗ്ലീഷ് ഗദ്യസാഹിത്യ ത്തിനു ഏറ്റവുമധികം സംഭാവനകൾ നൽകിയിട്ടുള്ളത് ആൽഫ്രിക് ആണെന്നാണു ചരിത്രകാരന്മാർ പറയുന്നത്. *Hexameron, Interroga-tiones Sigewulfi* എന്നീ കൃതികളും ആൽഫ്രിക്കിന്റേതാണ്. ഇതിൽ രണ്ടാമത്തേത് സൃഷ്ടിയുടെ കഥ പറയുന്നു. 1020 ലെഴുതിയ ഒരു രാജ പ്രഖ്യാപനം (Charter of Cnut) ഗദ്യകൃതികളിലെ സുപ്രധാനമായ ഒന്നാ ണ്. Canute the Great എന്നറിയപ്പെട്ടിരുന്ന അക്കാലത്തെ രാജാവിന്റെ പ്രഖ്യാപനമാണിത്. ഇദ്ദേഹം ഇംഗ്ലണ്ടും, ഡെന്മാർക്കും, നോർവെയും ഒരേസമയത്ത് ഭരിച്ചിരുന്നു.

ആംഗ്ലോ സാക്സൺ കുടിയേറ്റം മുതൽ ഏകദേശം എഴുനൂറു കൊല്ലക്കാലം അന്നത്തെ ഇംഗ്ലണ്ടിലെ ജനത പഴയ ഇംഗ്ലീഷ് ഉപയോ ഗിച്ചിരുന്നു. ഫ്രെഞ്ച് ആധിപത്യം സ്ഥാപിതമായതോടെയാണ് അതിന്റെ കാലഘട്ടം അവസാനിക്കുന്നത്. ഈ എഴുനൂറു വർഷക്കാലം അതുമായി ബന്ധപ്പെട്ടിരുന്ന കെൽട്ടിക്, നോഴ്സ് എന്നീ ഭാഷകളുടെ പല ഘടക ങ്ങളും അത് സ്വാംശീകരിച്ചു. പഴയ ഇംഗ്ലീഷ് ഭാഷയെ രൂപപ്പെടുത്തുന്ന തിനും, അതിന്റെ വാക്യഘടനയും, പദാവലിയും, വ്യാകരണവും രൂപ പ്പെടുത്തുന്നതിനും അതിന്റെ ജെർമാനിക് പൈതൃകം ഏറെ സഹായക രമായിട്ടുണ്ട്. ഈ ഘടകങ്ങൾ പലതും പാശ്ചാത്യ ജെർമാനിക് ഭാഷാ കുടുംബത്തിന്റെ സവിശേഷതകളാണ്.

തുടക്കം മുതൽ ഇന്നുവരെ ഇംഗ്ലീഷ് ഭാഷ മറ്റു പല ഭാഷകളാലും സംസ്കാരങ്ങളാലും സ്വാധീനിക്കപ്പെട്ടിട്ടുണ്ട് എന്നിരിക്കിലും ഏറിയകൂറും അതിന്റെ അടിസ്ഥാന സ്വഭാവം ആംഗ്ലോ സാക്സണായിത്തന്നെ തുട രുന്നു. പത്തൊമ്പതാം നൂറ്റാണ്ടിന്റെ ഒടുവിൽ ഒ എഫ് എമേഴ്സൺ നട ത്തിയ ഒരു പഠനത്തിൽ ചില പ്രമുഖ എഴുത്തുകാരുടെ കൃതികളിൽ മൗലികമായ ഇംഗ്ലീഷ് പദങ്ങൾ (ആംഗ്ലോ സാക്സൺ) എത്രത്തോളം ഉണ്ടെന്നു വിലയിരുത്തുകയുണ്ടായി. അദ്ദേഹത്തിന്റെ നിഗമനങ്ങൾ ഇങ്ങ നെയാണ്. ബൈബിൾ 94 ശതമാനം, ഷേക്സ്പിയർ 90 ശതമാനം, സ്പെൻസർ 86 ശതമാനം, മിൽട്ടൺ 81 ശതമാനം, ഡോ. ജോൺസൺ

72 ശതമാനം, മെക്കോളെ 75 ശതമാനം, ടെന്നിസൺ 88 ശതമാനം. 1940 കളിൽ എഫ് ടി വുഡ് അതുപോലൊരു പഠനത്തിൽ കണ്ടെത്തിയത് ഇങ്ങനെയാണ്. ബെർണാഡ് ഷാ 73ശതമാനം, ഗാൽസ്വർത്തി 75 ശത മാനം ടി എസ് എലിയട്ട് 74 ശതമാനം, ആൾഡസ് ഹക്സ്ലി 77 ശത മാനം. ഭാഷാചരിത്രകാരന്മാരും ഭാഷാശാസ്ത്രജ്ഞരും യോജിപ്പു പ്രക ടിപ്പിക്കുന്ന കാര്യമാണിത്. അടിസ്ഥാനപരമായി നിത്യജീവിതവുമായി ബന്ധപ്പെട്ട ഏകദേശം എല്ലാ പദങ്ങളും സാക്സൺ പദങ്ങളാണ്. ഏറ്റ വുമടുത്ത കുടുംബബന്ധങ്ങളെ പ്രതിപാദിക്കുന്നതും മുഖ്യമായ ആഹാ രപദാർഥങ്ങളെ സൂചിപ്പിക്കുന്നതും ഇന്നും പഴയ ഇംഗ്ലീഷിൽ നിന്നു തല മുറകൾ കൈമാറിയ പദങ്ങൾ കൊണ്ടാണ്. *Father, mother, brother, bread, butter, milk, house, home, bow, arrow, spear, sword* എന്നിവ ഉദാഹരണങ്ങൾ.

3

മധ്യകാല ഇംഗ്ലീഷ്

മധ്യകാല ഇംഗ്ലീഷിന്റെ ആരംഭത്തെ ഭാഷാപരമായും ചരിത്രപര മായും രാഷ്ട്രീയപരമായും നോക്കിക്കാണാവുന്നതാണ്. പതിനൊന്നാം നൂറ്റാണ്ടിന്റെ തുടക്കത്തോടെ ഭാഷയിൽ പ്രകടമായ ചില വ്യത്യാസങ്ങൾ കാണുവാൻ തുടങ്ങി. അതിൽ ഏറ്റവും പ്രധാനം സ്വരങ്ങളുടെ ഉച്ചാര ണത്തിൽ വന്ന മാറ്റവും പാശ്ചാത്യ സാക്സൺ ഭാഷയുടെ പ്രാമുഖ്യം നഷ്ടപ്പെട്ടതുമാണ്. ഇത് പെട്ടെന്നു സംഭവിച്ചതാണെന്നല്ല പറയുന്നത്. കാലക്രമേണയാണു ഇത്തരത്തിലുള്ള മാറ്റങ്ങൾ ഏതു ഭാഷയിലും സംഭ വിക്കുന്നത്. ഇംഗ്ലീഷിനെ സംബന്ധിച്ചിടത്തോളം ഈ മാറ്റങ്ങൾ 1066 ലെ നോർമൻ പടയോട്ടത്തോടെ ദ്രുതഗതിലായി എന്നു മാത്രമേയുള്ളൂ.

1022 ൽ ഇംഗ്ലണ്ടിലെ രാജാവായിരുന്ന എതിൽറെഡ് ഫ്രാൻസിലെ വടക്കൻ പ്രദേശമായ നോർമൻഡിയിലെ പ്രഭുവിന്റെ മകളെ വിവാഹം ചെയ്തു. അവരുടെ മകനായ എഡ്വേഡിനെ 1042 ൽ ഇംഗ്ലണ്ടിലെ രാജാ വായി അവരോധിച്ചു. എഡ്വേഡ് തന്റെ നോർമൻ ബന്ധുബലത്തിലാണു ഭരണം നടത്തിയിരുന്നത്. കൊട്ടാരത്തിലും സൈന്യത്തിലും ക്രിസ്തീയ സഭയിലും തന്റെ ഫ്രെഞ്ച് ബന്ധുക്കളെ അദ്ദേഹം നിയമിച്ചു. 1066 ആദ്യം എഡ്വേഡ് മരിച്ചു. ഇംഗ്ലണ്ടിലെ ഏറ്റവും ശക്തനും സമ്പന്നനുമായിരുന്ന വെസ്സെക്സിലെ പ്രഭു ഹരോൾഡ് രാജാധികാരം ഏറ്റെടുത്തു. അതേ സമയം നോർമൻഡിയിലെ പ്രഭുവായ വില്യം രാജാധികാരത്തിനുള്ള തന്റെ അവകാശം മുന്നോട്ടു വച്ചു. എഡ്വേഡ് രാജാവുള്ള കാലത്ത് സിംഹാസനം തനിക്ക് വാഗ്ദാനം ചെയ്തിരുന്നുവെന്നും അതുകൊണ്ട് രാജാവാകുവാനുള്ള അവകാശം തനിക്കാണെന്നും വില്യം പ്രഖ്യാപിച്ചു. ശക്തമായ സേനയോടൊപ്പം വില്യം ഇംഗ്ലണ്ടിനെ ആക്രമിക്കുകയും 1066

ഒക്ടോബറിൽ ഹേസ്റ്റിങ്സിൽ വെച്ച് ഇംഗ്ലീഷ് സൈന്യത്തെ പരാജയ പ്പെടുത്തി രാജാധികാരം കൈവശപ്പെടുത്തുകയും ചെയ്തു. 1066-ലെ ക്രിസ്തുമസ് ദിനത്തിൽ വില്യം ഔപചാരികമായി രാജാവായി വാഴിക്ക പ്പെട്ടു. ഇംഗ്ലണ്ടിന്റെ ചരിത്രത്തെ തന്നെ മാറ്റിമറിച്ചതായിരുന്നു ഈ സംഭ വം. സാമൂഹികവും സാംസ്കാരികവും രാഷ്ട്രീയവും ആയ തലങ്ങളിൽ ഇതിന്റെ മാറ്റൊലികൾ രാജ്യത്തെമ്പാടും മുഴങ്ങി. ഭരണതലത്തിൽ ഇംഗ്ലീ ഷുകാരായ ആരുംതന്നെ വില്യമിന്റെ കൊട്ടാരത്തിലുണ്ടായിരുന്നില്ല. ക്രിസ്തീയ സഭയിലും നോർമൻകാർ ഉന്നത സ്ഥലങ്ങളിൽ നിയമിക്ക പ്പെട്ടു. എതിർപ്പു പ്രകടിപ്പിച്ചിരുന്ന പ്രഭുക്കന്മാരെയെല്ലാം വില്യം ഉരുക്കു മുഷ്ടിയാൽ അമർച്ച ചെയ്യുകയും അവരുടെ സ്വത്തുക്കൾ തന്റെ ബന്ധു ക്കൾക്കും അനുയായികൾക്കും കൈമാറുകയും ചെയ്തു. സാമൂഹികവും രാഷ്ട്രീയവുമായ തലങ്ങളിൽ ഈ മാറ്റങ്ങൾ ഏതു രീതിയിലാണ് ഇംഗ്ല ണ്ടിനെ ബാധിച്ചതെന്ന് ഇവിടെ വിശദമാക്കുന്നില്ല. എന്നാൽ ഭാഷയുടെ കാര്യത്തിൽ ഈ സംഭവം എങ്ങനെയാണു ഇംഗ്ലീഷിനെ ബാധിച്ചതെ ന്നതാണു നമ്മുടെ വിഷയം.

നോർമൻ പ്രഭുക്കൾ കൊട്ടാരത്തിലെ ഉന്നതമായ സ്ഥാനങ്ങളിൽ നിയമിക്കപ്പെടുകയും ആശയവിനിമിയത്തിനും ഭരണകാര്യങ്ങൾക്കും ഫ്രെഞ്ച് മാത്രം ഉപയോഗിക്കപ്പെടുകയും ചെയ്യുവാൻ തുടങ്ങിയപ്പോൾ പഴയ ഇംഗ്ലീഷ് ഉപയോഗിക്കപ്പെടാത്ത ഒരു ഭാഷാഭേദമായി മാറി. മധ്യ കാലഘട്ടത്തിൽ യൂറോപ്പിലെല്ലായിടത്തും തദ്ദേശീയമായ ഭാഷ എഴുത പ്പെട്ടിരുന്നത് രാജകൊട്ടാരങ്ങളിലും മൊണാസ്റ്ററികളിലും മാത്രമാണ്. എന്നാൽ വില്യം അധികാരമേറ്റെടുത്തതിനുശേഷം പുരോഹിതന്മാരും ഫ്രെഞ്ച് ഉപയോഗിക്കുവാൻ നിർബന്ധിതരായി. രാജ്യകാര്യങ്ങൾക്കു വേണ്ടി ഇംഗ്ലീഷ് ഉപയോഗിക്കുന്ന പതിവ് അവസാനിപ്പിച്ചതോടെ കൊട്ടാ രത്തിലെ കയ്യെഴുത്തുപ്രതികളെല്ലാം ഫ്രെഞ്ചിലായി. നിയമപരമായ എല്ലാ കാര്യങ്ങളും ഫ്രെഞ്ചു ഭാഷയിലാണു നിർവഹിക്കപ്പെട്ടിരുന്നത്. അടുത്ത മുന്നൂറു വർഷങ്ങളോളം ഇംഗ്ലണ്ടിലെ വരേണ്യ വർഗം ഫ്രെഞ്ച് സംസാ രിക്കുകയും ഭരണഭാഷയായി ഫ്രെഞ്ച് ഉപയോഗിക്കുകയും ചെയ്തു എന്നു മാത്രമല്ല. ആംഗ്ലോ സാക്സൺ നിരക്ഷരരുടെയും കർഷകരു ടെയും അടിമകളുടെയും മറ്റു കീഴാളരുടെയും ഭാഷയായി ഒതുങ്ങി. പതി നാലാം നൂറ്റാണ്ടിൽ ഇംഗ്ലണ്ടിലെ ജനങ്ങൾ സംസാരിച്ചിരുന്ന ഭാഷയിൽ ഫ്രെഞ്ചിൽ നിന്നു കടംകൊണ്ട വാക്കുകൾ 31.8 ശതമാനത്തോളമുണ്ടാ യിരുന്നുവെന്ന് ഭാഷാ പണ്ഡിതർ കണക്കാക്കുന്നു.

ഇംഗ്ലണ്ടിലെ ഫ്രെഞ്ച് ആധിപത്യം ക്ഷയിച്ചുതുടങ്ങിയതോടെ ഈ കടം കൊള്ളലും വർധിച്ചുതുടങ്ങിയെന്നും അവർ സൂചിപ്പിക്കുന്നു. അധി കാരം നഷ്ടപ്പെട്ടേക്കാം എന്ന സ്ഥിതി മനസിലാക്കി ഇവർ ആംഗ്ലോ സാക്സൺ ഭാഷ പഠിക്കുവാൻ തയാറാവുകയും ആ പ്രക്രിയയിൽ യഥേഷ്ടം ഫ്രെഞ്ച് ഭാഷയിൽ നിന്നുള്ള പദങ്ങൾ തങ്ങൾ പഠിക്കുവാൻ

തുടങ്ങിയ പുതിയ ഭാഷയിലേക്ക് വിളക്കിച്ചേർക്കുകയുമുണ്ടായി. ഇതു കൊണ്ടാണ് ഇത്രയേറെ ഫ്രെഞ്ചു പദങ്ങൾ ആംഗ്ലോ സാക്സണിലേക്ക് കടന്നുകൂടിയതെന്നാണു ഭാഷാചരിത്രകാരന്മാർ വിലയിരുത്തുന്നത്. സൈനിക, ഭരണ, നിയമ, സാമൂഹിക വ്യവഹാരങ്ങളിൽ ഫ്രെഞ്ച് പദ ങ്ങളുടെ സാന്നിധ്യം വളരെയുള്ളതും ഇതുകൊണ്ടു തന്നെ. ആധുനിക ഇംഗ്ലീഷ് ഭാഷയിൽ നിയമ വ്യവഹാരങ്ങളിൽ ഉപയോഗിക്കുന്ന, ഫ്രെഞ്ചിൽ നിന്നു കടം കൊണ്ട ചില വാക്കുകളാണ്, അല്ലെങ്കിൽ ഫ്രെഞ്ച് സ്വാധീ നമുള്ള ചില വാക്കുകളാണ്, താഴെ കൊടുത്തിരിക്കുന്നത്.
Abjure, accuse, charge, condemn, court, denounce, guilt, judge, judicial, perjury, renounce, pardon, plea, suit, advocate, prison, arrest, justice, crime, punishment.

മറ്റു ഭാഷയിലുള്ള പദങ്ങളുടെ സഹായമില്ലാതെ ജെർമൻ ഭാഷ യിൽ നിയമ വ്യവഹാരം നടത്താമെന്നിരിക്കെ ഇംഗ്ലീഷ് ഭാഷയിലാകട്ടെ അത്തരമൊരു വ്യവഹാരം ഫ്രെഞ്ച് പദങ്ങളുടെ സഹായമില്ലാതെ സാധ്യ മല്ല. സൈനിക, യുദ്ധ, ആയുധ സംബന്ധമായ വ്യവഹാരങ്ങളിലും ഇതു തന്നെയാണവസ്ഥ. Army, navy, peace, battle, enemy, siege, defense, ambush, retreat, soldier, guard, spy, sergeant, vanquish തുടങ്ങിയ വാ ക്കുകൾ ഫ്രെഞ്ചിൽ നിന്നു വന്നിട്ടുള്ളതാണ്. സമൂഹം, ഭരണകൂടം എന്നി വയെ സംബന്ധിക്കുന്ന ഇടപാടുകളിലും ഫ്രെഞ്ച് പദങ്ങൾ ഒട്ടേറെയു ണ്ട്. State, government, court, crown, council, sovereign, treaty, tax , treason, public office, noble, duke, peasant, servant, sermon, prayer, penance, parson, saint, pity, virtue, penitence തുടങ്ങിയവ ഉദാഹരണം.

ഭാഷാശാസ്ത്രകാരന്മാരും ചരിത്രകാരന്മാരും മധ്യകാല ഇംഗ്ലീഷ് എന്നു വിശേഷിപ്പിക്കുന്ന ഇംഗ്ലീഷ് ഭാഷയുടെ ചരിത്രത്തിലെ കാലഘട്ടം വില്യമിന്റെ പടയോട്ടം മുതൽ ഇംഗ്ലീഷ് കവിതയുടെ പിതാവ് എന്നറിയ പ്പെടുന്ന ചോസറിന്റെ മരണശേഷമുള്ള അര നൂറ്റാണ്ടു വരെയാണ്. പഴയ ഇംഗ്ലീഷ് ഭാഷയിൽ നിന്ന് പല വ്യത്യാസങ്ങളും മധ്യകാല ഇംഗ്ലീഷിനു ണ്ട്. ഒരു വിഭാഗം ഭാഷാശാസ്ത്രജ്ഞന്മാർ നോർമൻ ആക്രമണവും അധി നിവേശവും ഇംഗ്ലീഷ് ഭാഷയിൽ വിപ്ലവകരമായ മാറ്റങ്ങൾക്ക് വഴിയൊ രുക്കി എന്നഭിപ്രായപ്പെടുമ്പോൾ മറ്റൊരു വിഭാഗം പറയുന്നത് അത്രയേറെ വിപ്ലവകരമായ മാറ്റങ്ങളൊന്നും ഇംഗ്ലണ്ടിന്റെ സാമൂഹിക സാംസ്കാരിക മണ്ഡലങ്ങളിൽ സൃഷ്ടിക്കുവാൻ അതിനായില്ല എന്നാണ്. ഈ അഭി പ്രായങ്ങളുടെ ന്യായാന്യായങ്ങളിലേക്കൊന്നും നമുക്ക് കടക്കേണ്ടതില്ല. ഈ സംഭവത്തിനുശേഷം ഇംഗ്ലീഷ് ഭാഷയിൽ വന്ന മാറ്റങ്ങളെന്തൊക്കെ യെന്നു മാത്രമേ നാം ആലോചിക്കേണ്ടതുള്ളൂ. ഏതൊരു ഭാഷയുടെ വളർച്ചയുടെയും വികാസത്തിന്റെയും ചരിത്രത്തിൽ ബാഹ്യമായ ഘട കങ്ങളുടെയും ആന്തരികമായ ഘടകങ്ങളുടെയും സ്വാധീനമുണ്ടാകും എന്ന കാര്യത്തിൽ തർക്കമൊന്നുമുണ്ടാകില്ല. ഒരു ഭാഷ സംസാരിക്കുന്ന

സമൂഹത്തിലെ സാമൂഹിക രാഷ്ട്രീയ സംഭവങ്ങളാണു ബാഹ്യഘടക ങ്ങൾ. ഇവ ഭാഷയെ സ്വാധീനിക്കും എന്നതിൽ രണ്ടഭിപ്രായമുണ്ടാകാ നിടയില്ല. ആന്തരികഘടകങ്ങളാകട്ടെ കാലാകാലങ്ങളിൽ ഭാഷയ്ക്കക ത്തുതന്നെ നടക്കുന്ന പരിണാമങ്ങളാണ്. ഇവ പരസ്പരം ബന്ധപ്പെട്ടിരി ക്കുന്നു. എന്നാൽ ബാഹ്യഘടകങ്ങൾ ആന്തരിക ഘടകങ്ങളെ സ്വാധീനി ക്കുമെന്നതുപോലെ ആന്തരികഘടകങ്ങൾക്ക് ബാഹ്യഘടകങ്ങളെ സ്വാധീനിക്കാനാവില്ല.

വില്യം 1066 ൽ ഇംഗ്ലണ്ട് കീഴടക്കിയതോടെ അതിന്റെ സാമൂഹിക വും, രാഷ്ട്രീയവും സാംസ്കാരികവുമായ ചരിത്രത്തിലും അവയുടെ വ്യവസ്ഥയിലും കാതലായ മാറ്റങ്ങൾക്ക് തുടക്കം കുറിച്ചു. ഇത് ഇംഗ്ലീഷ് ഭാഷയെ സംബന്ധിച്ചും ഒരു വലിയ നാഴികക്കല്ലായിരുന്നു. ലാറ്റിൻ, കെൽ റ്റിക്, ഡാനിഷ് എന്നീ ഭാഷകളിൽ നിന്നുള്ള കുറച്ചു പദങ്ങൾ അതിൽ കലർന്നിരുന്നുവെങ്കിലും ഇക്കാലം വരെ ആ ഭാഷ ഏതാണ്ട് ശുദ്ധമായി രുന്നു എന്നു പറയാം. ഒരു കാര്യം നാം ഓർക്കേണ്ടത് വില്യം ഇംഗ്ലണ്ട് കീഴടക്കുന്നതിനു മുമ്പു തന്നെ ഇംഗ്ലീഷുകാരും ഫ്രെഞ്ചുകാരും തമ്മിൽ ബന്ധമുണ്ടായിരുന്നു എന്ന വസ്തുതയാണ്. രണ്ടിടത്തെയും രാജകു ടുംബങ്ങൾ വിവാഹബന്ധത്തിലൂടെ പരസ്പരം അടുത്തിരുന്നു. അങ്ങനെ നോർമൻ ഫ്രെഞ്ച് ഇംഗ്ലീഷ് രാജകൊട്ടാരത്തിൽ 1040കൾ മുതൽ തന്നെ സംസാരിച്ചിരുന്നു. സാധാരണ ജനതയ്ക്ക് അത് വശമില്ലായിരുന്നുവെ ന്നത് വാസ്തവമാണ്. എങ്കിൽത്തന്നെയും വില്യം ബ്രിട്ടീഷ് മണ്ണിൽ കാലു കുത്തുന്നതിനു മുമ്പു ആരംഭിച്ച ഒരു പ്രക്രിയ ത്വരിതപ്പെടുത്തുകയാണ് ഈ അധിനിവേശം ചെയ്തത് എന്നു പറയാം.

അധിനിവേശത്തിന്റെ ആദ്യനാളുകളിൽ തീർച്ചയായും പൊതുവ്യ വഹാരത്തിൽ രണ്ടു ഭാഷകളുണ്ടായിരുന്നു. രാജകൊട്ടാരത്തിലും കോട തികളിലും വരേണ്യവർഗത്തിനിടയിലും വിദ്യാസമ്പന്നർക്കിടയിലും നോർമൻ ഫ്രെഞ്ച് ആയിരുന്നു ഉപയോഗിച്ചിരുന്നത്. പൊതുജനങ്ങൾ തങ്ങളുടെ പഴയ ഇംഗ്ലീഷും. സാക്സൺ പ്രഭുകുടുംബങ്ങൾ അവരുടെ മാതൃഭാഷ തന്നെയായിരുന്നു സംസാരിച്ചിരുന്നത്. എന്നാൽ ഫ്രെഞ്ച് സംസാരിച്ചിരുന്നവർക്ക് സമൂഹത്തിൽ പ്രത്യേക സ്ഥാനമുണ്ടായിരുന്നു. കാലക്രമേണ ഈ രണ്ടു ഭാഷകളും കലർന്ന് ഒരുതരം ആംഗ്ലോ ഫ്രെഞ്ച് രൂപപ്പെടുകയുണ്ടായി. ഈ സങ്കരഭാഷയാണ് മധ്യകാല ഇംഗ്ലീഷ് എന്ന റിയപ്പെടുന്നത്. ഏകദേശം രണ്ടര ശതാബ്ദകാലം കൊണ്ടാണ് ഇത്തര മൊരു ഭാഷ രൂപപ്പെട്ടത്. ഈ മധ്യകാല ഇംഗ്ലീഷിൽ നിന്നാണ് ഇന്നത്തെ ആധുനിക ഇംഗ്ലീഷ് ഭാഷയുണ്ടായത്. രണ്ടു ഭാഷകളും കൂടിക്കലർന്നാണ് ഈ ഭാഷയുണ്ടായതെങ്കിലും അതിനു കൂടുതലും സാക്സൺ സ്വഭാവ മായിരുന്നു. പതിനാലാം നൂറ്റാണ്ടിന്റെ അവസാന ദശകങ്ങളിൽ എഴുത പ്പെട്ട ജെഫ്രിചോസറിന്റെ *കാൻറർബറി* കഥകളിൽ കൂടിയാൽ പന്ത്രണ്ടോ പതിമൂന്നോ ശതമാനം പദങ്ങൾക്ക് മാത്രമായിരുന്നു ഫ്രെഞ്ച് വേരുകൾ.

ഇതിൽ നിന്ന് ഒരു കാര്യം വ്യക്തമാകും: ഭരണവർഗമായിരുന്ന ഫ്രെഞ്ചു കാർ തങ്ങളുടെ ഭാഷ അടിച്ചേൽപ്പിക്കാൻ ശ്രമിച്ചില്ല എന്നു മാത്രമല്ല തദ്ദേശഭാഷയെ അംഗീകരിക്കുകയും അതിലേക്ക് ഫ്രെഞ്ച് പദങ്ങളും മറ്റു ഭാഷാഘടകങ്ങളും കടന്നുവരുന്നത് ആസ്വദിക്കുകയും ചെയ്തിരുന്നു എന്ന്.

ഈ രണ്ടുകൂട്ടരും തമ്മിലുള്ള സമ്പർക്കം കാലക്രമേണ വർധിക്കു കയും അത് സാമൂഹികതലത്തിൽ പ്രതിഫലിക്കുകയും ചെയ്തു. ക്രമേണ അവർ തമ്മിലുള്ള അന്തരം ഇല്ലാതാവുകയും ചെയ്തു. പന്ത്രണ്ടാം നൂറ്റാണ്ടിന്റെ ഒടുവിൽ ഒരെഴുത്തുകാരൻ ഇത് സാക്ഷ്യപ്പെ ടുത്തുന്നതിങ്ങനെയാണ്: "ഇംഗ്ലീഷുകാരും ഫ്രെഞ്ചുകാരും ഒരുമിച്ചു ജീവി ക്കുകയും തമ്മിൽ വിവാഹബന്ധത്തിലേർപ്പെടുകയും ചെയ്തു. ഇത്തരം സമ്പർക്കങ്ങൾ കാരണം ജന്മനാൽ ആരാണ് നോർമൻ എന്നോ ആരാണ് ഇംഗ്ലീഷുകാരൻ എന്നോ തിരിച്ചറിയാനാകുമായിരുന്നില്ല". 1204 ൽ നോർമൻഡി ഇംഗ്ലീഷുകാർക്ക് നഷ്ടമായതോടെ യൂറോപ്യൻ ഭൂഖണ്ഡ വുമായുള്ള പ്രത്യക്ഷബന്ധം അവസാനിക്കുകയും ഇംഗ്ലീഷുകാരായ വൻ ഭൂവുടമകൾക്ക് രണ്ടു രാജ്യങ്ങളിലും ഒരേസമയം ഉണ്ടായിരുന്ന കാല്ച്ചു വടുകൾ നഷ്ടമാവുകയും ചെയ്തു. അടുത്ത ഒരു നൂറ്റാണ്ടുകാലംകൊണ്ട് അവർ തങ്ങളുടെ നോർമൻ പൈതൃകത്തെ പാടെ മറക്കുകയും തങ്ങൾ ഇംഗ്ലീഷുകാരണെന്ന ധാരണ പുലർത്തുവാൻ തുടങ്ങുകയും ചെയ്തു. സംഗതികൾ ഇങ്ങനെയൊക്കെയായിരുന്നെങ്കിലും കുറച്ചു കാലത്തേക്കു കൂടി ഫ്രെഞ്ച് ഔദ്യോഗിക ഭാഷയായി തുടരുക തന്നെ ചെയ്തു. 1326 ലാണു കോടതികളിൽ ഇംഗ്ലീഷ് ഔദ്യോഗിക ഭാഷയാകുന്നത്. വിദ്യാല യങ്ങൾ ലാറ്റിനിൽ നിന്നു ഫ്രെഞ്ചിലേക്ക് പരാവർത്തനം ചെയ്യുന്ന പഴയ പതിവിനു പകരം ലാറ്റിനിൽ നിന്നും ഗ്രീക്കിൽ നിന്നും ഇംഗ്ലീഷിലേക്കു വിവർത്തനം ചെയ്യാൻ പ്രോത്സാഹിപ്പിച്ചു.

മറ്റെന്തിനേക്കാളും നമ്മെ അതിശയിപ്പിക്കുന്ന ഒരു വസ്തുത മധ്യ കാല ഇംഗ്ലീഷിലെ ഭാഷാഭേദങ്ങളുടെ വൈവിധ്യമാണ്. ആംഗ്ലോ സാക്സ ണിൽ നിന്നു ആവിർഭവിച്ചതാണെങ്കിലും ഇവ അക്കാലത്തേക്കാൾ ഏറെ യായിരുന്നു. ചോസറിന്റെ ഭാഷയും അദ്ദേഹത്തിനു കുറച്ചു മുൻപ് എഴു തപ്പെട്ട ജോനയെക്കുറിച്ചുള്ള കാവ്യമായ *Patience* ഉം താരതമ്യം ചെയ്താൽ ഇത് ബോധ്യമാകും. തമ്മിൽ ബന്ധമുണ്ടെങ്കിലും രണ്ടു വ്യത്യസ്ത ഭാഷ കളിലാണിവ രചിക്കപ്പെട്ടിട്ടുള്ളത് എന്നു തോന്നും. ചോസറിന്റെ ഭാഷ യ്ക്കാണ് ഇന്നത്തെ ഇംഗ്ലീഷിനോട് കൂടുതൽ അടുപ്പമെന്ന് ഒറ്റനോട്ട ത്തിൽ പറയാവുന്നതാണ്:

Chaucer: Ful many a riche contre hadde he wonne;
       That with his wisdom and his chivalrie
       He conquerede al the regne of Femenye.

Patience:

Hit bitydde sum-tyme in the terms of Jude,
Jonas joined wate ther-inne Jentyle prophete.

ഈ ഉദാഹരണങ്ങളിൽ നിന്ന്, വിശേഷിച്ചും രണ്ടാമത്തേതിൽ നിന്ന് നമുക്കു തോന്നാവുന്ന ഒരു കാര്യം ഇംഗ്ലീഷ് ഭാഷയിൽ ഏറ്റവും കൂടുതൽ മാറ്റങ്ങൾ സംഭവിക്കുന്നതും ഭാഷാഭേദങ്ങൾ നിലനിന്നിരുന്നതും മധ്യകാലത്താണ് എന്നാണ്. ഇങ്ങനെ പറയുമ്പോൾ രണ്ടു വസ്തുത കൾ കണക്കിലെടുക്കേണ്ടതുണ്ടെന്ന് എഫ് ടി വുഡ് ചൂണ്ടിക്കാണിക്കു ന്നു. ഒന്ന്, പഴയ ഇംഗ്ലീഷ് കാലഘട്ടത്തിൽ സാഹിത്യരചന നടത്തിയിരു ന്നവരിൽ ഏറെയും സാക്സൺ ഭാഷയുടെ ആധികാരികത അംഗീകരി ച്ചിരുന്നതിനാൽ ആ ഭാഷയിൽ രചന നടത്തുവാനോ അല്ലെങ്കിൽ അതു മായി ഏറ്റവും അടുത്തുനിൽക്കുന്ന മറ്റൊരു ഭാഷാഭേദം ഉപയോഗിക്കു വാനോ ശ്രമിച്ചിരുന്നു. അതുകൊണ്ട് ഈ കാലഘട്ടത്തിൽ ഭാഷാഭേദ ങ്ങൾ കുറവായിരുന്നു എന്ന തോന്നലുണ്ടാകുന്നു. ലഭ്യമായ രേഖകളുടെ അടിസ്ഥാനത്തിൽ മാത്രമെ ഇത്തരം കാര്യങ്ങളെക്കുറിച്ച് പറയാനാകൂ എന്നതിനാൽ രേഖകളിലെ ഭാഷയുടെ സമാനതകൾ കൂടുതലായിരുന്ന മുൻ കാലഘട്ടത്തിൽ ഭാഷാഭേദങ്ങൾ കുറവായിരുന്നു എന്ന് പറയേണ്ടി വരുന്നു. രണ്ട്, ഏകദേശം 1050 മുതൽ 1200 വരെയുള്ള നൂറ്റി അൻപത് വർഷങ്ങളിൽ പറയത്തക്കതൊന്നും ഇംഗ്ലീഷ് ഭാഷയിൽ രചിക്കപ്പെട്ടിരു ന്നില്ല. അതായത്, അക്കാലത്ത് ഇംഗ്ലീഷ് ഒരു സംസാരഭാഷ മാത്രമായി രുന്നു എന്നർഥം. അതുകൊണ്ടുതന്നെ, സാഹിതീയമായ പാരമ്പര്യം അതിനു നഷ്ടമായി. എന്നാൽ 1200 നു ശേഷം ധാരാളം രചനകൾ ഉണ്ടാ കുന്നുണ്ട്. പക്ഷേ, ഈ രചനകൾക്കൊന്നും തന്നെ ഒരു വ്യവസ്ഥാപിത

ഓക്സ്ഫോഡ് യൂണിവേഴ്സിറ്റി

മായ മാനകരീതി അവലംബിക്കാനില്ലാതിരുന്നതിനാൽ ഓരോ എഴുത്തു
കാരനും അവനവന്റെ പ്രദേശത്ത് സംസാരിച്ചിരുന്ന ഭാഷാഭേദം ഉപയോ
ഗിക്കുകയും അങ്ങനെ പല "ഭാഷകളിൽ" എഴുതപ്പെട്ട അനവധി കൃതി
കൾ നമുക്കു ലഭിക്കുകയും ചെയ്യുന്നു. പഴയ ഇംഗ്ലീഷ് കാലഘട്ടത്തിൽ
വെസ്സെക്സിലെ ഭാഷാഭേദത്തിനായിരുന്നു മറ്റുള്ളവയേക്കാൾ പ്രാമുഖ്യം
ലഭിച്ചതെങ്കിൽ മധ്യകാലഘട്ടത്തിൽ ഈ പ്രാമുഖ്യം ലണ്ടനിലും അതിനു
ചുറ്റുമുള്ള പൊതുവെ പൗരസ്ത്യമധ്യദേശങ്ങൾ എന്നറിയപ്പെടുന്ന പ്രദേ
ശങ്ങളിലും ഉപയോഗിച്ചിരുന്ന ഭാഷാഭേദത്തിനായിരുന്നു. ഇതിനു പല
കാരണങ്ങളുണ്ടായിരുന്നു. ഒന്ന്, ഇംഗ്ലണ്ടിലെ ജീവിതത്തിന്റെ നാഡീകേ
ന്ദ്രമായിരുന്നു ലണ്ടൻ. അതുകൊണ്ട് അവിടെ സംസാരിച്ചിരുന്ന ഭാഷയ്ക്ക്
പ്രാധാന്യം ലഭിച്ചു. രണ്ടാമതായി ഓക്സ്ഫോഡ്, കേംബ്രിഡ്ജ് എന്നീ
സർവകലാശാലകൾ ഈ ഭാഷയാണുപയോഗിച്ചിരുന്നത്. അതുകൊണ്ട്
അത് പാണ്ഡിത്യത്തിന്റെ ഭാഷയായി. ചോസറും മറ്റു കുറെ എഴുത്തു
കാരും ഈ ഭാഷയാണ് തങ്ങളുടെ രചനകളിൽ ഉപയോഗിച്ചത്. സാഹി
ത്യഭാഷ എന്ന നിലയിൽ അത് അംഗീകരിക്കപ്പെടുവാൻ ഇത് ഇടയാ
ക്കി. മൂന്നാമതായി അച്ചടിയന്ത്രം കണ്ടുപിടിച്ച കാക്സ്റ്റൺ അച്ചടിച്ചിരു
ന്നത് ഈ ഭാഷയിലാണ്. ഈ കാരണങ്ങളൊക്കെക്കൊണ്ട് 1450 ഓടെ
ഇംഗ്ലീഷ് എന്നു പറഞ്ഞാൽ അത് പൗരസ്ത്യ മധ്യദേശങ്ങളിലെ ഭാഷ
യാണെന്നു വന്നു.

ഇത് ചിട്ടയോടെ നടന്ന ഒരു പ്രക്രിയയായിരുന്നുവെന്നൊന്നും കരു
തേണ്ടതില്ല. ലണ്ടനിലെ ഭാഷയ്ക്ക് പൊതുവായ അംഗീകാരം ലഭിക്കു
ന്നത് ധാരാളം ആശയക്കുഴപ്പങ്ങൾക്കും അനിശ്ചിതത്വങ്ങൾക്കും ശേഷ
മാണ്. ചോസറിൽ തന്നെ ഇതിന്റെ സൂചനകൾ കാണാം. അദ്ദേഹത്തിന്റെ
കാന്റർബറി കഥകളുടെ ആദ്യത്തെ കുറച്ച് വരികളിൽ തന്നെ ഇന്നത്തെ
Sweet എന്ന പദത്തിന്റെ അന്നത്തെ രൂപം രണ്ടുതരത്തിൽ കാണാം;
Swete എന്നും swoote എന്നും. അതുപോലെതന്നെ 'to give' എന്ന
ക്രിയാരൂപം yiven എന്നും yeven എന്നും എഴുതപ്പെട്ടിരിക്കുന്നു.
ഇന്നത്തെ രൂപത്തിലെ 'ഗ'കാരം അന്നത്തെ പല ഭാഷാഭേദങ്ങളിൽ ഉണ്ടാ
യിരുന്നുവെങ്കിലും ലണ്ടനിലെ ഉച്ചാരണശൈലിയിലേക്ക് പിന്നീടാണ് കട
ന്നുവരുന്നത്.

മധ്യകാലഘട്ടത്തിലെ ഇംഗ്ലീഷ് ഭാഷയുടെ വികാസത്തിലും വളർച്ച
യിലും രണ്ടു പ്രക്രിയകൾ പ്രവർത്തിച്ചിരുന്നു. ഏതൊരു ജൈവമായ
ഭാഷയ്ക്കും വികസിക്കുവാനുള്ള ഒരു സ്വാഭാവിക പ്രവണത ഇംഗ്ലീ
ഷിലും ഉണ്ടായിരുന്നു. രണ്ടാമതായി ഫ്രെഞ്ച് ഭാഷയുടെ സ്വാധീനം.
പലപ്പോഴും ഈ സ്വാധീനം സ്വാഭാവിക പ്രവണതയെ സഹായിക്കുന്നതും
ത്വരിതപ്പെടുത്തുന്നതുമായിരുന്നു. ഇവ രണ്ടും ഭാഷയുടെ വ്യാകരണ
ത്തിലും ഉച്ചാരണത്തിലും സ്പെല്ലിങ്ങിലും പദാവലിയിലും വന്ന മാറ്റ
ങ്ങളെ ബാധിക്കുന്നതായിരുന്നു.

വ്യാകരണത്തിലെ മാറ്റങ്ങൾ ഭാഷാപ്രയോഗം കൂടുതൽ ലളിതമാ ക്കുന്നവയായിരുന്നു. ഈ പ്രവണത പഴയ ഘട്ടത്തിൽ തുടങ്ങിയതാണെ ങ്കിലും മധ്യകാലഘട്ടത്തിൽ അതിന്റെ വേഗത വർധിച്ചു. ഇതിന്റെ ഒരു ദാഹരണമായി ചൂണ്ടിക്കാണിക്കാവുന്നത് ഇൻഫ്ളെക്ഷനുകളിലെ അവ സാന ശബ്ദത്തിലെ ഊന്നൽ നൽകാത്ത സ്വരങ്ങളെല്ലാം '-e' ആയി മാറി എന്നതാണ്. അതിന്റെ ഫലമായി ഉച്ചാരണത്തിൽ കൂടുതൽ ഐക രൂപ്യം വന്നുചേർന്നു. പൊതുവെ എല്ലാ പഴയ ഇംഗ്ലീഷ് ഭാഷാഭേദങ്ങ ളിലും നാമങ്ങളുടെ ബഹുവചനം 'en' എന്ന സഫിക്സ് ചേർത്താണു രൂപപ്പെടുത്തിയിരുന്നത്. എന്നാൽ മധ്യകാലഘട്ടമാകുമ്പോഴേക്കും അത് '-es' ആയി മാറുന്നു എന്നു കാണാം. ആംഗ്ലോ സാക്സണിൽ ഇത് '-as' ആയിരുന്നു. ഫ്രെഞ്ച് നാമങ്ങളുടെ ബഹുവചനം രൂപപ്പെടുത്തിയിരു ന്നതും ഇതേ രീതിയിലായിരുന്നു എന്നതുകൂടി ഈ മാറ്റത്തെ സഹായി ച്ചിട്ടുണ്ടാകാം. ചോസർ ഈ രീതിയാണവലംബിക്കുന്നതെങ്കിലും ചില സന്ദർഭങ്ങളിൽ 'en' ഉപയോഗിക്കുന്നുണ്ട്. ഇങ്ങനെയുള്ള ബഹുവചന രൂപങ്ങളിൽ ഇന്ന് നിലനിൽക്കുന്നത് oxen, children, brethren, chicken എന്നിവയാണ്.

ക്രിയാപദങ്ങൾക്ക് സംഭവിച്ച മാറ്റങ്ങളിലൊന്ന്, പഴയ ഇംഗ്ലീഷിൽ നിന്നുള്ള '-an' എന്നതിനുപകരം അവയെല്ലാം '-en'-ൽ അവസാനി ക്കുന്നു എന്നതാണ്. തന്നെയുമല്ല, അവയ്ക്കു മുൻപിൽ 'to' എന്നു കൂടി ചേർക്കുന്ന സമ്പ്രദായം നിലവിൽ വന്നു. പിന്നീട് '-en' ഉപേക്ഷി ക്കപ്പെട്ടു. അങ്ങനെ നമുക്ക് പുതിയ to take, to get, to give, to have എന്നിങ്ങനെയുള്ള ക്രിയാരൂപങ്ങൾ ഉണ്ടായി. ഈ ഒരു പ്രക്രിയയിലും ഫ്രെഞ്ച് സ്വാധീനം കാര്യങ്ങൾ എളുപ്പമാക്കി. ഇൻഫ്ളെക്ഷനുകൾ ഒന്നൊന്നായി കുറഞ്ഞുവന്നതും ഭാഷയെ ലളിതമാക്കാൻ സഹായിച്ച ഒരു പ്രധാന ഘടകമാണ്. നാമപദങ്ങളുടെ അവസാനം വിളക്കിച്ചേർത്ത ഇവ അപ്രത്യക്ഷമായതോടെ ഇംഗ്ലീഷ് ഭാഷ കൂടുതൽ ലളിതമായി എന്നാണ് ഓട്ടോ ജെസ്പേഴ്സണെപ്പോലുള്ള ഭാഷാശാസ്ത്രജ്ഞരുടെ അഭിപ്രായം. ക്ക്, നു, ഉടെ, ന്റെ എന്നീ പ്രത്യയങ്ങൾക്ക് മലയാളത്തി ലുള്ള അതേ ധർമമാണ് ഇംഗ്ലീഷിലുമുള്ളത്. കേസുകൾ (case: nomi- native, objective, reflexive, possessive, dative) എന്നറിയപ്പെടുന്ന ഇവ യിൽ 's' എന്ന പ്രയോഗത്തിലൂടെ ഉടമസ്ഥാവകാശം സൂചിപ്പിക്കുന്ന possessive കേസ് മാത്രമാണ് അപ്രത്യക്ഷമാകാതിരുന്നത്.

പഴയ ഇംഗ്ലീഷിൽ ലിംഗസൂചനകൾ നൽകിയിരുന്ന വ്യാകരണരൂ പങ്ങൾക്ക് യുക്തിയില്ലായിരുന്നു എന്നു നാം നേരത്തെ മനസിലാക്കിയ താണല്ലോ. ആ രീതി മാറി സന്ദർഭം നൽകുന്ന അർഥസൂചനകൾക്കനു സരിച്ച് ലിംഗസൂചന മനസിലാക്കുന്ന സമ്പ്രദായം മധ്യകാലത്തും നില വിൽ വന്നു. ഉച്ചാരണത്തിനനുസരിച്ച് സ്പെല്ലിങ് ഉപയോഗിക്കുന്ന പ്രവ ണതയും കൂടിക്കൂടി വന്നു. ഇതുമായി ബന്ധപ്പെട്ടുള്ള മറ്റൊരു കാര്യം

'she' എന്ന പദത്തിന്റെ ഉപയോഗം തുടങ്ങുന്നത് ഇക്കാലത്താണ് എന്ന താണ്. ഇതിനു തത്തുല്യമായ പഴയ ഇംഗ്ലീഷ് വാക്ക് 'heo' ആയിരുന്നു.

ഉച്ചാരണത്തിന്റെ മാറ്റങ്ങളെക്കുറിച്ച് വിശദമാക്കുക പ്രയാസമാണ്. കാരണം അത് സംസാരരീതിയുമായി ബന്ധപ്പെട്ടതാണ് എന്നതുതന്നെ. അന്ന് ഇംഗ്ലണ്ടിലെ വിവിധ മേഖലകളിലുള്ളവർ എങ്ങനെയാണ് ഉച്ചരി ച്ചിരുന്നത് എന്നറിയാനുള്ള രേഖാമൂലമായ തെളിവുകളൊന്നും ലഭ്യമ ല്ല. മറ്റു പ്രശ്നങ്ങളെക്കുറിച്ച് ലഭ്യമായ രേഖകൾ വിശകലനം ചെയ്ത് ചില നിഗമനങ്ങളിൽ എത്താനാകും. ഉച്ചാരണത്തെക്കുറിച്ച് മൂർത്തമായ തെളിവുകളില്ല എന്നു മാത്രമല്ല വിവിധ പ്രദേശങ്ങളിലുള്ളവർ വ്യത്യസ്ത രീതികളിലാണു വാക്കുകൾ ഉച്ചരിച്ചിരുന്നത്. ഇംഗ്ലീഷിന്റെ കാര്യത്തിൽ മാത്രമല്ല മലയാളമുൾപ്പെടെ ഏതു ഭാഷയുടെ കാര്യത്തിലും ഉച്ചാരണ ത്തിൽ പ്രാദേശികമായ ധാരാളം വ്യത്യാസങ്ങൾ ഉണ്ടാകും. അത് എന്തു കൊണ്ട് എന്ന ചോദ്യത്തിനു വ്യക്തമായ ഉത്തരങ്ങളൊന്നും ലഭിക്കു മെന്നു തോന്നുന്നില്ല. എങ്കിലും ചില വസ്തുതകൾ നമുക്ക് ചൂണ്ടിക്കാ ണിക്കാവുന്നതാണ്.

മധ്യകാല ഇംഗ്ലീഷിന് ഒരു മാനകരൂപ(standard form)മുണ്ടായിരു ന്നില്ല. ആധുനിക ഇംഗ്ലീഷ് ഭാഷയുടെ വികാസത്തിന് ഏറ്റവുമധികം സഹായിച്ചത് ലണ്ടനിലെ മധ്യവർഗം ഉപയോഗിച്ചിരുന്ന ഇംഗ്ലീഷ് ഭാഷ അതിന്റെ മാനകരൂപമായി അംഗീകരിക്കപ്പെട്ടു എന്നതാണ്. മാനകരൂപ മായി അംഗീകരിക്കപ്പെട്ട ഒരു ലിഖിത ഭാഷ ഇല്ലാതിരുന്നതിനു കാരണം മധ്യകാലഘട്ടത്തിൽ ഇംഗ്ലീഷിനു വലിയ സാമൂഹ്യപദവിയൊന്നും ഉണ്ടാ യിരുന്നില്ല എന്നതാണ്. ഉന്നതമായ സാമൂഹികാംഗീകാരമുള്ള ഒരു ഭാഷാ രൂപമില്ലാ തിരുന്നതിനാൽ ഓരോ പ്രദേശത്തെയും ആളുകൾ അവർക്കി ഷ്ടമുള്ള ഭാഷാരൂപം ഉപയോഗിച്ചുപോന്നു. ഓരോ എഴുത്തുകാരും തങ്ങൾക്കിഷ്ടമുള്ളതും വശമുള്ളതുമായ ഭാഷാരൂപം അവരുടെ രചന കളിൽ ഉപയോഗിച്ചു.

പുരാതന ഇംഗ്ലീഷ് ഭാഷയുടെ കാലത്ത് മൂന്നു വ്യത്യസ്ത പ്രാദേ ശിക രൂപങ്ങൾ (വെസ്റ്റ് സാക്സൺ, കെന്റീഷ്, ആംഗ്ലിയൻ) ഉണ്ടായിരു ന്നുവെങ്കിൽ മധ്യകാലമാകുമ്പോഴേക്കും ചുരുങ്ങിയത് അഞ്ചു പ്രാദേശിക രൂപങ്ങളെങ്കിലും ഇംഗ്ലീഷിലുണ്ടായിരുന്നുവെന്ന് ചരിത്രകാരന്മാർ അഭി പ്രായപ്പെടുന്നു. 1. സൗത്ത് വെസ്റ്റേൺ അഥവാ സൗത്ത്. ഇത് പുരാതന ഇംഗ്ലീഷിലെ വെസ്റ്റ് സാക്സൺ രൂപത്തിന്റെ തുടർച്ചയാണ്. 2. സൗത്ത് ഈസ്റ്റേൺ. ഇത് പുരാതന ഇംഗ്ലീഷിലെ കെന്റീഷിന്റെ തുടർച്ച. 3.ഈസ്റ്റ് മിഡ്‌ലാന്റ്. 4. വെസ്റ്റ് മിഡ്‌ലാന്റ് 5. നോർത്തേൺ. ഇത് ഹംബറിനു വ ക്കുള്ള പ്രദേശത്തെ ആൾക്കാർ ഉപയോഗിച്ചിരുന്നത്. ഭാഷാശാസ്ത്രകാ രന്മാരുടെ അഭിപ്രായത്തിൽ ദക്ഷിണമേഖലയിലെ മധ്യകാല ഭാഷാരൂപ ങ്ങൾ പൊതുവെ യാഥാസ്ഥിതികവും (അതായത്, ഘടനാപരമായും ഉച്ചാ രണപരമായും അവ പുരാതന ഇംഗ്ലീഷിന്റെ സ്വഭാവങ്ങൾ തുടർന്നുപോ

രുന്നവയാണ്) വടക്കൻ പ്രദേശങ്ങളിലേത് പുരോഗമനാത്മകവുമായിരു
ന്നു. ഇംഗ്ലണ്ടിന്റെ വിവിധ ഭാഗങ്ങളിൽ ഭാഷയുടെ ഉച്ചാരണത്തിനു വന്ന
മാറ്റങ്ങൾക്കനുസൃതമായാണു മധ്യകാലഘട്ടത്തിലെ ഭാഷാരൂപങ്ങളുടെ
ഭേദങ്ങളെ തരംതിരിച്ചിട്ടുള്ളത്. ഘടനാപരമായ വ്യത്യാസങ്ങൾ ബി
വെർബിന്റെ (be- verb) വിവിധരൂപങ്ങളിലുള്ള വ്യത്യാസങ്ങളുടെയും,
വർത്തമാനകാല ക്രിയാരൂപങ്ങളിലുള്ള വ്യത്യാസങ്ങളുടെയും സർവനാ
മങ്ങളുടെ വ്യത്യാസങ്ങളുടെയും അടിസ്ഥാനത്തിലുമാണു വേർതിരിക്ക
പ്പെട്ടിട്ടുള്ളത്.

ഡാനിഷ് വംശജർ തങ്ങൾക്കൊപ്പം കൊണ്ടുവന്ന ഭാഷയിൽ നിന്ന്
ഇംഗ്ലീഷ് ഭാഷയിലേക്ക് കടന്നുവരുകയും ഇപ്പോഴും അതിൽ നിലനിൽക്കു
ന്നതുമായ ചില പദങ്ങളാണ് get, take, they, them, big, husband, sister,
knife, haven, skipper എന്നിവ. ഉച്ചാരണത്തിന്റെ കാര്യത്തിലും ഈ
സ്വാധീനം ഇംഗ്ലീഷ് ഭാഷയിൽ പ്രവർത്തിച്ചിട്ടുണ്ട്. ഉദാഹരണത്തിനു പല
ശബ്ദങ്ങളും കൂടുതൽ കഠിനമായ രീതിയിൽ ഉച്ചരിക്കുന്ന പ്രവണത
ഡാനിഷ് സ്വാധീനത്തിൽ നിന്നുണ്ടായതാണ്. അങ്ങനെയാണ് ഇംഗ്ല
ണ്ടിന്റെ വടക്കും കിഴക്കും ഭാഗങ്ങളിൽ 'c' എന്ന അക്ഷരം 'ക്' ആയും
'g' എന്നത് 'ഗ്' ആയും ഉച്ചരിക്കുന്നത്. തെക്കർ ഇത് 'gem' എന്ന
വാക്കിലെ ആദ്യത്തെ അക്ഷരം ഉച്ചരിക്കുന്നതുപോലെയാണുച്ചരിക്കുന്ന
ത്. പഴയ ഇംഗ്ലീഷിൽ 'dream' എന്ന പദത്തിന് ഇന്നത്തെ 'joy' എന്ന
പദം നൽകുന്ന അർഥമായിരുന്നു. ഇന്ന് നാം ആ വാക്കിനു കൊടുക്കുന്ന
അർഥം ഈ നോഴ്സ് സ്വാധീനത്തിൽ നിന്നാണുണ്ടാകുന്നത്.

വില്യമിന്റെ പടയോട്ടം ഇംഗ്ലണ്ടിന്റെ സാമൂഹിക രാഷ്ട്രീയ ചരിത്ര
ത്തിൽ ഒരു നാഴികക്കല്ലാണെങ്കിലും ഇംഗ്ലീഷ് ഭാഷയുടെ ചരിത്രത്തിൽ
അതിനു വിപ്ലവകരമായ മാറ്റങ്ങളൊന്നും വരുത്താൻ കഴിഞ്ഞിട്ടില്ല എന്നു
കരുതുന്ന ചരിത്രകാരന്മാരുമുണ്ട് എന്ന് നേരത്തെ സൂചിപ്പിച്ചുവല്ലോ. അവ
രുടെ അഭിപ്രായത്തിൽ അതിന്റെ മുഖ്യ ഫലങ്ങൾ ഏറ്റവും കൂടുതൽ
ഇംഗ്ലീഷ് പദാവലിയിലാണു കാണുവാൻ സാധിക്കുന്നത്. മധ്യകാല ഇംഗ്ലീ
ഷിന്റെ ഒരു പ്രമുഖ സവിശേഷതയായി പറയുന്നത് ശബ്ദങ്ങളിൽ വന്ന
മാറ്റങ്ങളാണ്. ഇവ ആരംഭിക്കുന്നത് മേൽപ്പറഞ്ഞ പടയോട്ടത്തിനുശേഷ
മാണെങ്കിലും അതിന്റെ ബീജങ്ങൾ വളരെമുമ്പു തന്നെ പാകിക്കഴിഞ്ഞി
ട്ടുണ്ടായിരുന്നു. പന്ത്രണ്ടാം നൂറ്റാണ്ടിലും പതിമൂന്നാം നൂറ്റാണ്ടിലുമുള്ള
ഗ്രന്ഥങ്ങളിൽ കാണുന്ന ഭാഷാശാസ്ത്രപരമായ പ്രതിഭാസങ്ങൾ ഈ
ബീജങ്ങൾ വളർന്നുണ്ടായവയാണെന്നാണ് ഈ വിഭാഗം പണ്ഡിതർ പറ
യുന്നത്. തന്നെയുമല്ല ഇത്തരമൊരു പടയോട്ടം ഇല്ലായിരുന്നെങ്കിൽ
ഇംഗ്ലീഷ് ഭാഷയിലെ ശബ്ദങ്ങളുടെ ചരിത്രം മറ്റൊന്നാകുമായിരുന്നുവെന്നു
കരുതാൻ മതിയായ ന്യായങ്ങളില്ല എന്നും ഇവർ പറയുന്നു. ഇംഗ്ലീഷ്
ഭാഷയുടെ ബാഹ്യരൂപവും ആന്തരികഘടനയും അതിന്റെ ആരംഭം
മുതൽ തന്നെ നിരന്തരമായി മാറിക്കൊണ്ടിരുന്നു. നോർമൻ പടയോട്ടം

അതിനു ഭംഗംവരുത്തുകയോ പുതിയൊരു കാലം എഴുതിച്ചേർക്കുകയോ ഉണ്ടായില്ല. വില്യം ജനിക്കുന്നതിനുമുൻപു തന്നെ ആരംഭിച്ച ഒരു പ്രക്രി യയുടെ സ്വാഭാവിക പരിണാമം മാത്രമായിരുന്നു മധ്യകാലഘട്ടത്തിൽ ഇംഗ്ലീഷ് ഭാഷയിലെ ശബ്ദങ്ങൾക്ക് വന്ന മാറ്റങ്ങൾ എന്നാണിവരുടെ മതം.

ഫ്രെഞ്ചുകാരുടെ വരവിനു ശേഷം 70–90 വർഷങ്ങൾ കഴിഞ്ഞ് എഴു തപ്പെട്ട *പീറ്റർബറോ ക്രോണിക്കിളിന്റെ* അവസാനഭാഗങ്ങൾ എഡ്വേഡ് രാജാവിന്റെ കാലത്ത് (1043–66) രചിക്കപ്പെട്ട *ചാർട്ടറുകളുമായോ* വില്യ മിന്റെ ഇംഗ്ലീഷ് *ചാർട്ടറുകളുമായോ* താരതമ്യം ചെയ്താൽ അവ തമ്മി ലുള്ള വ്യത്യാസങ്ങൾ നമ്മെ അത്ഭുതപ്പെടുത്തും. ഈ ചാർട്ടറുകൾ പഴയ ഇംഗ്ലീഷിൽ എഴുതപ്പെട്ടവയാണ്. എന്നാൽ മേൽപ്പറഞ്ഞ *ക്രോണിക്കി ളിന്റെ* ഭാഷ തികച്ചും വ്യത്യസ്തമാണ്. സാമ്പ്രദായികമായ പഴയ ഇംഗ്ലീഷ് സ്പെല്ലിങ്ങുകൾ മിക്കവാറും ഉപേക്ഷിക്കപ്പെട്ടിരിക്കുന്നു. പുതിയ രീതി യിലുള്ള ഉച്ചാരണത്തിനുവേണ്ടിയുള്ള ശ്രമങ്ങൾ പ്രകടമായി കാണാം. ഡെഫനിറ്റ് ആർട്ടിക്കിളിന്റെ (definite article - 'the') പ്രയോഗം ആധു നിക 'she' എന്ന പേഴ്സണൽ പ്രോനൗണിന്റെ ആദി രൂപമായ "heo"നു പകരം പുതിയ "scae"ടെ പ്രയോഗം; വാക്യഘടനയുടെ വ്യത്യാസം ഇങ്ങ നെ, വിവിധ രീതിയിലുള്ള വ്യത്യാസങ്ങൾ അസാധാരണമായ വേഗത യിൽ ഭാഷയിൽ കടന്നുകൂടിയതെങ്ങനെയെന്നു നമുക്കു തോന്നാം. ഇംഗ്ലീഷ് സമൂഹത്തെ അടിമുടി ഉലച്ച ഫ്രെഞ്ച് അധിനിവേശമായിരിക്കില്ലേ ഈ മാറ്റങ്ങൾക്ക് കാരണമെന്ന് സ്വാഭാവികമായും ചിന്തിക്കാവുന്നതാ ണ്. 1066നു മുൻപുള്ള മുന്നൂറ്റി അൻപത് വർഷങ്ങളിൽ സംഭവിച്ചതിനെ ക്കാൾ കൂടുതൽ മാറ്റങ്ങൾ നൂറുവർഷങ്ങൾക്കുള്ളിൽ എങ്ങനെ സംഭ വിച്ചു എന്ന് ആർക്കും സംശയിക്കാവുന്നതാണ്.

ഈ ചോദ്യങ്ങൾക്കുള്ള ഉത്തരം വളരെ ലളിതമാണ് എന്ന് ഈ പണ്ഡിതർ പറയുന്നു. ഫ്രെഞ്ച് പടയോട്ടം ഇംഗ്ലീഷ് ഭാഷയിൽ പെട്ടെ ന്നൊരു മാറ്റം സൃഷ്ടിച്ചില്ല. പക്ഷേ അത് സാമ്പ്രദായിക ഇംഗ്ലീഷ് ഗദ്യ സാഹിത്യത്തിന്റെ മരണത്തിനു കാരണമാക്കി. സംസാരഭാഷയാകട്ടെ മുൻ പറഞ്ഞ *ചാർട്ടറുകളിൽ* കാണുന്ന ലിഖിതരൂപത്തെക്കാൾ മുന്നോട്ടു പോയിരുന്നു. എന്നാൽ എഴുത്തുകാർ യാഥാസ്ഥിതികരായിരുന്നതിനാൽ സമകാലികമായ സംസാരഭാഷയോട് കൂറു പുലർത്തുന്നതോ അതിനെ പ്രതിനിധാനം ചെയ്യുന്നതോ ആയ തരത്തിലല്ല എഴുതിയിരുന്നത്. എഴു ത്തിൽ അവർ പഴയ രീതി തന്നെ പിൻതുടരുകയും ഒരു പക്ഷേ നൂറു വർഷം മുൻപ് നിലനിന്നിരുന്ന ഭാഷയുടെ പ്രതിഫലനമായി അത് തുട രുകയും ചെയ്തു. സംസാരഭാഷയുടെ യാഥാർഥചിത്രം ലിഖിതരൂപ ത്തിൽ പ്രതിഫലിപ്പിക്കാൻ കഴിയാതിരുന്നതുപോലെതന്നെ സാഹിത്യ കൃതികളിലെ വാക്യഘടനയും ശൈലിയും സാഹിത്യരൂപങ്ങളുടെ പഴയ മാതൃകകളെ അടിസ്ഥാനമാക്കിയുള്ളതായിരുന്നു. ഫ്രെഞ്ചുകാരുടെ വര

വിനുശേഷം ഇംഗ്ലീഷ് പഠനം വളരെ താഴ്ന്ന നിലവാരത്തിലേക്കു പോയി. ഉയർന്നതലത്തിലുള്ള പുരോഹിതരെല്ലാം ഫ്രെഞ്ചുകാരായിരുന്നു. പണ്ഡി തരെ സംബന്ധിച്ചിടത്തോളം ഇംഗ്ലീഷ് ഭാഷയും സാഹിത്യവും സംസ്കാ രശൂന്യരായ ഒരു വർഗത്തിന്റെതായിരുന്നതിനാൽ അത് പഠനത്തിനർഹ മായിരുന്നില്ല. എഴുത്തിന്റെ കലയിൽ വ്യാപരിക്കുന്ന ഇംഗ്ലീഷുകാരും വളരെ വിരളമായിരുന്നു. അങ്ങനെ ചെയ്തിരുന്ന വരേണ്യവർഗത്തിൽപ്പെട്ട വർക്കാകട്ടെ ഭരണവർഗത്തിന്റെ ഭാഷയായ ഫ്രെഞ്ച് പഠിക്കാനുള്ള അവ സരവുമുണ്ടായിരുന്നു. രേഖകൾ തയ്യാറാക്കുവാൻ ഇംഗ്ലീഷ് വിരളമായി മാത്രമേ ഉപയോഗിച്ചിരുന്നുള്ളൂ. അങ്ങനെ ഇംഗ്ലീഷ് ഗദ്യശൈലിയുടെ തുടർച്ചയ്ക്കു ഭംഗം വന്നു. അവഗണനയുടെ അരനൂറ്റാണ്ടിലേറെക്കാല ത്തിനു ശേഷം ഇംഗ്ലീഷുകാർ വീണ്ടും എഴുതുവാൻ മുതിർന്നപ്പോൾ, തങ്ങളുടെ ചിന്തകൾക്ക് അക്ഷരങ്ങളുടെ രൂപംനൽകാൻ ശ്രമിച്ചപ്പോൾ, ഒരു ഇംഗ്ലീഷ് ഗദ്യശൈലി അവർക്ക് പുതുതായി രൂപപ്പെടുത്തേണ്ടതായി വന്നു. അതിന് അവർക്കു മുന്നിലുണ്ടായിരുന്ന മാതൃകകൾ ഏതൊക്കെ യായിരുന്നു? ചരിത്രത്തിന്റെ ഭാഗമായിക്കഴിഞ്ഞ, യാഥാർഥ്യത്തിൽ നിന്നു വളരെ അകലെയായിരുന്ന ഒരു പഴഞ്ചൻ ശൈലി. പന്ത്രണ്ടാം നൂറ്റാണ്ടിൽ സംസാരിച്ചിരുന്ന ഇംഗ്ലീഷിനാവശ്യമായ രീതിയിലുള്ള സ്പെല്ലിങ്ങ് സംവിധാനമായിരുന്നില്ല നിലവിലുണ്ടായിരുന്നത്. അപ്പോൾ സാധ്യമായി രുന്നത് കഴിയാവുന്ന രീതിയിൽ ചിന്തകൾക്ക് സംസാരഭാഷയിൽ തന്നെ വാക്യത്തിന്റെ രൂപംനൽകുക എന്നായിരുന്നു.

ഇത്തരമൊരു വിശദീകരണത്തിൽ നിന്നു നമുക്കു മനസിലാക്കാ നാവുന്ന ഒരു കാര്യമിതാണ്: ഫ്രെഞ്ച് അധിനിവേശത്തിനു ശേഷവും അതിനുമുമ്പുള്ള ഇംഗ്ലീഷ് ഭാഷകൾ തമ്മിലുണ്ടെന്നു തോന്നുന്ന അന്തരം യാഥാർഥ്യമേ അല്ല എന്നു വാദിക്കുന്നവരുമുണ്ട്. അവർ പറയുന്നത്, കുറെ ക്കാലത്തെ സാഹിതീയമായ പ്രോത്സാഹനക്കുറവും അവഗണനയും സൃഷ്ടിച്ച സ്വാഭാവിക സാഹചര്യങ്ങളുടെ ഫലമാണ് ഇതെന്നാണ്. ഈ മാറ്റത്തിനു മുന്നോടിയായിവരുന്ന കാലഘട്ടത്തിലെ രേഖകൾ അക്കാ ലത്തെ സംസാരഭാഷയുടെ കുറച്ചുകൂടി വിശ്വസനീയമായ ഒരു ചിത്രം നമുക്കു തരും. പഴയ ഇംഗ്ലീഷ് ഭാഷയുടെ അവസാനകാലത്തെ കാവ്യ ഭാഷയും മധ്യകാലഘട്ടത്തിലെ ആദ്യകാലത്തെ കാവ്യ ഭാഷയും തമ്മിൽ ഈ കാലഘട്ടത്തിലെ തന്നെ ഗദ്യഭാഷകൾ തമ്മിലുള്ള ഇടർച്ചയ്ക്കു പകരം ഒരു തുടർച്ച കാണാനാകുമെന്നും ചില ഭാഷാചരിത്രകാരന്മാർ അഭിപ്രായപ്പെടുന്നുണ്ട്.

മധ്യകാല ഇംഗ്ലീഷ് രേഖകളുടെ ഉപരിതലസ്പർശിയായ ഒരു സർവെ നടത്തുന്ന ഏതൊരാൾക്കും തോന്നാവുന്ന ഒരു സംഗതിയുണ്ട്. ഫ്രെഞ്ചുകാരുടെ വരവിനു മുമ്പ് ഇംഗ്ലീഷ് ഭാഷയിലുണ്ടായിരുന്ന നാല ഞ്ചു ഭാഷാഭേദങ്ങളുമായി താരതമ്യം ചെയ്യുമ്പോൾ മധ്യകാല ഇംഗ്ലീ ഷിലെ ഭാഷാഭേദങ്ങൾ അസാധാരണമായി സമ്പന്നമായിരുന്നുവെന്ന്.

ഫ്രെഞ്ച് അധിനിവേശത്തിനു ശേഷം ഭാഷാവ്യതിയാനങ്ങളുണ്ടാകുന്ന പ്രക്രിയ അതിനു മുൻപുണ്ടായിരുന്ന കാലത്തേക്കാൾ സക്രിയമായിരുന്നു എന്നും, അതുകൊണ്ട് അക്കാലത്ത് കൂടുതൽ ഭാഷാഭേദങ്ങൾ ഉണ്ടായി എന്നും നാം ഈ വസ്തുതയുടെ അടിസ്ഥാനത്തിൽ ധരിക്കുന്നത് ശരി യായിരിക്കില്ല.

ഇത് ശരിയല്ലെങ്കിൽ പഴയ ഇംഗ്ലീഷ് ഭാഷയിൽ താരതമ്യേന കാണുന്ന ഐകരൂപ്യത്തെ നാം എങ്ങനെ വിശദീകരിക്കും?: ഹെൻറി സെസിൽ വൈൽഡ് അത് വിശദീകരിക്കുന്നതിങ്ങനെയാണു: പാശ്ചാത്യ സാക്സൺ രചനാ പാരമ്പര്യത്തിന്റെ ശക്തിയിൽ നിന്നാണിതുണ്ടാകു ന്നത്. ചെറിയ വ്യത്യാസങ്ങളുള്ള സംസാരരൂപങ്ങളെ സാഹിത്യപരമായ ലക്ഷ്യങ്ങൾക്കു വേണ്ടി ഏകരൂപമായി പരിഗണിച്ച് അതിനനുസൃതമായി എഴുതുകയും ചെയ്തു. ഇത്തരമൊരു നിയന്ത്രണം മധ്യകാല ഇംഗ്ലീ ഷിൽ ഒരു നീണ്ട കാലത്തേക്ക് ഉണ്ടായിരുന്നില്ല. ഓരോ എഴുത്തുകാ രനും അയാൾക്ക് ശരിയെന്നു തോന്നിയ രീതിയിൽ സ്പെല്ലിങ്ങും മറ്റും രൂപപ്പെടുത്തി പലപ്പോഴും ഒരു രചനയിൽ തന്നെ പലയിടത്തും ഒരു വാക്കിനു തന്നെ വ്യത്യസ്തങ്ങളായ സ്പെല്ലിങ് ഉപയോഗിച്ചിട്ടുള്ളതായി കാണാം. വ്യക്തിയുടെ ഇഷ്ടാനിഷ്ടങ്ങൾക്കനുസരിച്ച് എഴുതുന്ന ഈ സമ്പ്രദായത്തിനു പിന്നീട് അറുതി വരുന്നതായും നമുക്കു കാണാം. പ്രാദേ ശികമായി നിലനിന്നിരുന്ന ഭാഷാഭേദങ്ങളോട് നീതി പുലർത്തുന്നതായി രുന്നു ഈ രചനകളെങ്കിലും ഉള്ളതിനേക്കാൾ കൂടുതൽ ഭാഷാഭേദങ്ങൾ നിലവിലുണ്ടായിരുന്നുവെന്ന പ്രതീതി അവ സൃഷ്ടിക്കുന്നുണ്ട്. സ്പെല്ലിങ്ങിലുള്ള ഈ അസ്ഥിരതയാണിതിനു കാരണമെന്നും സെസിൽ വൈൽഡ് പറയുന്നു.

മധ്യകാല ഇംഗ്ലീഷിലെ ശബ്ദങ്ങളും അവയെ അക്ഷരങ്ങളിലൂടെ ആവിഷ്കരിക്കുന്ന രീതികളും തമ്മിൽ വേർതിരിക്കേണ്ടത് അത്യാവശ്യ മാണു. സ്പെല്ലിങ്ങിലുള്ള വ്യത്യാസം ഉച്ചാരണത്തിലുള്ള വ്യത്യാസത്തെ യാണു കാണിക്കുന്നതെന്നു പറയുക വയ്യ. പഴയകാല സ്പെല്ലിങ്ങിനു മാറ്റമില്ലാതെ തുടരുന്നതുകൊണ്ട് അത് സൂചിപ്പിക്കുന്ന ശബ്ദം പഴയ തുതന്നെയാണെന്നു പറയുക വയ്യ. ഈ മാറ്റങ്ങൾ എണ്ണത്തിലും വണ്ണ ത്തിലും ഉണ്ടായിട്ടുണ്ടെന്നു നമുക്കു കാണാം. ഇവ രണ്ടും ഒരുപോലെ പ്രധാനമാണ്. എണ്ണത്തിലുള്ള മാറ്റങ്ങളെ പൊതുവിൽ ഇങ്ങനെ വിശദ മാക്കാം. വ്യത്യസ്ത സാഹചര്യങ്ങളിൽ ഹ്രസ്വമായിരുന്ന ഒരു സ്വരം ദീർ ഘമാവുകയും ദീർഘമായിരുന്നത് ഹ്രസ്വമാവുകയും ചെയ്തു. ഇംഗ്ലീഷ് സ്പെല്ലിങ്ങിന്റെ ചരിത്രവും ഉച്ചാരണത്തിന്റെ ചരിത്രവും തികച്ചും ഭിന്ന മാണ്. സ്വരങ്ങളുടെ ഉച്ചാരണത്തിനുപോലും മധ്യകാലഘട്ടത്തിൽ മാറ്റ ങ്ങൾ സംഭവിച്ചിട്ടുണ്ട്.

മധ്യകാല ഇംഗ്ലീഷിലെ ശബ്ദങ്ങളുടെ സ്വഭാവത്തെക്കുറിച്ചും ഗുണ ത്തെക്കുറിച്ചുമുള്ള നമ്മുടെ ധാരണകൾ അക്കാലത്തെ വ്യത്യസ്തങ്ങ

ളായ പുസ്തകങ്ങളെയും, പഴയ ഇംഗ്ലീഷും, ആധുനിക ഇംഗ്ലീഷുമായും മറ്റു ജെർമാനിക് ഭാഷാരൂപങ്ങളുമായുള്ള താരതമ്യത്തിൽ നിന്നും, മധ്യ കാലത്തെ തന്നെ പ്രാസരൂപങ്ങളിൽ നിന്നുമൊക്കെയാണു രൂപപ്പെടുന്നത്. ഉദാഹരണത്തിന്, പഴയ ഇംഗ്ലീഷിലെ 'അ' എന്ന സ്വരം മധ്യകാല ഭാഷ യിൽ 'ഒ' ആയി രൂപാന്തരപ്പെടുന്നുണ്ട്. പൊതുവിൽ ഈ മാറ്റം സംഭവി ച്ചുവെങ്കിലും വടക്കൻ ഇംഗ്ലണ്ടിലെ ഭാഷാഭേദങ്ങളിൽ ഈ മാറ്റം കാണു ന്നില്ല എന്നും ഭാഷാപണ്ഡിതർ പറയുന്നു. ശബ്ദങ്ങൾക്ക് സംഭവിച്ച ഇത്തരം മാറ്റങ്ങളെക്കുറിച്ച് സെസിൽ വൈൽഡിന്റെ *ഇംഗ്ലീഷിന്റെ ലഘു ചരിത്രം* എന്ന പുസ്തകത്തിൽ വിശദമാക്കുന്നുണ്ട്. പഴയ ഇംഗ്ലീഷിൽ നിന്നു മധ്യകാല ഇംഗ്ലീഷിലെത്തുമ്പോൾ വാക്കുകൾക്ക് സംഭവിക്കുന്ന മാറ്റങ്ങൾക്കുദാഹരണമായി താഴെ കാണുന്ന പട്ടിക ശ്രദ്ധിക്കുക.

പഴയ ഇംഗ്ലീഷ്	മധ്യകാല ഇംഗ്ലീഷ്	ആധുനിക ഇംഗ്ലീഷ്
Faeder	fader	father
Hara	hare	hare
Beran	beren	bear
Stelan	stelen	steal
Smoca	smoke	smoke
Hopa	hope	hope
Wicu	weke	week
Wudu	wode	wood
Duru	dore	door
Lufu	love	love
Sumu	some	some

മുകളിൽ കൊടുത്തിരിക്കുന്ന പട്ടികകളിൽ നിന്നും നമുക്കു മനസി ലാക്കാവുന്ന ഒരു കാര്യം മധ്യകാല ഇംഗ്ലീഷ് ഭാഷയിൽ പല സ്വര ങ്ങൾക്കും അവയുടെ മൗലികമായ ഉച്ചാരണങ്ങളിൽ നിന്ന് മാറ്റം സംഭ വിച്ചിട്ടുണ്ട് എന്നാണ്. അവയിൽ പലതും ഇന്ന് നാം ഉപയോഗിക്കുന്ന സ്പെല്ലിങ്ങുകളുമായും ഉച്ചാരണവുമായും അടുത്തു നിൽക്കുന്നവയാണ് എന്നതും വ്യക്തമാണ്. എന്നാൽ ഒരു സ്വരത്തിനു സംഭവിച്ചിരിക്കുന്ന ഉച്ചാരണമാറ്റത്തിനു പ്രത്യക്ഷമായ തെളിവുണ്ടെങ്കിൽ അത് മറ്റു പല സ്വരമാറ്റങ്ങൾക്കും പരോക്ഷമായ തെളിവുകൂടിയാണ്. ഭാഷാശാസ്ത്ര കാരന്മാരുടെയും ഭാഷാചരിത്രകാരന്മാരുടെയും അഭിപ്രായത്തിൽ പതി നഞ്ചാം നൂറ്റാണ്ടിന്റെ മൂന്നാം പാദത്തോടുകൂടി മധ്യകാല ഉച്ചാരണരീ തികളെല്ലാം മാറുകയും ഇന്ന് നമുക്ക് സുപരിചിതമായ ആധുനിക ഉച്ചാ രണ സമ്പ്രദായം ഏറിയകൂറും വികസിക്കുകയും ചെയ്തിരുന്നു. പതി നാറാം നൂറ്റാണ്ടിന്റെ ആരംഭത്തോടെ മാനക ഇംഗ്ലീഷ് (Standard English) ഭാഷയുടെ സ്വരശബ്ദങ്ങളെല്ലാം വികാസം പ്രാപിച്ചിരുന്നുവെന്നും ഇവർ

ചൂണ്ടിക്കാണിക്കുന്നു. ഇന്ന് ഇംഗ്ലീഷ് ഭാഷയിൽ പ്രയോഗത്തിലുള്ള ശബ്ദങ്ങളെല്ലാം പരിപൂർണമായും ഇതേപടി അക്കാലത്ത് തന്നെ വികസിച്ചതാണെന്നല്ല ഇപ്പറഞ്ഞതിനർഥം. ഇന്ന് നമ്മൾ ഉപയോഗിക്കുന്ന സ്വര വ്യഞ്ജനങ്ങൾ ഏറെക്കുറെ ഇന്നത്തെ രീതിയിൽ തന്നെ അന്ന് ഉപയോഗിക്കപ്പെടുവാൻ തുടങ്ങിയിരുന്നു എന്നാണ്.

പതിനഞ്ചാം നൂറ്റാണ്ടിൽ പ്രാദേശിക ഭാഷാഭേദങ്ങൾ ക്രമേണ ലിഖിതരൂപങ്ങളിൽ നിന്ന് അപ്രത്യക്ഷമാകാൻ തുടങ്ങുന്നുണ്ട് – സാഹിത്യ രചനകൾ എന്നു വിളിക്കുന്നവയിൽ നിന്നു മാത്രമല്ല സ്വകാര്യ ആവശ്യങ്ങൾക്കായുള്ള രേഖകളിൽ നിന്നുകൂടി. ലണ്ടൻ നഗരത്തിൽ വികസിച്ച ഭാഷയ്ക്ക് വ്യാപകമായ അംഗീകാരവും സ്വീകാര്യതയും ലഭിക്കുകയും ക്രമേണ അത് മാനകഭാഷയുടെ അധീശത്വം നേടുകയും ചെയ്തു. പതിനഞ്ചാം നൂറ്റാണ്ട് അവസാനിക്കുന്നതിനു മുൻപ് ഈ ലണ്ടൻ ഇംഗ്ലീഷാണു രാജ്യമൊട്ടുക്കും എല്ലാ ആവശ്യങ്ങൾക്കും എല്ലാ ലിഖിത രൂപങ്ങളിലും ഉപയോഗിക്കപ്പെട്ടിരുന്നത്. ഇങ്ങനെ ലണ്ടൻ നഗരത്തിൽ ഉപയോഗിക്കപ്പെട്ടിരുന്ന ഭാഷയ്ക്ക് ഇത്രയധികം വ്യാപകമായ പ്രചാരണം ലഭിക്കുന്നതിനു പ്രധാന കാരണം അച്ചടിയുടെ പ്രചാരമാണ്. അച്ചടി പ്രചാരത്തിൽ വന്നതോടെ കൃതികൾക്കും വായനയ്ക്കും പ്രചാരം ലഭിച്ചപ്പോൾ മേൽപ്പറഞ്ഞ മാനകഭാഷയുടെ പ്രചാരം കൂടുതൽ എളുപ്പമായി എന്നത് ശരിയാണെങ്കിലും കാക്സ്റ്റൺ കണ്ടുപിടിച്ച അത്ഭുത യന്ത്രത്തിന്റെ പ്രവർത്തനങ്ങൾ വ്യാപകമാകുന്നതിനു മുമ്പു തന്നെ ആ പ്രക്രിയ ആരംഭിച്ചിരുന്നുവെന്നാണു പൊതുഅഭിപ്രായം. പ്രാദേശിക ഭാഷാഭേദങ്ങളുടെ അനുരണനങ്ങൾ ഏതാണ്ടൊഴിവാക്കിക്കൊണ്ട് രചിക്കപ്പെട്ട എക്സെറ്റർ പട്ടണത്തിന്റെ മേയറായിരുന്ന ജോൺ ഷില്ലിങ്ഫോർഡിന്റെ കത്തുകളും (1447–50) സർ ജോൺ ഫോർട്ടെസ്ക്യൂവിന്റെ *ദി ഗവേണൻസ് ഓഫ് ഇംഗ്ലണ്ട്* (1471–76) എന്ന കൃതിയും മാനകഭാഷയായി വളർന്ന ലണ്ടൻ നഗരത്തിലെ ഭാഷയാണുപയോഗിച്ചിട്ടുള്ളത് എന്ന കാര്യം ഇതിനുദാഹരണമായി ചൂണ്ടിക്കാണിക്കപ്പെടുന്നു. ആദ്യത്തേതിൽ ദക്ഷിണ പടിഞ്ഞാറൻ പ്രാദേശികതയുടെ ചില പ്രതിനിധാനങ്ങൾ കണ്ടെത്താനാകുമെങ്കിലും രണ്ടാമത്തേതിൽ പ്രാദേശികതയുടെ ഒരു ലക്ഷണവും കാണാനാവില്ല എന്നും ചൂണ്ടിക്കാണിക്കപ്പെടുന്നു. ഇങ്ങനെ കരുതുന്നവർ ഒരു പടികൂടി മുന്നോട്ടു പോയി ഇതുകൂടി പറഞ്ഞു വെയ്ക്കുന്നു. അച്ചടിയന്ത്രം കണ്ടുപിടിച്ചില്ലായിരുന്നുവെങ്കിലും സാമൂഹിക രാഷ്ട്രീയകാരണങ്ങൾ കൊണ്ടും ലണ്ടൻ നഗരത്തിന്റെ പ്രതാപം കൊണ്ടും അവിടുത്തെ ഭാഷാഭേദത്തോടുള്ള എഴുത്തുകാരുടെ ആഭിമുഖ്യം കൊണ്ടും അത് ഇത്ര വേഗത്തിലല്ലെങ്കിൽ കൂടി കാലക്രമേണ ഇംഗ്ലണ്ടിലെ മാനകഭാഷയായി വളരുമായിരുന്നു. അച്ചടിയന്ത്രം വരുന്നതിനു മുമ്പു തന്നെ തുടങ്ങിയ ഒരു പ്രക്രിയ ത്വരിതപ്പെടുത്തുവാൻ അത് സഹായിച്ചുവെന്നു മാത്രമെ പറയാനാകൂ എന്നാണിവർ പറയുന്നത്. അതിന്റെ ശരി

തെറ്റുകളൊന്നും നമ്മുടെ ചർച്ചാവിഷയമല്ല.

ഭാഷയുടെ മാനകീകരണം:

ഭാഷയുടെ ലിഖിതരൂപങ്ങളിൽ നിന്നു പ്രാദേശിക ഭാഷാഭേദങ്ങൾ അപ്രത്യക്ഷമായിത്തുടങ്ങിയെങ്കിലും സംസാരരീതികളിൽ ഇത് ഇപ്പോഴും തുടരുന്നുണ്ട്. എങ്കിൽത്തന്നെയും ഈ ഭാഷാഭേദങ്ങളിലും മാനകഭാഷ യുടെ സ്വാധീനം വളരെ പ്രകടമായിത്തന്നെ കാണാം. പദസഞ്ചയത്തിലും ഉച്ചാരണരീതികളിലും അവയുടെ വൈവിധ്യം ലോകത്തിന്റെ നാനാഭാ ഗങ്ങളിലും ഇംഗ്ലീഷ് സംസാരിക്കുന്നവർക്കിടയിൽ കേൾക്കാവുന്നതാണ്. മാനകഭാഷയുടെ ആവിർഭാവം പതിനഞ്ചാം നൂറ്റാണ്ടിലാണെന്നു സൂചി പ്പിച്ചുവല്ലോ. മാനകഭാഷ പ്രചാരം നേടിയതിനുശേഷവും ഭാഷ സംസാ രിക്കുന്നവർക്കിടയിൽ സംസാരരീതിയിലോ ഉച്ചാരണശൈലിയിലോ ശരി യായ രീതികളെന്നോ തെറ്റായ രീതികളെന്നോ ഉള്ള വകതിരിവുകൾക്ക് വലിയ പ്രാധാന്യമൊന്നും ലഭിച്ചില്ല. വിവിധ പ്രദേശങ്ങളിലുള്ളവർ ഈ ശരിതെറ്റുകളെക്കുറിച്ചൊന്നും ബോധവാന്മാരായിരുന്നില്ല. വരേണ്യവർഗ ത്തിനിടയിൽ അത്തരമൊരു ബോധം നിലനിന്നിരുന്നു എന്നുവേണം അനു മാനിക്കാൻ. കാരണം സർ. തോമസ് എലിയട്ട് തന്റെ *ഗവർണർ* എന്ന കൃതിയിൽ പ്രഭുകുടുംബങ്ങളിലെ കുട്ടികൾ തങ്ങളുടെ ആയമാരിൽ നിന്ന് തെറ്റായ ഉച്ചാരണ രീതികളും പ്രയോഗങ്ങളും ശീലിക്കുന്നുവെന്ന് പരാ തിപ്പെടുന്നുണ്ട്. ഇവിടെ ഒരു കാര്യം നാം ശ്രദ്ധിക്കേണ്ടതുണ്ട്. ഇന്നു നാം മനസിലാക്കുന്നതുപോലെ സ്വഭാവത്തിലും ഘടനയിലും ചിട്ടയുള്ള ഒരു മാനക ഭാഷയെക്കുറിച്ചുള്ള സങ്കൽപ്പം അന്നുണ്ടായിരുന്നില്ല. രാജ കൊട്ടാരത്തിലും പ്രഭുകുടുംബങ്ങളിലും ഗ്രാമീണശൈലിയിൽ സംസാ രിക്കുന്നതിൽ വലിയ പന്തികേടുണ്ടായിരുന്നില്ല. പ്രശസ്തനായ സർ.വാൾട്ടർ റാലി തന്റെ ജന്മനാടായ ഡെവോണിലെ ഉച്ചാരണരീതി യായിരുന്നു എലിസബത്ത് രാജ്ഞിയുടെ കൊട്ടാരത്തിൽ പിന്തുടർന്നി രുന്നത് എന്നത് പരക്കെ അറിയപ്പെടുന്നതാണ്. പക്ഷേ, കച്ചവടക്കാരുടെ ഭാഷാരീതിയോട് വരേണ്യവർഗം ഈ സഹിഷ്ണുത പ്രകടിപ്പിച്ചിരു ന്നുമില്ല.

നാടൻ ഭാഷാഭേദങ്ങൾ അപ്രത്യക്ഷമാകുവാൻ ഒരു കാരണം വിദ്യാ ഭ്യാസത്തിന്റെ പ്രചാരമാണ്. എങ്കിലും മറ്റു രീതിയിലുള്ള ഭാഷാഭേദങ്ങൾ ഇപ്പോഴും നിലനിൽക്കുന്നുണ്ട്. ചില പണ്ഡിതർ പറയുന്നത് തികച്ചും ഭിന്നമായ സാഹചര്യങ്ങളിൽ നിന്നുൽപ്പാദിപ്പിക്കപ്പെടുന്ന രണ്ട് വ്യത്യസ്ത തരത്തിലുള്ള ഭാഷാഭേദങ്ങളെക്കുറിച്ചു പറയാനാകുമെന്നാണ്. ഭൂമിശാ സ്ത്രപരമായി വേറിട്ടുനിൽക്കുന്നതിനാൽ സംജാതമാകുന്ന സാഹചര്യ ങ്ങളുടെ സൃഷ്ടിയായ പ്രാദേശിക ഭാഷാഭേദങ്ങൾ, സാമൂഹികവും തൊഴിൽപരവുമായ സാഹചര്യങ്ങളുടെ സൃഷ്ടിയായ വർഗപരമായ

ഭാഷാഭേദങ്ങൾ. ഒരു പ്രാദേശിക ഭാഷാഭേദം ഉപയോഗിക്കാത്ത ഒരാൾ വർഗപരമായ ഭാഷാഭേദമായിരിക്കും ഉപയോഗിക്കുന്നത്. ഇംഗ്ലീഷിനെ സംബന്ധിച്ചിടത്തോളം രണ്ടാമത്തെ വകുപ്പിൽ ഏറ്റവും പ്രമുഖമായത് മാനകഇംഗ്ലീഷ് ആണ്. അതായത്, ഏറ്റവും ശുദ്ധവും, ഉൽക്കൃഷ്ടവും എന്ന് ധരിക്കപ്പെടുന്ന ഇംഗ്ലീഷ് ഉച്ചാരണ രീതി. ഇതിന്റെ ആവിർഭാവം, നാം നേരത്തെ കണ്ടതുപോലെ ലണ്ടൻ നഗരത്തിൽ നിന്നാണ്. ഇതിന്റെ തന്നെ ഏറ്റവും ശ്രേഷ്ഠമായ രൂപം രാജകൊട്ടാരത്തിൽ സംസാരിക്കുന്ന താണ്. അതുകൊണ്ടാണ് ഏറ്റവും 'നല്ല' ഇംഗ്ലീഷ് കിങ്സ് ഇംഗ്ലീഷ് (King's English) അല്ലെങ്കിൽ ക്യൂൻസ് ഇംഗ്ലീഷ് (Queen's English) എന്നു വിശേഷിക്കപ്പെടുന്നത്.

ഇത്തരത്തിലൊരു മാനകരൂപം ഭാഷയുടെ ഏകരൂപമായ ഉച്ചാരണ ത്തിനുതകുന്നതാണെങ്കിലും ആ രീതിയാണ് ശരിയെന്നുള്ള ശാഠ്യ മൊന്നും വേണമെന്നില്ല. കാരണം സാമൂഹികഘടന മാറുന്നതനുസരിച്ച് ഭാഷണരീതികൾക്കും മാറ്റങ്ങളുണ്ടാകും. പതിനഞ്ചാം നൂറ്റാണ്ടിൽ ആവിർഭവിച്ച ആധുനിക ഇംഗ്ലീഷ് അന്നത്തേതിൽ നിന്നു വളരെയധികം വികാസം നേടുകയും കൂടുതൽ ആൾക്കാർ ഈ ഭാഷ സംസാരിക്കു കയും ചെയ്യുന്നുണ്ട്. പതിനാറാം നൂറ്റാണ്ടിന്റെ പകുതിക്കുശേഷം ഇംഗ്ലീഷ് ഭാഷയിൽ അതിനുമുമ്പുള്ള കാലത്ത് സംഭവിച്ചത്ര മാറ്റങ്ങളുണ്ടായിട്ടില്ല എന്നു പൊതുവിൽ പറയാമെങ്കിലും ഒട്ടേറെ മാറ്റങ്ങളുണ്ടായിട്ടുണ്ട്: ഉച്ചാ രണത്തിലും വ്യാകരണ രൂപങ്ങളിലും പ്രയോഗരൂപങ്ങളിലും രീതിക ളിലും.

അച്ചടിയുടെ വരവിനുശേഷം ഇരുപതാം നൂറ്റാണ്ടിനു മുൻപ് ഇംഗ്ലീഷ്ഭാഷയുടെ സ്പെല്ലിങിൽ കാര്യമായ വ്യത്യാസമൊന്നുമുണ്ടാ യിട്ടില്ല എന്നായിരുന്നു വിശ്വസിച്ചിരുന്നത്. എഴുത്തുകാരും അച്ചടിക്കാരും മാറിവരുന്ന ഉച്ചാരണത്തിനനുസരിച്ച് സ്പെല്ലിങ്ങിൽ വ്യത്യാസം വരു ത്തുവാൻ തയ്യാറായിരുന്നില്ല. യാഥാസ്ഥിതികരും അറിയപ്പെടുന്നവരുമായ എഴുത്തുകാരുടെ 'ശരിയായ' മാതൃകയാണ് അച്ചടിക്കാർ പിന്തുടർന്നു പോന്നത്. പലപ്പോഴും ഇത് ഉച്ചാരണത്തിനനുസരിച്ചുള്ളതായിരുന്നില്ല. എന്നാൽ അക്കാലത്ത് എഴുതപ്പെട്ട അനവധി സ്വകാര്യകത്തുകളിൽ ഉച്ചാ രണത്തിനനുസൃതമായ സ്പെല്ലിംഗാണ് ഉപയോഗിച്ചിരുന്നത് എന്നു നമുക്കു കാണാം. ഇതിനർഥം, എഴുത്തുകാരും അച്ചടിക്കാരും ഉപയോ ഗിച്ചിരുന്ന "ശരിയായ" സ്പെല്ലിങ്ങ് പരിപൂർണമായും അംഗീകരിക്കപ്പെ ട്ടിരുന്നില്ല എന്നാണ്. പ്രൊഫസർ സ്ക്രീസണ്ടെ *The Pronunciation of English Vowels from 1400-1700* ഇതിനെക്കുറിച്ച് ദീർഘമായി പ്രതിപാദിക്കുന്നുണ്ട്. ഉച്ചാരണത്തിലും സ്പെല്ലിങ്ങിലും വന്നിട്ടുള്ള മാറ്റ ങ്ങളറിയുവാനുള്ള ഒരു ഉപാധി കവിതകളിൽ ഉപയോഗിച്ചിട്ടുള്ള പ്രാസ ങ്ങളാണ്. ഇത് അന്തിമമായ ഒരു നിയമമൊന്നുമല്ലെങ്കിലും ഒന്നു വ്യക്ത മാണ്. പ്രാസത്തിനു രണ്ടു വാക്കുകൾ ഒരേ ശബ്ദമുള്ളതായിരിക്കണമ

ല്ലോ. അതുകൊണ്ട് ഒരു കാലഘട്ടത്തിലെ കുറെ കവികൾ ദീർഘകാലം sea എന്ന പദം പ്രാസത്തിനുവേണ്ടി obey, play, sway, away എന്നീ പദ ങ്ങൾക്കൊപ്പമാണ് ഉപയോഗിച്ചിരുന്നതെന്നു കരുതുക. ഇതിൽ നിന്നു നാം മനസ്സിലാക്കേണ്ടത് ഇന്നു നാം sea എന്ന പദം ഉച്ചരിക്കുന്നതുപോ ലെയല്ല മറിച്ച് അതിനോടൊപ്പം ഉപയോഗിച്ചിരിക്കുന്ന മറ്റു പദങ്ങൾ ഉച്ച രിക്കുന്നതുപോലെയാണ് ഉച്ചരിച്ചിരുന്നത് എന്നാണ്.

എന്തുകൊണ്ടാണ് ഉച്ചാരണത്തിനു മാറ്റങ്ങൾ സംഭവിച്ചതെന്ന് പറ യുക പ്രയാസമാണ്. പ്രത്യക്ഷമായ സാമൂഹിക-രാഷ്ട്രീയകാരണങ്ങ ളൊന്നും അതിനു പിന്നിലുണ്ടെന്നു പറയാനാവില്ല. എങ്കിലും ചരി ത്രപരവും സാമൂഹികവുമായ കാരണങ്ങൾ അതിനു പിന്നിലുണ്ടായിരു ന്നിരിക്കണം. അവ ഈ മാറ്റങ്ങൾക്ക് പ്രചാരവും അംഗീകാരവും നേടു ന്നതിൽ സഹായകമായിട്ടുണ്ടാകും.

ഇന്നത്തെ ഉച്ചാരണരീതിയനുസരിച്ച് നോക്കുമ്പോൾ മധ്യകാല ഇംഗ്ലീഷിൽ തെക്കൻ പ്രദേശങ്ങളിലും മധ്യദേശങ്ങളിലും പഴയ ഇംഗ്ലീ ഷിലെ 'ആ' എന്ന സ്വരം 'ഓ' എന്നായി മാറി. ham, stan, half, വാക്കു കൾ ഉദാഹരണം. 'ഓ' എന്ന ദീർഘസ്വരത്തിനു 'oo' എന്ന അക്ഷരങ്ങ ളാണ് ഉപയോഗിച്ചിരുന്നത് ഇവയാണ് ആധുനിക ഭാഷയിൽ home, stone, loaf എന്നായി മാറിയിട്ടുള്ളത്. നോർമൻ ഫ്രഞ്ചിൽ നിന്നും കടം കൊണ്ട പദങ്ങളെല്ലാം ഏറിയകൂറും അവയുടെ ഫ്രെഞ്ച് ഉച്ചാരണം നിലനിർത്തി. ഉദാഹരണത്തിന് dame, chant, fame തുടങ്ങിയ പദങ്ങൾ. എന്നാൽ ചില ഫ്രെഞ്ച് പദങ്ങൾ ആംഗലവൽക്കരിക്കപ്പെടുകയുമുണ്ടായി. ചോസറുടെ കാലത്തുതന്നെ ഈ മാറ്റങ്ങൾ സംഭവിച്ചിരുന്നു എന്നാണു പറയപ്പെടു ന്നത്. മറ്റൊരു മാറ്റം ഹ്രസ്വസ്വരങ്ങൾ ദീർഘിച്ചതും, ദീർഘസ്വരങ്ങൾ ഹ്രസ്വമായതുമാണ്. ഒരു സ്വരത്തിനുശേഷം വ്യഞ്ജനമില്ലാത്ത പദങ്ങ ളിലാണു ലഘുസ്വരം ദീർഘിച്ചത്. എന്നാൽ സ്വരത്തിനുശേഷം വ്യഞ്ജനം വരുന്ന വാക്കുകളിൽ ദീർഘ സ്വരങ്ങൾ ലഘുവായി. ഈ പൊതുപ്രവണതയ്ക്ക് അപവാദങ്ങളുമുണ്ടായിരുന്നു. ഉദാഹരണത്തിന് nd, mb, ld, എന്നീ വ്യഞ്ജനങ്ങൾക്ക് മുൻപ് വന്നിരുന്ന ഹ്രസ്വസ്വരങ്ങൾ പഴയ ഇംഗ്ലീഷിന്റെ അവസാനകാലത്തു തന്നെ ദീർഘിച്ചിരുന്നു. അത് ഇന്നും നിലനിൽക്കുന്നു. find, blind, bind, climb, old, field, lamb, comb, shield എന്നിവ ഉദാഹരണങ്ങൾ. എന്നാൽ ഇതേ വർഗത്തിൽപ്പെടുന്ന പല വാക്കുകളിലും സ്വരങ്ങൾ ലഘുവാകുകയും ചെയ്തിട്ടുണ്ട്. ഉദാഹ രണത്തിന് friend, trend, blend തുടങ്ങിയ വാക്കുകൾ.

ഇങ്ങനെ സ്വരങ്ങൾ ദീർഘിച്ചതുകൊണ്ടും ഹ്രസ്വമായിത്തീർന്നതു കൊണ്ടും ഉച്ചാരണമാറ്റം സംഭവിച്ച ചില പദങ്ങൾ ഇവയൊക്കെയാണ്: food, boom, doom. മുൻപ് ഇവ ഉച്ചരിച്ചിരുന്നത് bone, mode, എന്നീ ആധുനിക പദങ്ങൾ ഉച്ചരിക്കുന്ന രീതിയിലാണ്. ആ, ഈ, ഊ എന്നീ ദീർഘസ്വരങ്ങൾ എയ്, ഐ, ഓ എന്നീ സ്വരങ്ങളായി മാറി. ഉദാഹരണ

ത്തിനു game, fame, find, fire, house, cow എന്നീ വാക്കുകൾ. *Short History of English (H.C Wyld), English Promunciation from the Fifteenth to the Eighteenth Century (Constance Davies)* എന്നീ

പഴയ ഇംഗ്ലീഷ്	ഇംഗ്ലീഷ്	ഫ്രെഞ്ച്
Ox	beef	boeuf
Calf	veal	veau
Sheep	mutton	mouton
Pig	pork	porc
Deer	venision	venaison

കൃതികൾ വളരെ സമഗ്രമായി ഉച്ചാരണമാറ്റങ്ങളെക്കുറിച്ച് പ്രതിപാദിക്കു കയും ധാരാളം ഉദാഹരണങ്ങൾ നൽകുകയും ചെയ്യുന്നുണ്ട്.

ഈ കാലഘട്ടത്തിൽ ഇംഗ്ലീഷ് ശബ്ദകോശത്തിനു വന്ന മാറ്റങ്ങളും വികാസവും മറ്റു ഘട്ടങ്ങളിൽ വന്ന മാറ്റങ്ങളേക്കാൾ വിപുലവും പ്രധാ നവുമാണ്. ഇതിനു പിന്നിലെ മുഖ്യ സ്വാധീനം നോർമൻകാരുടെ വരവു തന്നെയാണ്. രണ്ടു ഭാഷകൾ ഒരുമിച്ച് കുറെക്കാലം ഒരു പ്രദേശത്തു നിലനിൽക്കുമ്പോൾ പരസ്പരം വാക്കുകൾ കൈമാറുകയും ഒരു കാര്യ ത്തിനുതന്നെ രണ്ടു വാക്കുകളുണ്ടാവുകയും ചെയ്യുക സ്വാഭാവികമാണ്. അങ്ങനെ wed എന്നും marry എന്നും ഒരേ അർഥം നൽകുന്ന രണ്ടു വാക്കുകൾ ഉണ്ടാകുന്നു. wed എന്ന ഇംഗ്ലീഷ് വാക്കിനു 'to give a pledge' എന്നായിരുന്നു അർഥം. രണ്ടാമത്തേത് 'to become a husband' എന്നർഥ മുള്ള ഫ്രെഞ്ച് പദമാണ്.

ജീവനുള്ള മൃഗങ്ങൾക്കും അവയുടെ മാംസത്തിനും വെവ്വേറെ പദ ങ്ങളുപയോഗിക്കുന്ന ഒരു ഭാഷ ഒരു പക്ഷേ ഇംഗ്ലീഷ് മാത്രമായിരിക്കും. ഇത് ഫ്രെഞ്ച് സ്വാധീനത്തിൽ നിന്നുണ്ടായതാണ്.

ഈ ദ്വിമാനം പലപ്പോഴും ആംഗല ഭാഷയുടെ ഉന്നതമായ സാംസ്കാ രിക പാരമ്പര്യവും അതിന്റെ വരേണ്യതയും വെളിവാക്കുന്നതാണെന്ന ഒരു നിരീക്ഷണമുണ്ട്. എന്നാൽ ചരിത്രപരമായി ഇതിനു സാധ്യതയില്ല. ഫ്രെഞ്ചുകാരാൽ കീഴടക്കപ്പെട്ട ഒരു ജനതയായിരുന്നു ആംഗ്ലോ സാക്സ ൺസ്. അവർക്ക് തദ്ദേശീയരായ ഒരു ഉന്നത വരേണ്യവർഗമുണ്ടായിരു ന്നില്ല. ഫ്രെഞ്ചു സംസാരിക്കുന്ന യജമാനവർഗത്തിന്റെ സേവകരായി രുന്നു അവർ. അടിമവേല ചെയ്തിരുന്ന അവർക്ക് തങ്ങളുടെ യജമാന ന്മാർക്ക് തീൻ മേശയിൽ ഭക്ഷണം വിളമ്പുമ്പോൾ ഫ്രെഞ്ച് ഉത്തരവുക ളോട് പ്രതികരിക്കേണ്ടതുണ്ടായിരുന്നു. അങ്ങനെ അവർ ഈ മാംസഭ ക്ഷണങ്ങളുടെ ഫ്രെഞ്ച് പദങ്ങൾ പഠിച്ചു. എന്നാൽ ഈ വീട്ടുമൃഗങ്ങളെ പരിപാലിക്കുമ്പോൾ അവർ സ്വന്തം ആംഗ്ലോ സാക്സൺ ഭാഷ ഉപയോ

ഗിച്ചു. സാസ്കാരിക ഔന്നത്യമോ പാരമ്പര്യമഹത്വമോ ഒന്നുമല്ല ഈ ദ്വിമാന്തയ്ക്കു പിന്നിൽ. മറിച്ച്, അടിമത്തത്തിന്റെയും അത് സൃഷ്ടിക്കുന്ന ഭാഷാപരമായ ഉച്ചനീചത്വങ്ങളുടെയും അടയാളങ്ങളാണവ. ഫ്രെഞ്ചുകാ രുടെ മേധാവിത്വം അവസാനിക്കുകയയും ആംഗ്ലോ സാക്സൺ സംസാരി ച്ചിരുന്ന ദേശവാസികൾ പിന്നീട് ഇംഗ്ലീഷുകാരായിത്തീർന്നപ്പോൾ, ഇംഗ്ലീഷ് ദേശീയഭാഷയായി മാറിയപ്പോൾ ഈ പദങ്ങൾ അതിന്റെ പദാ വലിയിൽപ്പെടുന്നവയായി.

വില്യം രാജാവുമായി ബന്ധപ്പെടുത്തി കുറെ പദങ്ങൾ ഇംഗ്ലീഷി ലേക്കു കടന്നുവന്നവയായി പറയപ്പെടുന്നുണ്ട്. പ്രധാനമായും ഫ്യൂഡൽ വ്യവസ്ഥിതിയും ഭൂപ്രഭുക്കളുടെ കൊട്ടാര സമ്പ്രദായങ്ങളുമായി ബന്ധ മുള്ളവയാണിവ. ഉദാഹരണങ്ങൾ domain, castle, baron, livery തുട ങ്ങിയവ. ഈ പ്രഭുക്കന്മാരുടെ എസ്റ്റേറ്റുകളിൽ തൊഴിലെടുത്തിരുന്നവരെ villeins എന്നും അവർ താമസിച്ചിരുന്ന കുടിലുകളുടെ കൂട്ടത്തെ village എന്നും വിശേഷിപ്പിച്ചു. villein എന്ന പദത്തിന് അന്ന് പരുക്കൻ സ്വഭാ വവും സംസാരരീതിയുമുള്ള ആൾ എന്നായിരുന്നു അർഥം. പിന്നീടാണു അതിന് ഇന്നത്തെ അർഥം ലഭിച്ചത്. ഒരു ജില്ലയുടെ കേന്ദ്രത്തെ villa എന്നാണു വിളിച്ചിരുന്നത്.

ആധുനിക ഇംഗ്ലീഷ് നിയമവ്യവസ്ഥയുടെ ആരംഭംകുറിച്ചത് നോർമൻ കാലഘട്ടത്തിലായിരുന്നു. പതിനാലാം നൂറ്റാണ്ടിന്റെ അന്ത്യദ ശകങ്ങളാകുന്നതുവരെ കോടതികളിലെ ഭാഷ ഫ്രെഞ്ചായിരുന്നു. പഴയ ഇംഗ്ലീഷ് പദങ്ങൾ നിലവിലുണ്ടായിരുന്നുവെങ്കിലും ഫ്രെഞ്ച് പദങ്ങൾ ഉപയോഗിക്കാൻ തുടങ്ങിയതോടെ അവ ഉപേക്ഷിക്കപ്പെടുകയുണ്ടായി. എന്നാൽ സാധാരണ ജനങ്ങൾക്കിടയിൽ കുറ്റകൃത്യങ്ങൾക്ക് ഇംഗ്ലീഷ് വാക്കുകൾ തന്നെയാണ് ഉപയോഗിച്ചിരുന്നത്. ഈ വ്യതിരിക്തത ഇന്നും നിലവിലുണ്ട്. അങ്ങനെയാണു നമുക്ക് arson, trespass, cheat, larceny, treason, embezzlement തുടങ്ങിയ പദങ്ങളുണ്ടാകുന്നത്. കൊലപാതകം എന്ന കുറ്റകൃത്യത്തിനു മാത്രമാണു തദ്ദേശീയമായ murder എന്ന വാക്ക് നിയമപരമായി അംഗീകരിക്കപ്പെട്ടത്. ഇതിനു കാരണങ്ങളുണ്ട്. മറ്റുള്ള കുറ്റകൃത്യങ്ങൾ പ്രധാനമായും ഫ്രെഞ്ചുകാരായ പ്രഭുക്കന്മാർക്ക് എതി രായാണു നടന്നിരുന്നത്. പക്ഷേ കൊലപാതകം ഇംഗ്ലീഷുകാർക്കിടയിൽ മാത്രമായിരുന്നു. ഒരു വില്ലന് അയാളുടെ പ്രഭുവിന്റെ മുതൽ കൊള്ളയ ടിക്കാം (rob); അയാളുടെ വസ്തുവകകളിൽ അതിക്രമിച്ചു കടക്കാം (trespass); അയാളെ വഞ്ചിക്കാം (cheat); അയാളുടെ കെട്ടിടങ്ങൾക്ക് തീവയ്ക്കാം (arson); പക്ഷേ, അയാളെ കൊല ചെയ്തിരുന്നില്ല. അത് മറ്റൊരിംഗ്ലീഷുകാരനെ മാത്രം.

മധ്യകാലഘട്ടത്തിൽ ഫ്രെഞ്ചിൽ നിന്ന് ഇംഗ്ലീഷിലേക്ക് കടന്നുവന്ന നിരവധി പദങ്ങൾ നിയമവ്യവസ്ഥയുമായി ബന്ധപ്പെട്ടവയാണ്. അവയിൽ ചിലത് സാധാരണക്കാരുടെ ഉപയോഗത്തിലേക്ക് കടന്നുവന്നിട്ടുണ്ടെ

ങ്കിലും മറ്റുള്ളവ കോടതിഭാഷയുടെ ഭാഗമായി തുടരുന്നു. ഉദാഹരണ മായി, assize, justice, curfew, judge, jury, indict, verdict, commission, license, statute, prison, prisoner, punish, plaintiff, court തുടങ്ങിയവ.

വൈദികവ്യവസ്ഥയുമായി ബന്ധപ്പെട്ടും ഫ്രെഞ്ച് പദങ്ങൾ ഇംഗ്ലീ ഷിലേക്ക് അക്കാലത്ത് കടന്നുവന്നിട്ടുണ്ട്. പഴയ ഇംഗ്ലീഷ് കാലഘട്ടം മുതൽ ഇന്നുവരെ നിലനിൽക്കുന്ന രണ്ട് പദങ്ങൾ priest, bishop എന്നി വയാണ്. അക്കാലത്തെ വൈദികവ്യവസ്ഥ വളരെ ലളിതമായിരുന്നതി നാൽ ഇതിലേറെ വാക്കുകൾ വൈദികകർമങ്ങൾ നിർവഹിച്ചിരുന്നവരെ സൂചിപ്പിക്കുവാൻ ആവശ്യമില്ലായിരുന്നിരിക്കണം. ഫ്രെഞ്ച് വൈദിക വ്യവസ്ഥ കൂടുതൽ സങ്കീർണമായിരുന്നു. അതുകൊണ്ടുതന്നെ അതു മായി ബന്ധപ്പെട്ട കാര്യങ്ങളെ സൂചിപ്പിക്കുവാൻ അത്രയേറെ വാക്കുകളും ആവശ്യമായിരുന്നു. ഫ്രെഞ്ചുകാരുടെ വരവിനുശേഷമാണ് ഇംഗ്ലീഷുകാർ abbot, abbess, canon, curate, cardinal, friar, deacon, archdeacon എന്നി പദങ്ങൾ ഉപയോഗിച്ചുതുടങ്ങിയത്. വൈദികവൃത്തികളിലെ ഉയർന്ന പദ വികളെല്ലാം വഹിച്ചിരുന്നത് ഫ്രെഞ്ചുകാരായിരുന്നു. സാധാരണക്കാരായ ഇംഗ്ലീഷുകാർക്ക് തങ്ങളുടെ നാട്ടിലെ ദേവാലയങ്ങൾ ആയിരുന്നു ആരാ ധനയ്ക്കുള്ള ഏക ഇടം. അന്നും ഇന്നും അവർ അതിനെ church എന്ന പദം കൊണ്ടാണു സൂചിപ്പിക്കുന്നത്. പക്ഷേ ഫ്രെഞ്ചിൽ നിന്നുവന്ന chapel, cathedral, abbey, convent, clositer, chantry, aisle, nave, chancel, altar, service, clerk, clergy, parish, apostle, conscience, confession, penance, prayer, religion, absolution തുടങ്ങിയ പദങ്ങൾ പിന്നീട് വൈദികവ്യവസ്ഥ സങ്കീർണമായതിനെ സൂചിപ്പിക്കുന്നു.

പൗരുഷവും ധീരതയും സഹാനുഭൂതിയും യോദ്ധാവിന്റെ വീര്യവും മറ്റു ഗുണങ്ങളും കൂടിച്ചേർന്ന ഒരാളെ വിശേഷിപ്പിക്കുവാൻ ഉപയോഗി ക്കുന്ന knight എന്ന പദമൊഴിച്ച് ഇംഗ്ലീഷിൽ ഇന്നു നാം ഈ ഗുണങ്ങളു മായി ബന്ധപ്പെട്ട് ഉപയോഗിക്കുന്ന വാക്കുകളെല്ലാം തന്നെ ഫ്രെഞ്ചിൽ നിന്നു വന്നിട്ടുള്ളതാണ്. അതുപോലെതന്നെ ആർഭാടവസ്തുക്കളുടെ കച്ചവടവുമായി ബന്ധപ്പെട്ട വാക്കുകളും ഫ്രെഞ്ചിൽ നിന്നു വന്നവയാ ണ്. ഇതിന്റെ കാരണം ലളിതമാണ്. അന്ന് സാധാരണക്കാരായിരുന്ന ഇംഗ്ലീഷുകാർക്ക് ആർഭാടത്തിനുള്ള സാമ്പത്തികശേഷിയുണ്ടായിരുന്നില്ല. ആഡംബരം ഭരണവർഗമായിരുന്ന ഫ്രെഞ്ചുകാർക്കു മാത്രം സാധ്യമായ കാര്യമായിരുന്നു. മാത്രവുമല്ല, ഈ വിഭാഗത്തിൽപ്പെട്ട ഉൽപ്പന്നങ്ങൾ കച്ച വടം ചെയ്തിരുന്നതും ഫ്രെഞ്ചുകാരായിരുന്നു എന്നതും അതിനു കാര ണമായി പറയാവുന്നതാണ്.

ഇത്തരം കാര്യങ്ങളുമായി ബന്ധപ്പെട്ട് എഫ് ടി വുഡ് ചൂണ്ടിക്കാ ണിക്കുന്ന ഒരു വസ്തുത വളരെ പ്രസക്തമാണ്. സാധാരണക്കാരന്റെ തൊഴിലുമായി ബന്ധപ്പെട്ട carpenter എന്ന പദം ഫ്രെഞ്ചിൽ നിന്നു വന്നി ട്ടുള്ളതാണ്. ഇത് പഴയകാലം മുതൽ തന്നെയുള്ള ഒരു തൊഴിലാണ്.

പക്ഷേ, ഫ്രെഞ്ചുകാരുടെ വരവിനു മുൻപുതന്നെ ഇംഗ്ലീഷ് ഭരണവർഗം തങ്ങളുടെ കൊട്ടാരങ്ങൾ പണിയുന്നതിനു ഫ്രാൻസിൽ നിന്നുള്ള വിദ ഗ്ധരെയാണ് ആശ്രയിച്ചിരുന്നത്. അതുകൊണ്ടുതന്നെ മരപ്പണി ചെയ്തി രുന്നവരെ പണ്ടുമുതൽ തന്നെ carpenter എന്നാണു വിളിച്ചിരുന്നത്. അംഗ്ലോസാക്സണിൽ ഈ തൊഴിൽ ചെയ്യുന്നവരെ timbrend എന്നാണു വിളിച്ചിരുന്നത്. wood constructor എന്നായിരുന്നു ആ പദത്തിന്റെ അർഥം.

ഈ കാലഘട്ടത്തിൽ പാണ്ഡിത്യത്തിന്റെ മാനദണ്ഡം ഫ്രെഞ്ച് ഭാഷ യിലെ പ്രാവീണ്യമായിരുന്നു. അതുകൊണ്ടുതന്നെ അക്കാദമികതലത്തിൽ ധാരാളം പദങ്ങൾ ഫ്രെഞ്ചിൽ നിന്ന് ഇംഗ്ലീഷിലേക്ക് കടന്നുവന്നിട്ടുണ്ട്. മാത്രവുമല്ല അക്കാലത്തെ പണ്ഡിതരിൽ ഭൂരിപക്ഷവും ഫ്രെഞ്ച് വിദ്യാ ഭ്യാസം ലഭിച്ചവരായിരുന്നു. പ്രബന്ധങ്ങളെല്ലാം ലാറ്റിനിൽ അല്ലെങ്കിൽ ഫ്രെഞ്ചിൽ ആയിരുന്നു എഴുതപ്പെട്ടിരുന്നത്. ഇങ്ങനെ ഇംഗ്ലീഷിലേക്ക് കട ന്നുവന്ന വാക്കുകളിൽ ഒരു വിഭാഗം മാനസികമായ സമീപനങ്ങളെയും വിധിനിർണയങ്ങളെയും ധാർമികതലത്തിലെ വ്യവഹാരങ്ങളെയും അമൂർത്തമായ സങ്കൽപ്പനങ്ങളെയും സംബന്ധിച്ചുള്ളവയായിരുന്നു. അക്കാലത്തെ മതപരവും തത്വചിന്താപരവുമായ പ്രബന്ധങ്ങളിൽ നിന്നു മാണ് അവയുടെ ആവിർഭാവം. അത്തരത്തിലുള്ള ഒട്ടനവധി പദങ്ങളിൽ ഏറ്റവും പരിചിതമായിത്തീർന്നിട്ടുള്ള ചിലത് ഇവയാണ്: mercy, pity, charity, beauty, humility, courtesy, repentance.

ജ്യോതിഷവും അതിലുള്ള വിശ്വാസവും മറ്റും ഇംഗ്ലീഷിനു കുറെ വാക്കുകൾ സംഭാവന ചെയ്തിട്ടുണ്ട്. 'influence' എന്ന വാക്കു തന്നെ അതിന്റെ സംഭാവനയാണ്. പക്ഷേ, ഇന്ന് അതിനു ജ്യോതിഷവുമായി ബന്ധമൊന്നുമില്ല. അന്ന് നക്ഷത്രങ്ങളുമായുള്ള ബന്ധത്തിൽ നിന്ന് ഒരാ ളുടെ ജീവിതത്തിലുണ്ടാകുന്ന ദോഷഫലങ്ങളെ സൂചിപ്പിക്കുവാനാണ് ഈ വാക്ക് ഉപയോഗിച്ചിരുന്നത്. ഇന്ന് നിലവിലുള്ള in the ascendant, at the zenith തുടങ്ങിയ പ്രയോഗങ്ങളും ജ്യോതിഷത്തിൽ നിന്നു വന്നി ട്ടുള്ളതാണ്. Jovial, mercurial, saturnine തുടങ്ങിയ പദങ്ങൾ മധ്യകാല ജ്യോത്സന്മാർ വ്യക്തികളുടെ സ്വഭാവം വിശദീകരിച്ചിരുന്നതെങ്ങനെ യെന്നു സൂചിപ്പിക്കുന്നു. ഇവയെല്ലാം ജൂപ്പിറ്റർ, മെർക്കുറി, സാറ്റേൺ എന്നീ ഗ്രഹങ്ങളുടെ സ്വാധീനത്തിൽ നിന്നുണ്ടാകുന്ന സ്വഭാവമാണെ ന്നായിരുന്നു അന്നത്തെ വിശ്വാസം. സ്വഭാവവിശേഷണത്തിന് അന്നത്തെ വൈദ്യശാസ്ത്രം നൽകിയ സംഭാവനകളാണ് humour, choler, choleric, sanguine, cordial, physic എന്നീ പദങ്ങൾ. അന്നത്തെ സാഹിത്യത്തിൽ നിന്ന് വന്നിട്ടുള്ളതാണ് tragedy, comedy എന്നീ വാക്കുകൾ.

ഇന്ന് ഇംഗ്ലീഷിൽ ഏറ്റവുമധികം പ്രയോഗിക്കപ്പെടുന്ന ഒരു വാക്കായ very ഫ്രെഞ്ച് സ്വാധീനത്തിൽ കടന്നുവന്നിട്ടുള്ളതാണ്. അന്ന് അതിനു true എന്ന അർഥമാണു കൽപ്പിക്കപ്പെട്ടിരുന്നത്. ഒരു നാമവിശേഷണ മായി പ്രയോഗിക്കപ്പെട്ടിരുന്ന verrai എന്ന വാക്ക് പിന്നീട് '-ful' എന്ന

നാടൻ പ്രയോഗത്തിനു പകരമായ ക്രിയാവിശേഷണമായിത്തീർന്നു.

മറ്റൊരു രസകരമായ കാര്യം ഇംഗ്ലീഷുകാർ സർനെയിം (surname) ഉപയോഗിക്കുവാൻ തുടങ്ങുന്നത് മധ്യകാലത്താണ് എന്നതാണ്. തുട ക്കത്തിൽ അത് ഒരു ജോണിനെ മറ്റൊരു ജോണിൽ നിന്ന് തിരിച്ചറിയു വാനുള്ള ഇരട്ടപ്പേരായിരുന്നു. പിന്നീടത് വ്യക്തിയുടെ സ്വഭാവവിശേഷ ങ്ങളിൽ നിന്നോ അവരുടെ സവിശേഷ തൊഴിലിൽ നിന്നോ സ്ഥലനാമ ങ്ങളിൽ നിന്നോ സ്വീകരിക്കപ്പെട്ടുതുടങ്ങി. Whitehead, Goodman, Longfellow, Tyler, Bowman, Baker, Barber, Fledher, Attwood, Fieldsend എന്നിവ ഉദാഹരണങ്ങൾ.

നോർമൻ ഫ്രെഞ്ചിൽ നിന്നും ഇംഗ്ലീഷിലേക്ക് കടന്നുവന്ന് പിന്നീട് ഇംഗ്ലീഷ് ഭാഷയുടെ ഭാഗമായി മാറിയ അനേകം വാക്കുകളിൽ ചിലത് താഴെ കൊടുക്കുന്നു. ഇവയൊക്കെ ഫ്രെഞ്ച് ഭാഷയിലെ പദങ്ങളാണെന്ന് ഓർത്തുകൊണ്ടല്ലല്ലോ നാം ഉപയോഗിക്കുന്നത്. കാലങ്ങളായി അവ ഇംഗ്ലീഷുകാരുടെ ദൈനംദിന ഉപയോഗത്തിന്റെ ഭാഗമായിട്ട്. അങ്ങനെ അവ ഇന്ന് ഇംഗ്ലീഷ് ഭാഷയുടെ ശബ്ദകോശത്തിന്റെ ഭാഗമാണ്. Accuse, adultery, archer, asault, asset, bacon, bail, bailiff, beef, butcher, button, chivalry, comfort, court, courtesy, cricket, crime, curfew, custard, defeat, dungeon, duty, eagle, elope, embezzle, enemy, error, evidence, exchequer, felony, fraud, gallon, goblin, gourd, grammar, grease, grief, grocer, gutter, haddock, havoc, honour, injury, jettison, joy, judge, jury, justice, larceny, launch, lavender, lease, leisure, leaver, liable, libel, liberty, liquorice, mackerel, majesty, mangle, manor, marriage, matrimony, mayhem, mutton, noble, noun, nurse, occupy, odour, parliament, pedigree, penthouse, perjury, pinch, platter, pleasure, pocket, pork, prison, profound, purloin, purveyor, push, quarter, question, quiet, quiver, rape, reason, rebuke, rebut, recover, remedy, renown, rent, repeal, reprieve, reprisal, retail, reward, river, robe, royal, rummage, salary, salt, salmon, scavenger, scullery, search, sermon, sewer, share, shop, sir, slander, soil, sovereign, spawn, spy, squirrel, stubble, subsidy, suitor, surname, surplus, surrender, survey, survive, syllable, tax, toil, treason, treaty, uncle, usher, valley, veal, veil, venon, vicar, vice, view, virgin, vulture, wafer, waive, warden, wicket gate, wreck.

ഭാഷകൾ തമ്മിൽ ബന്ധപ്പെടുമ്പോൾ അടിസ്ഥാനപരമായി രണ്ടു ഫലങ്ങൾ ഉണ്ടാകുന്നുവെന്ന് ഭാഷാശാസ്ത്രജ്ഞർ അഭിപ്രായപ്പെടുന്നു: കടമെടുപ്പും ഭാഷാമാറ്റവും. ഇതിൽ ആദ്യത്തേത് കൂടുതൽ ആഢ്യമെന്നു കരുതപ്പെടുന്ന ഭാഷയിൽനിന്നുള്ള പദങ്ങളും സംസാരശീലങ്ങളും മറ്റൊരു ഭാഷ കടംകൊള്ളുന്ന രീതിയാണ്. കടംകൊള്ളുന്നതിന്റെ ഫലങ്ങൾ

പെട്ടെന്നുതന്നെ ആ ഭാഷയിൽ പ്രതിഫലിക്കുന്നു. ഘടനാപരമായി ഇത് കടം വാങ്ങുന്ന ഭാഷയ്ക്ക് മാറ്റങ്ങളൊന്നും വരുത്തുന്നില്ല. കൊളോണി യൽ കാലഘട്ടത്തിൽ യൂറോപ്യൻ യജമാനന്മാരുടെ ഭാഷയിൽ നിന്നു കോളനി നിവാസികൾ ധാരാളം വാക്കുകൾ കടംകൊണ്ടിട്ടുള്ളതായി നമു ക്കനുഭവമുള്ളതാണ്. ഇംഗ്ലീഷിൽ നിന്നുള്ള അനേകം പദങ്ങൾ മലയാളം കടംവാങ്ങിയിട്ടുണ്ടെന്നു നമുക്കറിയാം. ഇതുകൊണ്ട് മലയാളഭാഷയുടെ ഘടനയ്ക്കോ വ്യാകരണത്തിനോ ഒരു മാറ്റവും സംഭവിച്ചിട്ടില്ല. Bench, desk, pencil, fan, switch, bulb, plug, meter, fuse, shirt, trouser, pants, watch, calendar, diary, booth, telephone, radio, television, paper, cinema, serial, road, station, rail, class, notebook, computer, fridge, air conditioner, mobile, oven, ticket, bus, car, motor, cycle, driver, bus stand, platform, track, truck, tractor, pipe, tester, screw driver, cigarette, bucket, cork, cup, saucer, glass, tank, screen, bomb, pin, club, colony, convent, company, party, bread, chicken, mutton, pork, beef, salad, biscuit, soap, paint, pint, press, wire, tube, scan, champion, engineer, doctor, nurse, teacher, peon, board, bumper, lottery, corporation, office, college, school, union എന്നിങ്ങനെ എത്രയെത്ര പദങ്ങൾ! ഈ പദങ്ങ ളൊക്കെ മലയാളഭാഷയുടെ പദാവലിയിൽപ്പെട്ടതു തന്നെയാണെന്ന രീതി യിലാണു നാം ഉപയോഗിക്കുന്നത്. അല്ലെങ്കിൽ അവ ഇംഗ്ലീഷ് വാക്കുക ളാണെന്ന ബോധത്തോടെയല്ല മലയാളികൾ ഉപയോഗിക്കുന്നത്.

എന്നാൽ ഭാഷാമാറ്റമെന്നാൽ (language shift) പദങ്ങൾ കടംവാങ്ങു ന്നതിനുപകരം കൂടുതൽ കേമമെന്നു ധരിക്കുന്ന ഭാഷതന്നെ സംസാരി ക്കുന്നതിലേക്കുള്ള മാറ്റമെന്നർഥം. (വിവർത്തന സിദ്ധാന്തങ്ങളിലെ ഭാഷാ മാറ്റമല്ല ഇവിടെ സൂചിപ്പിക്കുന്നത്). അങ്ങനെ ആ ഭാഷ സംസാരിക്കു മ്പോൾ സമൂഹത്തിൽ മെച്ചപ്പെട്ട പദവി ലഭ്യമാകുമെന്നുള്ള ധാരണയും ഈ ഭാഷാമാറ്റത്തിലുണ്ട്. ഇൻഡ്യ ഉൾപ്പെടെയുള്ള പഴയ കോളനി രാജ്യ ങ്ങളിൽ ഇത്തരമൊരു ധാരണ നിലനിൽക്കുന്നുണ്ട്. ഇംഗ്ലീഷിനോടുള്ള നമ്മുടെ വിധേയത്വം പ്രകടമാക്കുന്ന സാമൂഹികമനോഭാവമാണിത്. വിദ്യാ സമ്പന്നരെന്നു പറഞ്ഞാൽ ഇംഗ്ലീഷ് ഭംഗിയായി കൈകാര്യം ചെയ്യുവാൻ കഴിയുന്നവർ എന്നുകൂടി നമ്മുടെ സമൂഹത്തിൽ അർഥമുണ്ട്. സംഗീത ത്തിലോ നൃത്തത്തിലോ ബിരുദാനന്തര ബിരുദം നേടിയ ഒരു വ്യക്തിയെ നമ്മുടെ സമൂഹത്തിൽ എത്രപേർ ഉയർന്ന വിദ്യാഭ്യാസ യോഗ്യതയു ള്ളതായി അംഗീകരിക്കും? വിദ്യാഭ്യാസത്തെ ഇംഗ്ലീഷുമായി സമീകരി ക്കുന്ന ഈ അടിമ മനോഭാവം സ്വാതന്ത്ര്യം നേടി അറുപതിലധികം വർഷ ങ്ങൾ കഴിഞ്ഞിട്ടും മാറിയിട്ടില്ല എന്നുള്ളത് മലയാളിക്കൊരു കളങ്കമാ ണ്. ദൈനംദിന വ്യവഹാരങ്ങളിൽ മലയാളികളോളം ഇംഗ്ലീഷ് പദങ്ങൾ ഉപയോഗിക്കുന്ന മറ്റൊരു ഭാഷാസമൂഹമുണ്ടെന്നു തോന്നുന്നില്ല.

വാക്കുകൾ കടമെടുക്കുമ്പോൾ അവ ഉടൻതന്നെ ഭാഷയിൽ അവ

യുടെ സാന്നിധ്യം വ്യക്തമാക്കും. എന്നാൽ ഭാഷാമാറ്റത്തിന്റെ ഫലങ്ങൾ നൂറ്റാണ്ടുകൾക്കും ശേഷമാണ് (ഒരു സാമൂഹിക മാറ്റത്തോടെ – നില വിലുള്ള ഭരണവർഗത്തിന്റെ സ്വാധീനം നഷ്ടപ്പെടുമ്പോഴാണ്). കണ്ടു തുടങ്ങുന്നതെന്ന് ഭാഷാശാസ്ത്രജ്ഞന്മാർ പറയുന്നു. വാക്കുകൾ കടം കൊള്ളുന്നതാകട്ടെ, ഭാഷയുടെ ഘടനയേയോ വ്യാകരണത്തേയോ ബാധിക്കുന്ന ഒരു കാര്യമല്ല.

മധ്യകാലഘട്ടത്തിന്റെ ഉത്തരാർധമായതോടെ ആംഗ്ലോസാക്സണും നോർമൻ ഫ്രെഞ്ചും കൂടിച്ചേരുന്നതായിക്കാണാം. നോർമൻ ഫ്രെഞ്ചു കാരും ആംഗ്ലോ സാക്സണുകളും കുടുംബബന്ധങ്ങളിലൂടെ ഒരു ഏകീ കൃത സമൂഹമായിത്തീരുന്നതും ഇക്കാലത്താണ്. ഈ സാമൂഹിക ഏകീ കരണത്തിന്റെ പ്രതിഫലനം ഭാഷയിലും പ്രകടമായി. ഇന്ന് ഇംഗ്ലീഷ് ഭാഷയിലെ അറിയപ്പെടുന്ന പ്രയോഗങ്ങളായ law and order, lord and master, love and cherish, ways and means തുടങ്ങിയവ ഫ്രെഞ്ചും ആംഗ്ലോസാക്സണും ചേർന്നു രൂപപ്പെട്ടവയാണ്.

നോർമൻ ഫ്രെഞ്ചിന്റെ ആഴത്തിലുള്ള സ്വാധീനം വ്യാകരണത്തെ വരെ മാറ്റിമറിച്ചു. ആംഗ്ലോ സാക്സണിലുണ്ടായിരുന്ന affixകൾക്കു പകരം ഫ്രെഞ്ച് ഭാഷയിലെ affixകൾ ഉപയോഗിക്കപ്പെടുകയോ അല്ലാ അവ പ്രയോഗത്തിൽ നിന്ന് അപ്രത്യക്ഷമാകുകയോ ചെയ്തു. നില നിൽക്കുന്ന ചില പ്രയോഗങ്ങളാകട്ടെ, ('forgive', and 'forestall' എന്ന പദങ്ങളിലെ 'for'-'besmirch' എന്ന പദത്തിലെ 'be'-) വളരെ വിരളവും കാലഹരണപ്പെട്ടവയും. അവയെല്ലാം ലാറ്റിൻ prefix കളായ ex-, pre-, pro-, dis-, re-, anti-, inter- തുടങ്ങിയവയാൽ പകരം വയ്ക്കപ്പെടുകയും ചെയ്തു. ഇവയോടൊപ്പം -or, -er, -tion, -ment, -ee, -able തുടങ്ങിയ നോർമൻ ഫ്രെഞ്ച് suffixകൾ കടംകൊള്ളുകയുമുണ്ടായി. ചോസർ *കാൻറർബറി കഥകൾ* എഴുതുന്ന പതിനാലാം നൂറ്റാണ്ടിന്റെ അവസാന മാകുമ്പോഴേക്കും ഇംഗ്ലീഷ് ശബ്ദകോശത്തിലെ പകുതിയിലേറെയും നോർമൻ ഫ്രെഞ്ചു പദങ്ങളായിരുന്നു. വളരെ വിചിത്രമെന്നു തോന്നാ വുന്ന ഒരു കാര്യം ഈ വാക്കുകളുടെ ഉച്ചാരണത്തിൽ കഴിഞ്ഞ എട്ടു നൂറ്റാണ്ടുകളായി പറയത്തക്ക മാറ്റങ്ങളൊന്നുമുണ്ടായിട്ടില്ല എങ്കിലും ഫ്രെഞ്ച് ഭാഷയിൽ ഇവയുടെ ഉച്ചാരണത്തിനു വ്യത്യാസങ്ങൾ വന്നി ട്ടുണ്ട് എന്നതാൻ അഭുതപൂർവമായ തോതിലാണു നോർമൻ ഫ്രെഞ്ച് പദങ്ങൾ അന്നത്തെ ആംഗ്ലോ സാക്സണിലേക്കു കടന്നുവന്നത്. പിന്നീട് മറ്റു പല ഭാഷകളിൽ നിന്നും ഒട്ടേറെ പദങ്ങൾ ഇംഗ്ലീഷിലേക്ക് കടന്നു വന്നിട്ടുണ്ട്. മറ്റൊരു യൂറോപ്യൻ ഭാഷയും ഇത്രയേറെ കലർപ്പുള്ളതല്ല. ആധുനിക ഇംഗ്ലീഷ് ഭാഷയിലെ പതിനഞ്ചുശതമാനത്തോളം വാക്കുകൾ മാത്രമേ പുരാതന ഇംഗ്ലീഷിൽ നിന്നുള്ളവയായി പരിഗണിക്കാനാകൂ. എങ്കിലും ഇംഗ്ലീഷ് ഭാഷയുടെ കാതൽ ജെർമാനിക് തന്നെയാണ് എന്നും പറയേണ്ടിയിരിക്കുന്നു.

പഴയ ഇംഗ്ലീഷിൽ നിന്ന് മധ്യകാല ഇംഗ്ലീഷിന്റെ ഭാഷാശാസ്ത്രപ രമായ പ്രധാന വ്യത്യാസങ്ങൾ ചുരുക്കിപ്പറഞ്ഞാൽ ഇവയൊക്കെയാണ്: p, o എന്നീ അക്ഷരങ്ങൾക്ക് പകരം th ഉപയോഗിക്കുവാൻ തുടങ്ങി; ചില പ്പോൾ പകരം ഉപയോഗിച്ചത് y ആയിരുന്നു. 'ye' ലെപ്പോലെ. ഇത് ആധുനിക ഇംഗ്ലീഷിലെ 'the' ആണ്. i, e എന്നീ അക്ഷരങ്ങൾക്ക് മുൻപ് വന്നിരുന്ന c, 'ch' ആയി മാറി. sc, 'sh' ആയി മാറി. g എന്ന അക്ഷര ത്തിനു ശേഷം h ചേർക്കുന്ന പതിവ് തുടങ്ങി. hw എന്നത് 'wh' ആയി. cw എന്നത് 'qu' ആയി. പുതിയ അക്ഷരങ്ങൾ v യും u വും കൂട്ടി ചേർത്തു. k എന്ന അക്ഷരം കൂടുതലായി ഉപയോഗിക്കപ്പെടുവാൻ തുട ങ്ങി. അങ്ങനെയാണ് cyning, king ആയിത്തീർന്നത്. പഴയ അക്ഷര ങ്ങൾക്കും പ്രയോഗങ്ങൾക്കും പുതിയ മൂല്യങ്ങൾ നൽകപ്പെട്ടു. i അല്ലെ ങ്കിൽ e യ്ക്കു മുൻപുള്ള g, j എന്ന് ഉച്ചരിക്കപ്പെടാൻ തുടങ്ങി. i, e എന്നീ അക്ഷരങ്ങൾക്ക് മുൻപുള്ള c പലപ്പോഴും s എന്ന ശബ്ദം ആയി ത്തീർന്നു.

വാക്കുകളുടെ ആദ്യ ശബ്ദത്തിന് ഊന്നൽ നൽകുന്ന സമ്പ്രദായം വന്നതോടുകൂടി നാമങ്ങളുടെ അവസാനം ചേർത്തിരുന്ന പ്രത്യയം സൂചിപ്പിക്കുന്നത് പൊതുവെ -s എന്ന suffix ലൂടെയായി. -an ൽ അവസാനിച്ചിരുന്ന ക്രിയാരൂപങ്ങൾ ആ suffix ഉപേക്ഷിച്ച് മുന്നിൽ 'to' എന്ന് ചേർക്കുവാൻ ആരംഭിച്ചു. നാമവിശേഷണങ്ങൾ ഏകവചനത്തി ന്റെയും ബഹുവചനത്തിന്റെയും കാര്യത്തിൽ നാമങ്ങളുമായി യോജിച്ചി രിക്കണം എന്ന നിബന്ധന ഇല്ലാതായി. അവയിലെ സ്വരങ്ങൾ ദീർഘിച്ച താകാനും തുടങ്ങി. സർവനാമങ്ങളിലെ ഇരട്ട വചനങ്ങൾ അപ്രത്യക്ഷ മായി. മധ്യകാലഘട്ടത്തിന്റെ ഒടുവിൽ ആരംഭിച്ച ശബ്ദപരിഷ്കരണം പൂർത്തിയാകുന്നത് ആധുനിക കാലത്തിന്റെ ആദ്യഘട്ടത്തിലാണ്.

മധ്യകാല ഇംഗ്ലീഷ് സാഹിത്യവും ഭാഷയും

മധ്യകാല ഇംഗ്ലീഷ് സാഹിത്യ കൃതികൾ വായിക്കുന്നതിനു മുൻപ് അവയുടെ പശ്ചാത്തലം അറിഞ്ഞിരിക്കേണ്ടത് ആവശ്യമാണ്. കാരണം ആധുനിക കൃതികൾ വായിക്കുന്നതുപോലെ അവയെ സമീപിക്കാൻ നമു ക്കാവില്ല. ഈ പശ്ചാത്തല പരിചയം നേടുന്നതിനുള്ള നമ്മുടെ ശ്രമങ്ങൾ പലപ്പോഴും നമ്മെ പുരാതന നോഴ്സ്, കെൽറ്റിക്, ഇറ്റാലിയൻ, ഫ്രെഞ്ച്, ജെർമൻ എന്നീ ഭാഷകളുടെ സാഹിത്യത്തിലേക്കു നയിക്കും. ഇത് നമുക്കു വ്യക്തമാക്കിത്തരുന്ന മറ്റൊരു കാര്യം ആ കാലഘട്ടത്തിൽ ഈ ഭാഷകൾ തമ്മിൽ കൊടുക്കൽവാങ്ങലുകളുണ്ടായിരുന്നുവെന്നാണ്. അന്നൊക്കെ ഒരു കൃതി വായിക്കുകയെന്നാൽ മറ്റുള്ളവർക്കുകൂടി കേൾക്കാൻ വേണ്ടി വായിക്കുക എന്നായിരുന്നു അർഥം. അതുകൊണ്ടു തന്നെ ഉള്ളടക്കവും രൂപവും എല്ലാവർക്കും ഉൾക്കൊള്ളാൻ പറ്റുന്നവിധ

മായിരുന്നു. രചനകളിലേറെയും പ്രബോധനപരമാകുവാൻ കാരണവും ഇതായിരുന്നു. എല്ലാവർക്കും കേൾക്കുവാൻ വേണ്ടിയാണു കൃതികൾ രചിക്കപ്പെട്ടിരുന്നതെങ്കിലും രചന നടത്തുകയും വായിച്ചു കേൾക്കുകയും ആസ്വദിക്കുകയും ചെയ്തിരുന്നത് സമ്പന്ന വിഭാഗത്തിൽപ്പെട്ടവരായി രുന്നു എന്നതിനു സംശയമില്ല. ഈ വിഭാഗത്തിൽപ്പെട്ടവർ അതിഥികളെ സൽക്കരിക്കുന്ന സന്ദർഭങ്ങളിലും മതപരമായ ചടങ്ങുകളിലുമാണു സാഹിത്യരചനകൾ വായിച്ചിരുന്നത്. ഈ പ്രഭുകുടുംബങ്ങളുടെ ആശ്രി തരായിരുന്ന എഴുത്തുകാർ യജമാനന്മാരുടെ താൽപ്പര്യങ്ങൾക്കനുസരിച്ചും രചനകൾ നടത്തിയിരുന്നു. അക്കാലത്ത് പകർപ്പവകാശത്തെക്കുറിച്ച് ആരും തന്നെ ചിന്തിച്ചിരുന്നില്ല എന്നുവേണം കരുതാൻ. രചയിതാവിന്റെ പേരുപോലും എന്തെന്ന് ആരും ഗൗരവമായി ചോദിച്ചിരുന്നില്ല. കൃതി സമൂഹത്തിന്റേതായിരുന്നു. എഴുത്തുകാരൻ എന്ന കർതൃത്വം അന്ന് അപ്രസക്തമായിരുന്നു എന്നു മാത്രമല്ല അത് രൂപപ്പെട്ടിട്ടുപോലുമുണ്ടാ യിരുന്നില്ല. പ്രാദേശികമായി കൈമാറ്റം ചെയ്യപ്പെട്ടിരുന്ന ഈ കൃതികളും അവയുടെ രചനയും പ്രോത്സാഹിപ്പിച്ചിരുന്നത് സമ്പന്നരായ പ്രഭുകുടും ബങ്ങളും മതമേധാവികളുമായിരുന്നു.

മധ്യകാല ഇംഗ്ലീഷിലെ പദ്യസാഹിത്യ കൃതികളിൽ ശ്രദ്ധേയമായ ഒന്നാണു *Orrmulum* (1200). ലിങ്കൺഷയറിലെ ഒരു പാതിരിയായിരുന്ന Orrm (Orrmin) ദൈവവചനങ്ങളെക്കുറിച്ചെഴുതിയ പതിനായിരം വരിക ളുള്ള ദീർഘമായ ഒരു പദ്യമാണിത്. സാഹിത്യകൃതി എന്നതിലപ്പുറം ചരിത്രപരമായ പ്രാധാന്യമാണു ഭാഷാശാസ്ത്രജ്ഞർക്ക് കൗതുകമു ണർത്തുന്ന ഇതിനുള്ളത്. ഇതിൽ വചനങ്ങളുടെ പല ഭാഗങ്ങളുടേയും വിവർത്തനവും കാണാം. തന്റെ സഹോദരനായ വാൾട്ടറിന്റെ അഭ്യർഥന പ്രകാരമാണ് ഈ കൃതി രചിക്കപ്പെട്ടിട്ടുള്ളതെന്ന് ആമുഖത്തിൽ ഗ്രന്ഥ കർത്താവ് പറയുന്നു.

മറ്റൊരു പ്രധാന കൃതി പതിമൂന്നാം നൂറ്റാണ്ടിന്റെ തുടക്കത്തിൽ രചി ക്കപ്പെട്ടത് എന്നു കരുതപ്പെടുന്ന *The Owl and the Nightingale* ആണ്. ഈ കാവ്യത്തിന്റെ രചയിതാവ് Nicholas de Guildford ആണെന്നു വിശ്വ സിക്കപ്പെടുന്നു. ഒരു മൂങ്ങയും രാപ്പാടിയും തമ്മിൽ അവരവരുടെ ഗുണ ങ്ങളെക്കുറിച്ച് വാദപ്രതിവാദത്തിലേർപ്പെടുന്നതാണു കവിത. ഇത് ഒരു അന്യാപദേശമായി വായിച്ചാൽ ലൗകികതയും അലൗകികതയും, കലയും തത്വചിന്തയും തമ്മിലുള്ള സംവാദമായി കണക്കാക്കാം. സംഭാ ഷണത്തിന്റെ ഭാഷെലിയും നർമവും നാടകീയ മുഹൂർത്തങ്ങളും ഈ കാവ്യത്തെ ശ്രദ്ധേയമാക്കുന്നു.

നമുക്കു ലഭ്യമായ മധ്യകാല ഗദ്യരചനകൾ പദ്യരചനകളോളം നില വാരമുള്ളവയായിരുന്നില്ല എന്നാണു വിമർശകർക്കിടയിലുള്ള പൊതു വായ അഭിപ്രായം. അക്കാലത്തെ സാഹചര്യങ്ങൾ ഗദ്യരചനയെ അത്ര ത്തോളം പ്രോത്സാഹിപ്പിച്ചിരുന്നില്ല എന്നുവേണം മനസിലാക്കുവാൻ. ഈ

രചനകളിലേറെയും മതവും മതകർമങ്ങളുമായി ബന്ധപ്പെട്ടവയുമായി
രുന്നു. അതിൽത്തന്നെ പലതും ലാറ്റിൻഭാഷയിൽ നിന്നുള്ള വിവർത്തന
ങ്ങളുമായിരുന്നു. ഗദ്യകൃതികളിൽ ഏറ്റവും ആദ്യത്തേത് *ബൈബിൾ* പാഠ
ങ്ങളുടെ വിവർത്തനങ്ങളായിരുന്നു; ലാറ്റിനിൽ നിന്നും ഫ്രെഞ്ചിൽ നിന്നും
വിവർത്തനം ചെയ്യപ്പെട്ടവയും അവയെ ആസ്പദമാക്കി ഇംഗ്ലീഷിൽ രചി
ക്കപ്പെട്ടവയും. നന്മതിന്മകൾ വേർതിരിച്ചറിയാൻ സഹായിക്കുന്ന വിശദ
മായ കുറിപ്പുകൾ അടങ്ങിയവയായിരുന്നു ഇവയൊക്കെ. ഇവകൂടാതെ
ചില ചരിത്രരചനകളും അക്കാലത്ത് രചിക്കപ്പെട്ടിട്ടുണ്ട്. ഇവയിൽ പലതും
ഒരേസമയം ചരിത്രവും ജീവചരിത്രവും കഥയും ആയി വായിക്കാമെന്നു
പറയപ്പെടുന്നു.

മധ്യകാല ഗദ്യം പഴയ പാരമ്പര്യത്തിൽ തന്നെ കുറച്ചുകാലത്തേക്കു
കൂടി തുടർന്നു എന്നുവേണം കരുതാൻ. സാധാരണക്കാർക്കുവേണ്ടി രചി
ക്കപ്പെട്ട ഇവയ്ക്ക് മതപ്രഭാഷണത്തിന്റെ ശൈലിയും ധാർമികബോധം
വളർത്തുക എന്ന ലക്ഷ്യവും ഉണ്ടായിരുന്നു. ഇക്കൂട്ടത്തിൽ *Ancren
Riwle* (Guide for Anchoresses) എന്ന പ്രബന്ധം വളരെ ജനപ്രീതി
യാർജിച്ച ഒന്നാണ്. റിയലിസ്റ്റ് രീതിയിൽ എഴുതപ്പെട്ടിട്ടുള്ള ഈ ഗദ്യശ
കലം മതപ്രവർത്തനങ്ങളിൽ ഏർപ്പെടുവാൻ തീർച്ചപ്പെടുത്തിയ മൂന്നു
യുവതികൾക്ക് വേണ്ട നിർദേശങ്ങൾ നൽകുന്ന മട്ടിലാണ് എഴുതപ്പെട്ടി
ട്ടുള്ളത്. നർമം ഇതിന്റെ പ്രധാന ഘടകമാണ്. രചയിതാവ് ആരെന്നറി
യില്ല. അക്കാലത്തെ സമൂഹത്തിലെ ആചാരമര്യാദകൾ എന്തെല്ലാമായി
രുന്നുവെന്ന ഒരു ഏകദേശരൂപം ഇതിൽ നിന്നു ലഭിക്കും.

പതിമൂന്നാം നൂറ്റാണ്ടിൽ മധ്യകാല ഇംഗ്ലീഷ് ഭാഷയിൽ അവതരി
പ്പിക്കപ്പെട്ട ഒരു പുതിയ സാഹിത്യരൂപമാണു റൊമാൻസ്. വീരനായക
ന്മാരുടെ സാഹസിക കഥകളും അവയെ ആസ്പദമാക്കിയുള്ള ഐതി
ഹ്യങ്ങളും വർണിക്കുന്ന ആഖ്യാനരൂപങ്ങളാണു റൊമാൻസ് എന്നു വിളി
ക്കപ്പെടുന്നത്. അറുപതോളം റൊമാൻസുകൾ മധ്യകാലഘട്ടത്തിന്റേതായി
നമുക്ക് ലഭിച്ചിട്ടുണ്ട്. പുരാവൃത്തങ്ങളാവണം ഇവയുടെ ശ്രോതസ്സ്. അവ
യിൽ നിന്ന് നോവൽപോലുള്ള പുതിയ ആഖ്യാനരൂപങ്ങളിലേക്കുള്ള പരി
ണാമത്തിന്റെ അന്ത്യദശയിലെ ഒരു കണ്ണി എന്നു വേണമെങ്കിൽ ഇവയെ
വിശേഷിപ്പിക്കാം. പഴയകാലത്തെ പുരാവൃത്തങ്ങളിലെ ദൈവങ്ങളും
മാലാഖകളും അവരെ എതിർത്തിരുന്നവരുമെല്ലാം മധ്യകാലത്തെ
റൊമാൻസുകളിൽ വീരയോദ്ധാക്കളും അവരുടെ ശത്രുക്കളായിരുന്ന
സാമൂഹികവിരുദ്ധരും വില്ലന്മാരുമായി പരിണമിച്ചു. അന്നത്തെ ഭൂമീദേ
വിയും വസന്തവുമെല്ലാം റൊമാൻസുകളിൽ രാജകുമാരിമാരും അതി
സുന്ദരികളായ പെൺകുട്ടികളുമായി മാറി. ഇവ പദ്യത്തിലോ ഗദ്യത്തിലോ
ആവാം. പ്രധാനമായും മൂന്നു സ്രോതാക്കളിൽ നിന്നാണ് ഇവ ആവിർഭ
വിച്ചത്. ഫ്രാൻസിലെ ചക്രവർത്തിയായിരുന്ന ചാർലിമെയിനെ (Char-
lemagne) ചുറ്റിപ്പറ്റിയുള്ള ഐതിഹ്യങ്ങൾ; പുരാതന ഗ്രീസിലെയും റോമി

ലെയും ഐതിഹ്യങ്ങൾ; ഇംഗ്ലണ്ടിലെ ആർതർ രാജാവിനെയും അദ്ദേ
ഹത്തിന്റെ പ്രശസ്തമായ വട്ടമേശയ്ക്കു ചുറ്റുമുണ്ടായിരുന്ന സേനാനാ
യകരെയും സംബന്ധിക്കുന്ന ഐതിഹ്യങ്ങൾ.

എന്നാൽ ആംഗ്ലോ സാക്സൺ വീരേതിഹാസപാരമ്പര്യങ്ങളുടെ
അടിസ്ഥാനത്തിൽ രചിക്കപ്പെട്ട കൃതികളും പതിമൂന്നാം നൂറ്റാണ്ടിൽ ഉണ്ടാ
യിട്ടുണ്ട്. *King Horn, Havelok the Dane* എന്നിവ ഉദാഹരണങ്ങൾ.
പക്ഷേ, ഫ്രെഞ്ച് റൊമാൻസുകളോളം പ്രചാരം അന്ന് ആംഗ്ലോ
സാക്സൺ കൃതികൾക്കുണ്ടായിരുന്നില്ല. ക്രിസ്ത്യൻ ദെ ട്രോയ്സ് എന്ന
ഫ്രെഞ്ചുകാരൻ എഴുതിയ ആർതർ രാജാവിനെക്കുറിച്ചുള്ള ഇതിഹാസ
ങ്ങൾക്കായിരുന്നു അന്ന് ഏറ്റവും കൂടുതൽ പ്രചാരം. ഈ ഫ്രെഞ്ച് എഴു
ത്തുകാരനെക്കുറിച്ച് ഏറെയൊന്നും നമുക്കറിവില്ല. ആർതറേക്കുറിച്ച്
അദ്ദേഹം എഴുതിയ റൊമാൻസുകളിൽ മുഖ്യമായത് *Eric and Enede*
ആണു. ഇതുകൂടാതെ ലാറ്റിൻ കവി ഓവിഡിന്റെ *Art of Love, Cures
of Love* എന്നീ കൃതികൾ അദ്ദേഹം വിവർത്തനം ചെയ്തിട്ടുണ്ട്. അദ്ദേ
ഹത്തിന്റെ മറ്റൊരു പ്രശസ്തമായ കൃതി *Lancelot or The Knight of
the Cart* ആണ്. 1184 ൽ എഴുതപ്പെട്ടതെന്നു കരുതുന്ന *Yvain or The
Knight of the Lion* ആണ് ട്രോയ്സിന്റെ ഏറ്റവും മനോഹരമായ രചന
യായി കണക്കാക്കപ്പെടുന്നത്. പൂർത്തീകരിക്കാത്ത *Perceval or the
Story of the Grail* എന്നത് ആർതർ രാജാവിന്റെ പാർസിവൽ എന്ന
സേനാനായകനെക്കുറിച്ചുള്ള വീരകഥയാണു. ക്രെസ്ത്യന്റെ രചനക
ളിലെ സവിശേഷതയായി പറയപ്പെടുന്നത് ഉപരിവർഗ അഭിരുചികളും,
മനഃശാസ്ത്രപരമായ ഉൾക്കാഴ്ചയും അനായസമായ രചനാരീതിയുമൊ
ക്കെയാണ്. അദ്ദേഹത്തിന്റെ ആഖ്യാനസമ്പ്രദായമാണ് അടുത്ത രണ്ടു
തലമുറകൾ അനുകരിച്ചത്. ഈ റൊമാൻസുകൾ സാഹസികതയുടേയും
വീരകൃത്യങ്ങളുടേയും ആശയങ്ങൾ ഇംഗ്ലണ്ടിൽ പ്രചരിപ്പിച്ചു.

മധ്യകാല കവിതകൾ ആംഗ്ലോസാക്സൺ പ്രാസരൂപങ്ങളെ ഒഴി
വാക്കി ശബ്ദാവർത്തനങ്ങൾക്ക് പ്രാമുഖ്യംകൊടുക്കുന്ന സമ്പ്രദായമാണ്
കൂടുതലും സ്വീകരിച്ചിരുന്നത്. ഫ്രാൻസിൽ നിന്നു വന്ന പല സാഹിത്യ
രൂപങ്ങളും ഇക്കാലത്ത് ഇംഗ്ലണ്ടിൽ പ്രചാരം നേടി. അവയിൽ പ്രമുഖ
മായ ഒന്ന് 'fabliau' എന്നറിയപ്പെടുന്ന പദ്യരൂപമാണ്. മിക്കവാറും മധ്യ
വർഗ കഥാപാത്രങ്ങളെ ഉൾപ്പെടുത്തിക്കൊണ്ട് യഥാർഥ ജീവിതത്തിൽ
നിന്നുള്ള സന്ദർഭങ്ങളെ യഥാതഥമായി എട്ടു മാത്രകളുള്ള ഈരടിക
ളിൽ നർമവും ആക്ഷേപവും കലർത്തി രചിക്കപ്പെട്ടിരുന്ന ഈ പദ്യ
ങ്ങൾക്ക് നല്ല അംഗീകാരമായിരുന്നു. ഒരുപക്ഷേ ഈ അംഗീകാരമുള്ള
തിനാലാകാം ചോസർ തന്റെ *കാന്റർബറി കഥകളിലെ* പ്രമുഖമായ രണ്ടു
കഥകളിൽ (Millers Tale, 'Reeve's Tale) ഈ രൂപം ഉപയോഗിക്കുന്നത്.
വിവാഹജീവിതത്തേയും പുരോഹിതന്മാരെയും കണക്കിനു പരിഹസി
ക്കുന്നവയായിരുന്നു ഈ പദ്യകഥകളിൽ ഏറെയും. അന്ന് പ്രചാരം

നേടിയ മറ്റൊരു സാഹിത്യരൂപമാണ് അന്യാപദേശം (allegory) ഇംഗ്ലീഷ് സാഹിത്യത്തെ ഏറെ സ്വാധീനിച്ച അന്യാപദേശമാണ് *Roman de la Rose*. പതിനാലാം നൂറ്റാണ്ടിന്റെ ഉത്തരാർധമാകുമ്പോഴേയ്ക്കുമാണു 'lyric' എന്ന കാവ്യരൂപം പൂർണത കൈവരിക്കുന്നത്. പതിനഞ്ചാം നൂറ്റാ ണ്ടിലാണു 'ballad' എന്ന കാവ്യരൂപം ആവിർഭവിക്കുന്നത്.

പതിമൂന്നും പതിനാലും നൂറ്റാണ്ടുകളിൽ ഏറ്റവും പ്രചാരമുണ്ടായി രുന്നത് ഗാനരൂപങ്ങൾക്കായിരുന്നു. ശബ്ദാവർത്തനങ്ങളുടെ സമ്പ്രദായ മവലംബിച്ചിരുന്ന കവനരീതി പതിനാലാം നൂറ്റാണ്ടിൽ പുനരവതരിക്കു കയുണ്ടായി. മധ്യകാലത്തെ ഏറ്റവും നല്ല സാഹിത്യകൃതികൾ ഈ രൂപം സ്വീകരിച്ചിട്ടുള്ള പദ്യങ്ങളാണ്. പല പ്രതീകാത്മകതലങ്ങളിലുള്ള ക്രിസ്തീയ അന്യാപദേശമായ *The Pearl* അവയിൽ പ്രമുഖമായ ഒന്നാ ണ്. പാശ്ചാത്യ മധ്യദേശ ഭാഷാഭേദത്തിൽ എഴുതപ്പെട്ടിരിക്കുന്ന ഈ കാവ്യം അജ്ഞാതനായ കവിയുടെ മകളുടെ വേർപാടിനെ ചൊല്ലിയുള്ള വിലാപമാണെന്നു വിശദീകരിക്കപ്പെട്ടിട്ടുണ്ട്. സുന്ദരിയായ തന്റെ മകൾ കന്യകയായി സ്വർഗത്തിൽ കഴിയുന്നതിന്റെ അന്യാപദേശമായി അവത രിക്കപ്പെടുന്ന ആദ്യത്തെ രണ്ടു കവിതകൾ വിശുദ്ധി, ക്ഷമ എന്നീ ഗുണ ങ്ങളെ വാഴ്ത്തുന്നു. മറ്റൊരു കാവ്യമായ *Sir Gawain and the Green Knight* ആർതർ രാജാവിനെക്കുറിച്ചുള്ള ഐതിഹ്യങ്ങളെ അടിസ്ഥാന പ്പെടുത്തിയുള്ളതാണ്. ശബ്ദാവർത്തനം കവനോപാധിയായി സ്വീകരി ക്കുന്ന മറ്റൊരു പ്രമുഖ മധ്യകാലകവിതയാണു വില്യം ലാങ്ലാന്റിന്റെ *Piers Plowman*. ഭരണതലങ്ങളിലെയും ക്രിസ്തീയ സഭയിലേയും ദുരുപദിഷ്ടവും അനാശാസ്യവുമായ പ്രവണതകളെ അന്യാപദേശരൂപ ത്തിൽ വിമർശിക്കുകയും നല്ല നേതൃത്വമില്ലാത്ത ഒരു ജനതയുടെ ദൗർഭാ ഗ്യത്തിൽ ദുഖിക്കുകയും ചെയ്യുന്ന ഈ കവിത ലാങ്ലാന്റിനു വേദപു സ്തകത്തിലും മതകർമങ്ങളിലുമുണ്ടായിരുന്ന ആഴത്തിലുള്ള അറിവി നുള്ള തെളിവു കൂടിയാണ്. കവിത എന്നതിനേക്കാളേറെ ഒരു സാമൂഹി കരേഖ എന്ന നിലയിലാണ് ഈ കൃതി കൂടുതൽ പ്രസക്തമെന്ന് വിമർശ കർ അഭിപ്രായപ്പെടുന്നു. എഡ്വേർഡ് രണ്ടാമന്റെ കൊലപാതകം 1348, 1361, 1376 വർഷങ്ങളിലെ പകർച്ചവ്യാധികൾ, എഡ്വേർഡ് രാജാവ് നട ത്തിയ യുദ്ധങ്ങൾ, ബ്രെട്ടിഗ്നി കരാർ, റിച്ചാർഡ് രണ്ടാമന്റെ സ്ഥാനാരോ ഹണം തുടങ്ങിയ ചരിത്ര സംഭവങ്ങൾ പ്രതിപാദിക്കുന്ന ഈ കാവ്യം ഒരു ചരിത്ര രേഖകൂടിയാണെന്നു പറയാം.

ഇംഗ്ലീഷ് സാഹിത്യത്തിന്റെ പിതാവ് എന്നു വിശേഷിപ്പിക്കപ്പെടുന്ന ജെഫ്രി ചോസറിന്റെ കവിതകൾ മധ്യകാല ഇംഗ്ലീഷ് സാഹിത്യത്തിന്റെ ഏറ്റവും നല്ല മാതൃകകളാണെന്നാണു സാഹിത്യ ചരിത്രകാരന്മാരും വിമർശകരും ഒരുപോലെ അഭിപ്രായപ്പെടുന്നത്. യഥാർഥ ഇംഗ്ലീഷ് സാഹിത്യം തുടങ്ങുന്നത് അദ്ദേഹത്തിന്റെ *കാന്റർബറി കഥകളിൽ (The Canterbury Tales)* നിന്നാണ് എന്ന് പറയപ്പെടുന്നു. ഇതുകൂടാതെ

ട്രോയ്ലസ്സും ക്രിസ്സീഡയും (*Troilus and Criseyde*), പ്രശസ്തിയുടെ വീട് (*The House of Fame*) എന്നീ കവിതകളും ചോസറിന്റേതായു ണ്ട്. എഡ്ഡേർഡ് രാജാവിന്റെ ഉന്നതരായ ഉദ്യോഗസ്ഥരിൽ ഒരാളായി രുന്ന ചോസറിന്റെ *കാന്റർബറി കഥകൾ* കാന്റർബറിയിലെ സെന്റ് തോമസ് ബെക്കറ്റിന്റെ ദേവാലയത്തിലേക്കു പോകുന്ന തീർഥാടകർ ഓരോരുത്തരും യാത്രാമധ്യേ പറയുന്ന കഥകൾ എന്ന നിലയ്ക്കാണു സംഘാടനം ചെയ്തിട്ടുള്ളത്. ഇരുപതിലധികം വരുന്ന ഈ തീർഥാട കർ അന്നത്തെ ബ്രിട്ടീഷ് സമൂഹത്തിന്റെ ഒരു പരിഛേദമാണ്. അക്കൂട്ട ത്തിൽ ചോസറുമുണ്ട്. ഈ കഥകൾക്ക് കാവ്യരൂപത്തിൽ ഒരു ആമു ഖവും ചോസർ എഴുതിയിട്ടുണ്ട്.

സ്രഷ്ടാവിനടുത്തേക്കുള്ള ആത്മാവിന്റെ യാത്രയുടെ അന്യാപദേ ശമാകുന്ന തീർഥയാത്ര പ്രായശ്ചിത്ത പ്രവർത്തനങ്ങൾക്കും സ്നേഹ പ്രകടനങ്ങൾക്കും ഉദാരകർമങ്ങൾക്കും ത്യാഗങ്ങൾക്കും പറ്റിയ അവസ രങ്ങൾ ഒരുക്കിയിരുന്നു. ഇതിന്റെയൊക്കെ അടിസ്ഥാനത്തിൽ സമൂഹ ത്തിലെ അനീതികളെയും അസാന്മാർഗിക പ്രവർത്തനങ്ങളേയും ക്രിസ്തീയ സഭയിലെ തന്നെ അനാചാരങ്ങളെയും ദൗർബല്യങ്ങളേയും ചൂണ്ടിക്കാണിക്കുവാനും വിമർശിക്കുവാനും തന്റെ കഥകളിലൂടെ ചോസർ അവസരം കണ്ടെത്തുന്നുണ്ട്. ഓരോ തീർഥാടകനും പ്രതിനിധാനം ചെയ്യുന്ന സാമൂഹിക വിഭാഗത്തിന്റെ ഗുണദോഷങ്ങളും ദൗർബല്യങ്ങളും പരിശോധിക്കുവാൻ അവർ പറയുന്ന കഥകളെ ചോസർ പ്രയോജനപ്പെ ടുത്തുന്നു. സാമൂഹിക വിമർശനത്തിന് ചോസർ ഉപയോഗിക്കുന്ന മുഖ്യആയുധം നർമമാണ്. വ്യത്യസ്ത സ്വഭാവങ്ങളുള്ള ഒരുപിടി കഥാപാത്രങ്ങളിലൂടെ നിരവധി കഥകൾ അവതരിപ്പിക്കുന്ന *കാന്റർബറി കഥകൾ* ഒരു നോവൽപോലെ വായിക്കാവുന്നതാണ്. സമൂഹത്തിലെ എല്ലാ മേഖലകളിൽ നിന്നുമുള്ളവർ തീർഥാടകർക്കിടയിലുണ്ട്. കഥാപാ ത്രങ്ങളെ സൃഷ്ടിക്കുന്നതിൽ യഥാർഥജീവിതത്തിലെ മനുഷ്യരെ മാതൃ കയാക്കിയ ചോസർ പാതിരി, പുരോഹിതൻ, ഭാര്യ, വേലക്കാരൻ, ദൂതൻ, പട്ടാളക്കാരൻ, ഉദ്യോഗസ്ഥൻ, അപഥസഞ്ചാരിണി, ഭരണകർത്താവ്, കച്ച വടക്കാരൻ, വക്കീൽ, കന്യാസ്ത്രീകൾ, നാവികൻ, മരപ്പണിക്കാരൻ, സൈനികൻ മില്ലുകാരൻ, തുടങ്ങിയവരുടെ ചിത്രങ്ങളാണു നമ്മുടെ മുമ്പിൽ അവതരിപ്പിക്കുന്നത്. ഒരു ആർട് ഗാലറിയിൽ പ്രദർശിപ്പിച്ചിട്ടുള്ള ഛായാചിത്രങ്ങൾ കാണുന്നതുപോലെ നമുക്ക് ഇതിലെ കഥാപാത്രങ്ങ ളെയും അവരുടെ സ്വഭാവത്തെയും ആസ്വദിക്കാം. പതിനേഴായിരം വരി കളുള്ള ഈ "കഥാസമാഹാരം" ഇരുപത്തിഒമ്പത് തീർഥാടകരിൽ, ഇരു പത്തിരണ്ടു പേർ പറയുന്നവയാണ്. അന്ന് ലണ്ടനിൽ സംസാരിച്ചിരുന്ന ഭാഷാഭേദത്തിലാണു ചോസർ തന്റെ കഥകൾ എഴുതിയിട്ടുള്ളത്. ലണ്ട നിലെ ഒരു സത്രത്തിലൊത്തുകൂടുന്ന ഇവർ കാന്റർബറി ദേവലയത്തി ലേക്കുള്ള യാത്രയിൽ നേരമ്പോക്കിനായി കഥകൾ പറയാമെന്നു സമ്മ

തിക്കുന്നു. ഒരാൾ രണ്ടു കഥ വീതം, പോകുമ്പോഴും മടങ്ങുമ്പോഴും, പറയണം. ഏറ്റവും നല്ല കഥപറയുന്ന ആളുടെ അത്താഴത്തിന്റെ ചെലവ് മറ്റുള്ളവർ ചേർന്ന് വഹിക്കുമെന്നാണു കരാർ. ആകെ ഇരുപത്തിരണ്ടു കഥകൾ മുഴുമിപ്പിക്കുവാനേ ചോസറിനു സാധിച്ചുള്ളൂ. നൂറ്റാണ്ടുകളുടെ വാമൊഴിയുടേയും വരമൊഴിയുടേയും പാരമ്പര്യം ചോസറുടെ കവിത കളിൽ കാണാം. ഫ്രെഞ്ച്, ഇറ്റാലിയൻ കാവ്യപാരമ്പര്യങ്ങളിൽ നിന്നും അദ്ദേഹം കടം കൊള്ളുന്നുണ്ട്. ജോൺ ഡ്രൈഡ്ഡൺ എന്ന പ്രശസ്ത ഇംഗ്ലീഷ് നിരൂപകനാണ് ഇംഗ്ലീഷ് സാഹിത്യചരിത്രത്തിലെ ആദ്യത്തെ ക്ലാസ്സിക് എഴുത്തുകാരനായി ചോസറിനെ വിശേഷിപ്പിക്കുന്നത്.

ചോസറിനോളം അംഗീകാരമില്ലെങ്കിലും അദ്ദേഹത്തിന്റെ സമകാ ലികനായിരുന്ന മറ്റൊരു കവിയാണ് ജോൺ ഗോവർ. ചോസറിന്റെ കവി തകളുടെ ഊർജമൊന്നും ഗോവറിന്റെ കവിതകൾക്കില്ലെങ്കിലും അദ്ദേ ഹത്തിന്റെ സാമൂഹിക വിമർശനം കൂടുതൽ പ്രത്യക്ഷമാണ്. *Confessio Amantis (The Lover's Confession)* എന്ന ലാറ്റിൻ ശീർഷകത്തിലുള്ള അദ്ദേഹത്തിന്റെ ഏറ്റവും പ്രശസ്തമായ കവിത എഴുതപ്പെട്ടിട്ടുള്ളത് അന്നത്തെ ഇംഗ്ലീഷ് ഭാഷയിലാണ്. തനിക്കു പുതിയതെന്തെങ്കിലും വേണമെന്നാവശ്യപ്പെട്ട റിച്ചാർഡ് രണ്ടാമനു വേണ്ടിയാണ് ഗോവർ ഈ കവിത എഴുതിയതെന്ന് പറയപ്പെടുന്നു. ക്രിസ്തുമതവിശ്വാസപ്രകാരമുള്ള ഏഴു പാപങ്ങളെക്കുറിച്ചുള്ള ഈ കവിത ഒരു കഥാസമാഹാരമായാണു സംഘാടനം ചെയ്യപ്പെട്ടിട്ടുള്ളത്. അദ്ദേഹത്തിന്റെ മാസ്റ്റർപീസായാണ് ഇത് പരിഗണിക്കപ്പെടുന്നത്. *Vox Clamantis, Speculum Meditantis* എന്നി വയാണു ഗോവറിന്റെ മറ്റു പ്രധാന കൃതികൾ.

പതിനഞ്ചാം നൂറ്റാണ്ടിൽ എടുത്തുപറയത്തക്ക സാഹിത്യകൃതിക ളൊന്നും ഉണ്ടായതായി കാണുന്നില്ല. ഇതിന് ഒരു പ്രധാന കാരണമായി ചൂണ്ടിക്കാണിക്കപ്പെട്ടിട്ടുള്ളത് "War of the Roses" എന്ന പേരിലറിയ പ്പെടുന്ന പ്രമുഖമായ രണ്ട് വംശങ്ങൾ (Lancaster x Yorkshire) തമ്മി ലുള്ള നിരന്തരമായ കലഹങ്ങളും യുദ്ധങ്ങളും അവ മൂലമുണ്ടായ സാമൂ ഹികാസ്വസ്ഥതകളുമാണ്. എങ്കിലും ചോസറിനെ അനുകരിച്ചുകൊ ണ്ടുള്ള ചില കൃതികൾ അക്കാലത്ത് John Lydgate - Thomas Hoccleve, Stephen Hawes, Alexander Barclay, John Skelton തുടങ്ങിയ എഴു ത്തുകാർ രചിച്ചിട്ടുണ്ട്.

സർ. തോമസ് മാലറിയുടെ *Morte de Atrthur* എന്ന ഗദ്യ കൃതി പതിനഞ്ചാം നൂറ്റാണ്ടിന്റെ അവസാനമാണു പ്രസിദ്ധീകരിക്കുന്നത്. അച്ച ടിയന്ത്രം പ്രവർത്തനമാരംഭിച്ചതിനു ശേഷമാണ് ഈ കൃതി പ്രകാശനം ചെയ്യപ്പെടുന്നത്. ആർതർ രാജാവിന്റെയും അദ്ദേഹത്തിന്റെ സേനാനായ കരുടെയും സാഹസികതകളെ ആധാരമാക്കിയുള്ള ഈ കൃതി ആ ജീവി തരീതികൾ കാലഹരണപ്പെട്ടതായി സൂചിപ്പിക്കുന്നു. *The Book of King Arthur and His Noble Knights of the Round Table* എന്നു മൗലിക

മായി നാമകരണം ചെയ്യപ്പെട്ടിരുന്ന ഈ കൃതി തോമസ് കാക്സ്റ്റൺ 1485ൽ അച്ചടിച്ചു പ്രസിദ്ധീകരിച്ചപ്പോഴാണ് *Morte de Atrthur* എന്ന ശീർഷകം അതിനു നൽകപ്പെട്ടത്. എട്ടു വ്യത്യസ്ത റൊമാൻസുകൾ അടങ്ങുന്ന ഇത് ചോസറിനു ശേഷവും ഷേക്സ്പിയറിനു മുൻപുമുള്ള കാലഘട്ട ത്തിലെ ഏറ്റവും പ്രധാനപ്പെട്ട രചനയായി പരിഗണിക്കപ്പെടുന്നു.

മധ്യകാലഘട്ടത്തിൽ പ്രചാരണത്തിലുണ്ടായിരുന്ന ഒരു നാടക രൂപ മാണ് Miracle Play അല്ലെങ്കിൽ Mystery Play . ഈ നാടകങ്ങൾ മത കർമങ്ങളുമായി ബന്ധപ്പെട്ട ചടങ്ങുകളിൽ അവതരിപ്പിക്കുവാൻ വേണ്ടി രചിക്കപ്പെട്ടവയാണ്. *ബൈബിളിൽ* പ്രതിപാദിക്കപ്പെടാത്ത പുണ്യവാള ന്മാരുടെയും കന്യാമറിയത്തിന്റെയും ജീവിതത്തെ ആസ്പദമാക്കിയാണു ഇവ രചിക്കപ്പെട്ടിരുന്നത്. ഏറിയകൂറും ഒരാളുടെ പ്രാർഥനയുടെ ഫല മായി കന്യാമറിയം അയാളെ സഹായിക്കാൻ തന്റെ ദിവ്യശക്തി ഉപ യോഗിച്ച് അത്ഭുതങ്ങൾ കാണിക്കുന്നതാണ് ഇവയിലെ പ്രമേയങ്ങൾ. ആദ്യകാലത്തൊക്കെ ഇവ പള്ളിമുറ്റങ്ങളിലാണ് അരങ്ങേറിയിരുന്നത്. പിന്നീട് പൊതുസ്ഥലങ്ങളിലും അവ അവതരിപ്പിക്കപ്പെടുകയുണ്ടായി. അപ്പോൾ *ബൈബിളിലെ* പ്രമേയങ്ങളും അവതരിപ്പിക്കപ്പെടുകയുണ്ടായി.

ഇതുപോലെതന്നെ പ്രചാരം നേടിയ മറ്റൊരു നാടകരൂപമാണ് Mo-rality Plays എന്നറിയപ്പെടുന്നവ. അന്യാപദേശങ്ങളായി അവതരിപ്പിക്ക പ്പെട്ട ഈ നാടകങ്ങൾ മോക്ഷം ആഗ്രഹിക്കുന്ന ആത്മാവുകൾ നേരി ടേണ്ടി വരുന്ന കടുത്ത പരീക്ഷണങ്ങളെ ആവിഷ്കരിക്കുന്നു. അമൂർത്ത മായ ഗുണങ്ങളും ദോഷങ്ങളും അസുഖങ്ങളും കഥാപാത്രങ്ങളായി ഇവ യിൽ അവതരിപ്പിക്കപ്പെടുന്നു. ഈ അന്യാപദേശനാടകങ്ങൾ അഥവാ നാടകീയ അന്യാപദേശങ്ങൾ ജീവിതത്തെ വളരെ നാടകീയമായി ലളിതവൽക്കരിക്കുന്ന അവതരണങ്ങളായിരുന്നു. അവയുടെ വേരുകൾ ആ കാലഘട്ടത്തിലെ സുവിശേഷങ്ങളിൽ നമുക്ക് കണ്ടെത്താനാകും. നന്മതിന്മകളെക്കുറിച്ച് അവബോധം സൃഷ്ടിക്കുവാൻ വേണ്ടിയാണവ പ്രധാനമായും രചിക്കപ്പെട്ടത്. അക്കാലത്തെ ധാർമികബോധത്തിന്റെ നാട കീയമായ അവതരണമായി അവയെ പരിഗണിക്കാവുന്നതാണ്. ഈ നാട കങ്ങളിൽ ഒരു കഥാപാത്രത്തിനു രണ്ടു സാധ്യതകളിൽ നിന്നു ഒന്നു തെരഞ്ഞെടുക്കാം. അവ നന്മയെയും തിന്മയെയും പ്രതിനിധാനം ചെയ്യു ന്നു. ഇവ രണ്ടിനെയും സമൂർത്തവൽക്കരിച്ച് മനുഷ്യരായി, കഥാപാത്ര ങ്ങളായി അവതരിപ്പിക്കുന്നു. രണ്ടു വിപരീതഘടകങ്ങളുടെ പ്രതിനിധാ നങ്ങളെന്ന ആശയം അവ തമ്മിലുള്ള സംഘർഷത്തിന്റെ പ്രതിനിധാന മാകുന്നു. അവയെ അവതരിപ്പിക്കുന്ന കഥാപാത്രങ്ങളുടെ ആത്മാവിനെ സ്വാധീനിക്കുവാനുള്ള, കീഴടക്കുവാനുള്ള മത്സരമായി, പോരാട്ടമായി, സംഘട്ടനമായി ഇത് കലാശിക്കുന്നു.

The Pride of Life എന്ന നാടകമാണ് ഇവയിൽ ആദ്യത്തേതെന്നു (1337) കരുതപ്പെടുന്നു. *Everyman* (1510) ആണ് ഈ വിഭാഗത്തിലെ

ഏറ്റവും പ്രശസ്തമായ നാടകം. Interlude എന്ന പേരിലും ഈ നാടകങ്ങൾ അറിയപ്പെട്ടിരുന്നു. ഷേക്സ്പിയറിന്റെ സമകാലിക നായിരുന്ന ക്രിസ്റ്റൊഫർ മർലോ വിന്റെ *Dr. Faustus* പോലുള്ള നാടകങ്ങൾ എത്രമാത്രം പിന്നീ ടുള്ള നാടകങ്ങളെ സ്വാധീനിച്ചി രുന്നുവെന്നതിന് ഉത്തമമായ ഉദാ ഹരണമാണ്. അന്യാപദേശ രൂപ ത്തിൽ രചിക്കപ്പെട്ടിരിക്കുന്ന ഈ നാടകത്തിൽ Everyman എന്ന പ്രധാന കഥാപാത്രം തന്റെ അടുത്ത ബന്ധുക്കളും സുഹൃ ത്തുക്കളുമായ Kindred, Cousin, Fellowship, Goods, Knowledge,

വില്യം ഷേക്സ്പിയർ

Beauty, Strength, Good Deeds എന്നിവരെല്ലാം മരണത്തിനു ശേഷമുള്ള യാത്രയിൽ തന്നെ അനുഗമിക്കുമെന്നു കരുതുന്നു. പക്ഷേ, Good Deeds മാത്രമാണ് ആ യാത്രയിൽ തന്നോടൊപ്പമുണ്ടാകുക എന്നു മനസിലാ ക്കുന്നു. ഭൗതികലോകത്തിലെ സൗന്ദര്യവും കരുത്തും അറിവും, സുഹൃ ത്തുക്കളും ബന്ധുക്കളുമൊന്നും ശാശ്വതമായി കൂടെ ഉണ്ടാകില്ല എന്ന ധാർമികപാഠമാണ് ഈ നാടകം നൽകുന്നത്.

മധ്യകാല സാഹിത്യകൃതികളുമായി പരിചയമുള്ളവർക്ക് ആധുനിക ഇംഗ്ലീഷ് സാഹിത്യത്തെ കൂടുതൽ ഭംഗിയായി ആസ്വദിക്കാനാകും എന്നും മാത്രമല്ല അവ തമ്മിലുള്ള അന്തരവും ആധുനികസാഹിത്യത്തിനു മധ്യ കാല സാഹിത്യത്തോടുള്ള ബന്ധവും മനസിലാക്കുവാനും കഴിയും. അതിന്റെ അടിസ്ഥാനത്തിൽ ഷേക്സ്പിയറും അദ്ദേഹത്തിന്റെ സമകാ ലികരും പഴയ കാലത്തെ തങ്ങളുടെ പൂർവികരുടെ പിൻതുടർച്ചക്കാരാ ണെന്നും നമുക്ക് കാണാൻ കഴിയും.

4

ആധുനിക ഇംഗ്ലീഷ്

പതിനഞ്ചാം നൂറ്റാണ്ടിന്റെ പകുതിവരെ യൂറോപ്പിൽ അറിവിന്റെ കേന്ദ്രമായി അറിയപ്പെട്ടിരുന്ന കോൺസ്റ്റാന്റിനോപ്പിൾ പട്ടണം തുർക്കി യുടെ അധീനതയിലായതോടെ അവിടം കേന്ദ്രമാക്കി പ്രവർത്തിച്ചിരുന്ന പണ്ഡിതരും ഗവേഷകരുമെല്ലാം തങ്ങളുടെ കയ്യിൽ കിട്ടിയ ഗ്രന്ഥങ്ങ ളെല്ലാം വാരിക്കെട്ടി പാശ്ചാത്യ യൂറോപ്പിലേക്ക് പലായനം ചെയ്തു. ജെർമ നിയിലും ഇറ്റലിയിലുമാണ് അവർ ആദ്യം താവളമുറപ്പിച്ചത്. നവോത്ഥാനം അല്ലെങ്കിൽ ജ്ഞാനോദയം എന്നറിയപ്പെടുന്ന വിജ്ഞാനവിപ്ലവം ആരം ഭിക്കുന്നത് ഇവിടെ നിന്നാണ്. ഈ വിജ്ഞാനവിസ്ഫോടനത്തിന്റെ വിശ ദാംശങ്ങളിലേക്ക് പോകുകയല്ല നമ്മുടെ ഉദ്ദേശ്യം. മറിച്ച് ഈ കാലഘട്ടം മുതലാണ് ഇംഗ്ലീഷ് ഭാഷയ്ക്കും സാഹിത്യത്തിനും ഒരു പുതിയ ഉണർവും വികാസവും സംഭവിക്കുന്നതെന്നും അതിന്റെ മുഖ്യകാരണം ഈ ജ്ഞാനോദയമാണെന്ന് സൂചിപ്പിക്കുകയുമാണ്. ഈ കാലഘട്ടം മുത ലാണ് ആധുനിക ഇംഗ്ലീഷ് ഭാഷയുടെ ചരിത്രം ആരംഭിക്കുന്നതും. ഒരുപക്ഷേ, ജ്ഞാനോദയത്തിന്റെ സ്വാധീനമില്ലാതിരുന്നെങ്കിൽക്കൂടി ഭാഷ യിൽ സംഭവിച്ചുകൊണ്ടിരുന്ന മാറ്റങ്ങൾ സംഭവിക്കുമായിരുന്നു എന്നു കരുതാം. പക്ഷേ നവോത്ഥാനം നൽകിയ പുത്തനുണർവും അറിവിന്റെ പുതിയ വെളിച്ചവും ഈ മാറ്റങ്ങൾക്ക് ആക്കവും വേഗതയും വൈപു ല്യവും വർധിപ്പിച്ചു എന്നതിൽ രണ്ടഭിപ്രായമുണ്ടാകാൻ വഴിയില്ല. പുതിയ വിജ്ഞാനശാഖകളുടെ ആവിർഭാവവും, വിജ്ഞാനത്തിന്റെ വർധിച്ച വിനി മയവും പുതിയ ശക്തികളെ വളർത്തുകയും ഇവയെല്ലാം ഭാഷയ്ക്ക് പുതിയ സംഭാവനകൾ നൽകുകയും ചെയ്തു.

ജ്ഞാനോദയത്തിന്റെ സംഭാവനകൾ

യൂറോപ്പിലെ പ്രമുഖ പണ്ഡിതരെല്ലാം ഇറ്റലിയിലേക്കും ജർമനിയി ലേക്കുമാണ് കുടിയേറിയതെന്നു സൂചിപ്പിച്ചുവല്ലോ. എന്നാൽ നവോത്ഥാ നത്തിന്റെ ഉറവിടം ഇറ്റലിയാണെന്നാണു പൊതുവെ അംഗീകരിക്കപ്പെ ട്ടിട്ടുള്ളത്. അതുകൊണ്ടുതന്നെ ലാറ്റിൻഭാഷയുടെ സ്വാധീനമാണ് ആധു നിക ഇംഗ്ലീഷ് ഭാഷയെ ഏറ്റവും ആഴത്തിൽ സ്പർശിച്ചതും. ലാറ്റിൻ ഭാഷയുടെ സ്വാധീനത്തെക്കുറിച്ച് ആദികാല ഇംഗ്ലീഷിനെക്കുറിച്ച് പരാ മർശിക്കുന്ന സന്ദർഭത്തിൽ നമുക്കു ചില കാര്യങ്ങൾ ബോധ്യപ്പെട്ടതാ ണ്. ലാറ്റിൻ സ്വാധീനം ഇംഗ്ലീഷ് ഭാഷയെ സംബന്ധിച്ച് പുതിയ കാര്യ വുമായിരുന്നില്ല. മധ്യകാലത്തെ മതപരവും തത്വചിന്താപരവുമായ കൃതി കളെല്ലാം തന്നെ ലാറ്റിൻ ഭാഷയിലുള്ളവയായിരുന്നുവെന്നും നാം മന സിലാക്കിയതാണ്. പൊതുജനങ്ങൾക്കിടയിൽ അത് ഒരു ദേവഭാഷയാ ണെന്നായിരുന്നു ധാരണ. മാത്രവുമല്ല, ഇംഗ്ലീഷ് ഭാഷയിലേക്കു കടന്നു വന്ന ലാറ്റിൻ പദങ്ങളിലേറെയും ഫ്രെഞ്ച് വഴി വന്നവയാണ്. Confes- sion, regne (kingdom), honour, clamour, melody എന്നിവ ഉദാഹരണം. പക്ഷേ, മധ്യകാലഘട്ടംവരെ അത് ഈ മേഖലകൾക്കപ്പുറത്ത് സാധാര ണക്കാരന്റെ ഭാഷയെ സ്പർശിച്ചിരുന്നില്ല എന്നതാണ് വാസ്തവം. എന്നാൽ ജ്ഞാനോദയത്തിനുശേഷം ലാറ്റിൻ മാത്രമല്ല അതിന്റെ നാടായ ഇറ്റലിയിലെ സാധാരണക്കാർ സംസാരിച്ചിരുന്ന ഇറ്റാലിയൻ പദങ്ങളും ഇംഗ്ലീഷിലേക്ക് യഥേഷ്ടം കടന്നുവന്നു. ഈ വാക്കുകളൊക്കെ പെട്ടെ ന്നുതന്നെ അനായാസമായി ഇംഗ്ലീഷ് ഭാഷയിലേക്ക് ലയിച്ചുചേർന്നു എന്നു ധരിക്കരുത്. തുടക്കത്തിൽ അവയെല്ലാം വിദ്യാസമ്പന്നർക്കും പണ്ഡിതർക്കും മാത്രം വഴങ്ങുന്നവയായിരുന്നു. കാലക്രമേണ അവയിൽ പലതും സാധാരണക്കാരുടെ ദൈനംദിന ഭാഷയുടെ ഭാഗമായിത്തീർന്നു.

ക്രിസ്തുമതത്തിലെ പല പരിഷ്കരണങ്ങൾക്കും കാരണമായ റിഫർ

മാർട്ടിൻ ലൂഥർ

മേഷൻ (Reformation) എന്ന മാർട്ടിൻ ലൂഥർ നയിച്ച പ്രസ്ഥാനം ജ്ഞാനോദ യത്തിന്റെ ഉണർവിൽ നിന്നുണ്ടായതാ ണ്. അതിന്റെ പ്രാധാന്യം പ്രാഥമിക മായും മതപരവും രാഷ്ട്രീയപരവുമാ യിരുന്നുവെങ്കിലും അതിന്റെ അനുരണ നങ്ങൾ ഭാഷയിലുമുണ്ടായതിൽ അസാ ധാരണമായും അസ്വാഭാവികമായും ഒന്നുമില്ല. ആ പ്രസ്ഥാനം ഉയർത്തിവിട്ട ക്രിസ്തുമതത്തെച്ചൊല്ലിയുള്ള വിവാദ ങ്ങൾ അടുത്ത രണ്ടു നൂറ്റാണ്ടുകളിൽ സാധാരണക്കാരുടെ വിശ്വാസത്തെയും ജീവിതത്തെയും സ്വാധീനിച്ചിരുന്നു. പലപ്പോഴും ഇത് നിരാകരണത്തി

ന്റെയും കുറ്റാരോപണത്തിന്റെയും പകയുടെയും വിദ്വേഷത്തിന്റെയും ആക്ഷേപത്തിന്റെയും നിറങ്ങൾ കലർത്തിയതായിരുന്നു. ഇംഗ്ലണ്ട് ഒരു പ്രൊട്ടസ്റ്റന്റ് രാഷ്ട്രമായിരുന്നതിനാൽ മേൽപ്പറഞ്ഞ വൈകാരിക പ്രതി കരണങ്ങളെല്ലാം കത്തോലിക്കർക്കെതിരായിരുന്നു. കത്തോലിക്കരുടെ ഭാഗത്തുനിന്നും ഇതേ പ്രതികരണങ്ങൾ തന്നെയായിരുന്നുവെങ്കിലും ഇംഗ്ലീഷ് മണ്ണിൽ അവർക്ക് ഇടമില്ലാതിരുന്നതിനാൽ അവയ്ക്ക് അവിടെ വേരുറപ്പിക്കാനായില്ല, heretic, puritan, papist എന്നിങ്ങനെ രണ്ടോ മൂന്നോ വാക്കുകളൊഴിച്ച് കാൽവിനിസ്റ്റുകൾ എന്നറിയപ്പെടുന്ന ഒരു ചെറിയ വിഭാഗം വിശ്വാസികളാണ് ഇംഗ്ലീഷിനു saintly, reprobate, conscientious, conscience-stricken, selfish, self-denial എന്നീ വാക്കുകൾ സംഭാവന ചെയ്തിട്ടുള്ളത്.

റിഫർമേഷൻ എന്ന പരിഷ്കരണപ്രസ്ഥാനത്തിന്റെ ഏറ്റവും പ്രധാ നപ്പെട്ട ഫലങ്ങളിലൊന്ന് *ബൈബിളിന്റെ* വിവിധ ഇംഗ്ലീഷ് വിവർത്തന ങ്ങളായിരുന്നു. 1526 ലെ ടിൻഡെയിലിന്റെ വിവർത്തനമാണ് ഇതിൽ ആദ്യ ത്തേത് എന്നുപറയാം. പക്ഷേ ഏറ്റവും പ്രധാനപ്പെട്ടത് ഇംഗ്ലീഷ് ഭാഷയി ലുള്ള ബൈബിളുകളിലെ ഏറ്റവും ആധികാരികമെന്നു വിശേഷിപ്പിക്ക പ്പെടുന്ന 1611 ലെ വിവർത്തനമാണ്. ഇംഗ്ലീഷ് ഭാഷയ്ക്ക് ഒരു മാനകസമ്പ്ര ദായം രൂപപ്പെടുത്തുന്നതിലും ഐകരൂപ്യമുണ്ടാക്കുന്നതിലും മറ്റേതു ഘട കത്തേക്കാളും അധികം സ്വാധീനം ചെലുത്തിയിട്ടുള്ളത് ഈ വേദപു സ്തകമാണെന്നുള്ളതിൽ തർക്കമില്ല. കാരണം അന്നു മുതൽ ഇന്നുവരെ എല്ലാവിഭാഗം ജനങ്ങളുടെയും സ്വീകാര്യത ലഭിച്ചിട്ടുള്ള പുസ്തകമാണ ത്. ഇംഗ്ലീഷ് എഴുത്തുകാരിൽ *ബൈബിളിന്റെ* സ്വാധീനമില്ലാത്തവർ ആരും തന്നെയില്ല. മറ്റേതു പുസ്തകത്തെക്കാളുമധികം ഇംഗ്ലീഷ് ജനതയ്ക്ക് പരിചയമുള്ള, അവർ മിക്കവാറും എല്ലാ ദിവസവും വായിക്കുന്ന, കേൾക്കുന്ന ഒരേയൊരു ഗ്രന്ഥം. അതിലെ പദങ്ങൾ ഇന്നും എല്ലാവർക്കും മനസിലാകും. അവയുടെ അർഥത്തിനു ചുരുക്കം ചില അപവാദങ്ങളൊ ഴിച്ചാൽ യാതൊരു മാറ്റവും വന്നിട്ടില്ല. മറ്റൊരു തരത്തിൽ പറഞ്ഞാൽ *ബൈബിളിന്റെ* ഭാഷയാണു ഇന്നത്തെ ഭാഷ എന്നർഥം. *ബൈബിളിന്റെ* മൂല്യം വേദപുസ്തകമെന്ന നിലയിൽ മതപരവും ധാർമികവുമായ ഒന്നു മാത്രമല്ല മറിച്ച്, അതിന്റെ ഏറ്റവും ശുദ്ധവും ലളിതവുമായ ഭാഷയുടേതു കൂടിയാണ്.

അച്ചടിയന്ത്രത്തിന്റെ കണ്ടുപിടിത്തം ഇംഗ്ലീഷ് ഭാഷയെ സംബന്ധി ച്ചിടത്തോളം വിപ്ലവകരവും ദൂരവ്യാപകവുമായ മാറ്റങ്ങൾക്കു കാരണ മായ ഒരു സംഭവമായിരുന്നു. പ്രധാനമായും മൂന്നു തലങ്ങളിൽ ആ മാറ്റ ങ്ങൾ പ്രവർത്തിച്ചു എന്നു പറയാം. ഒന്ന്, അത് ഭാഷാഭേദങ്ങളെ നിയ ന്ത്രിക്കുകയും ഒരു മാനകഭാഷ രൂപപ്പെടുത്തുന്നതിനു വഴിയൊരുക്കു കയും ചെയ്തു. അച്ചടിയന്ത്രത്തിന്റെ വരവിനുമുൻപ് ഓരോ ഭാഷാഭേദം സംസാരിക്കുന്നവരും അവർ സംസാരിക്കുന്ന രീതിയിൽ തന്നെ എഴുതു കയായിരുന്നു. ഇത് പലപ്പോഴും ഒരുപാട് ആശയക്കുഴപ്പങ്ങൾക്ക് വഴി

വെച്ചിരുന്നു. അച്ചടിയാണ് ഇതിനൊരു മാറ്റം വരുത്തിയത്. കാലക്രമ
ത്തിൽ ഭാഷാഭേദങ്ങൾക്ക് ഒരുതരം നിലവാരമില്ലായ്മ വന്നുചേരുകയും
എഴുത്തുകാരെല്ലാം മാനകഭാഷ ഉപയോഗിക്കാൻ തുടങ്ങുകയും ചെയ്തു.
പക്ഷേ, സംസാരത്തിന്റെ കാര്യത്തിൽ ഇപ്പോഴും ഈ ഭാഷാഭേദങ്ങളിൽ
പലതും ഇന്നും നിലനിൽക്കുന്നുണ്ട്. ഇത് ഇംഗ്ലീഷിന്റെ മാത്രം കാര്യമല്ല.
എല്ലാ ഭാഷകളിലും ഈ വകതിരിവുണ്ട്.

രണ്ടാമതായി പുതിയ വാക്കുകളും പ്രയോഗങ്ങളും ഭാഷയിലേക്കു
കടന്നു വരുമ്പോൾ അവയെ ജനകീയവൽക്കരിക്കുവാനും അവയ്ക്ക്
അംഗീകാരം ലഭ്യമാക്കുവാനും അച്ചടിക്കുകഴിഞ്ഞിരുന്നു. ഒരിക്കൽ ഒരു
വാക്കോ പ്രയോഗമോ അച്ചടിയിൽ വന്നാൽ പിന്നെ അത് ഭാഷയുടെ
അംഗീകൃത ഭാഗമായി മാറിയെന്നാണു കരുതപ്പെടുന്നത്. കാരണം അത്
ഒരു ഭാഷാഭേദം സംസാരിക്കുന്ന ഒരു ചെറിയ വിഭാഗത്തിന്റെ മാത്രമായി
അവശേഷിക്കാതെ ബഹുഭൂരിപക്ഷം വരുന്ന ജനതയുടെ പദാവലിയുടെ
ഭാഗമായി മാറുന്നു. മൂന്നാമതായി മുൻപ് ഒട്ടേറെ വ്യത്യാസങ്ങളും ആശ
യക്കുഴപ്പങ്ങളും ഉണ്ടായിരുന്ന സ്പെല്ലിങ്ങിന്റെ കാര്യത്തിൽ തീർപ്പു
കൽപ്പിക്കുന്ന ഒന്നായിരുന്നു അച്ചടി. സ്പെല്ലിങ്ങിന്റെ കാര്യത്തിൽ ഒരു
തരം മാനകവൽക്കരണം (Standardization) വരുത്തുവാൻ അച്ചടിക്കു
കഴിഞ്ഞുവെന്നതിനു തർക്കമില്ല. ഒരുപക്ഷേ ഇക്കാര്യത്തിൽ അന്തിമമായ
തീർപ്പു കൽപ്പിച്ചത് ഡോ. സാമുവൽ ജോൺസൺന്റെ ഡിക്ഷണറി
ആണെങ്കിലും അതിന് എത്രയോ മുൻപുതന്നെ ജോൺസൺന്റെ വഴി
തുറന്നത് അച്ചടിയായിരുന്നു.

സ്പെല്ലിങ്ങിന്റെ കാര്യത്തിൽ ഒരുതരം സ്ഥിരതയും മാനകവൽക്ക
രണവും സാധ്യമായെങ്കിലും ഇന്നു നമുക്ക് അറിയാവുന്ന ഇംഗ്ലീഷ് ഭാഷ
യിൽ നിലനിൽക്കുന്ന സ്പെല്ലിങ്ങും ഉച്ചാരണവും തമ്മിലുള്ള അന്ത
രത്തിനും കാക്സ്റ്റൺന്റെ അച്ചടി പരോക്ഷമായെങ്കിലും ഉത്തരവാദിയാ
യിരുന്നു. പതിനഞ്ചാം നൂറ്റാണ്ടിന്റെ അന്ത്യത്തോടു കൂടിയോ പതിനാറാം
നൂറ്റാണ്ടിന്റെ തുടക്കത്തോടു കൂടിയോ ഇംഗ്ലീഷ്ഭാഷയുടെ സ്പെല്ലിങ്ങിന്
ഏതാണ്ട് അന്തിമരൂപം കൈവന്നിരുന്നു. അതിനുശേഷം നാമമാത്രമായ
മാറ്റങ്ങളേ ഉണ്ടായിട്ടുള്ളൂ എന്നാണു ഭാഷാപണ്ഡിതർ വിലയിരുത്തുന്നത്.
പക്ഷേ ഉച്ചാരണം നിരന്തരമായി മാറിക്കൊണ്ടുമിരുന്നു. അതിന്റെ ഫല
മായാണു നാമിന്നു കാണുന്ന സ്പെല്ലിങ്-ഉച്ചാരണ ബന്ധമില്ലായ്മ
ഉണ്ടായത്. ഇത് പലപ്പോഴും ഒരു വിദേശിക്ക് മനസിലാക്കാൻ ബുദ്ധിമു
ട്ടുണ്ടെന്നു മാത്രമല്ല പലപ്പോഴും തദ്ദേശീയർക്കു തന്നെ ആശയക്കുഴപ്പ
മുണ്ടാക്കുകയും ചെയ്യുന്നുണ്ട്.

ജ്ഞാനോദയ കാലഘട്ടത്തിലും അതിനുശേഷവും ഇംഗ്ലീഷിന്റെ
വികാസത്തിലും ആധുനികവൽക്കരണത്തിലും പ്രചാരത്തിലും ഒരു വ
ലിയ പങ്കുവഹിച്ചത് അക്കാലത്തെ സാഹസിക സഞ്ചാരങ്ങളായിരുന്നു.
കച്ചവടത്തിനും പുതിയ ഭൂഖണ്ഡങ്ങൾ തേടിയുള്ള യാത്രകളും പരിണ
മിച്ചത് കോളനിവൽക്കരണത്തിലാണെന്ന വസ്തുത ഇന്ന് ചരിത്രത്തിന്റെ

ഭാഗമാണ്. പുതിയ സമൂഹങ്ങളും പുതിയ സംസ്കാരങ്ങളും പുതിയ അനുഭവങ്ങളും പുതിയ ചിന്താപദ്ധതികളുമായുള്ള സമ്പർക്കവും അതി ലൂടെ കൈവന്ന പുതിയ സാമ്പത്തിക രാഷ്ട്രീയ മേധാവിത്വവും ഭാഷ യുടെ വികാസത്തിനും വളർച്ചയ്ക്കും തദനുസൃതമായ മാറ്റങ്ങൾക്കും വഴിയെയൊരുക്കി.

അങ്ങനെ, പൊതുവിൽ ജ്ഞാനോദയം ഒരുക്കിയ അറിവിന്റെ മണ്ഡ ലങ്ങളുടെ അഭുതപൂർവമായ വികാസം, റിഫർമേഷനെ തുടർന്നുണ്ടായ മതപരമായ വിവാദങ്ങൾ, *ബൈബിളിന്റെ* വിവർത്തനങ്ങൾ, പതിനാറാം, നൂറ്റാണ്ടിന്റെ അവസാനകാലത്തോടെ സാഹിത്യത്തിലുണ്ടായ സുവർണ കാലം, ദേശീയബോധത്തിന്റെ ആവിർഭാവം, നാവികർ കണ്ടെത്തിയ 'പുതിയ' വിദേശ കച്ചവടങ്ങൾ, അച്ചടിയുടെ കണ്ടുപിടിത്തം – ഇവ യെല്ലാം കൂടിയാണ് ഇംഗ്ലീഷ് ഭാഷയെ ഇന്നത്തെ ഇംഗ്ലീഷ് ആക്കിയത്.

ഈ സന്ദർഭത്തിൽ ഇംഗ്ലീഷിന്റെ ശബ്ദകോശത്തെക്കുറിച്ച് ചിന്തി ക്കുന്നത് അർഥവത്തായിരിക്കും. ഒരു പ്രത്യേക ചരിത്രസന്ദർഭത്തിൽ ഏതൊരു ഭാഷയിലേയും ശബ്ദകോശത്തിന്റെ വലുപ്പമോ എണ്ണമോ കണ്ടെത്തുക അസാധ്യമാണ്. അതുമല്ലെങ്കിൽ ഒരു പ്രത്യേകഭാഷയുടെ സ്വാധീനത്തിൽ നിന്നുണ്ടായ വാക്കുകൾ ഏതൊക്കെയെന്ന് കൃത്യമായി കണക്കാക്കുക, ഒരു എഴുത്തുകാരൻ ആ ഭാഷയുടെ വികാസത്തിനായി നടത്തിയ സംഭാവനകൾ ഏതൊക്കെയെന്ന് കൃത്യമായി തിരിച്ചറിയുക — ഇത്തരം കാര്യങ്ങളെക്കുറിച്ച് ആത്യന്തികമായി വിധിനിർണയിക്കു ന്നതും അസാധ്യമാണ്. അതിനൊന്നും വലിയ പ്രാധാന്യവുമില്ല. പക്ഷേ, ഈ സ്വാധീനങ്ങളുടെ പൊതു സ്വഭാവവും അത് പിന്നീടുണ്ടായ ഭാഷ യുടെ വികാസത്തെ എങ്ങനെ ബാധിച്ചുവെന്നും ആശയവിനിമയത്തിന്റെ പ്രാഥമിക ഉപാധി എന്ന നിലയിൽ ഇവ എങ്ങനെ ഭാഷയെ സഹായിച്ചു വെന്നും മനസിലാക്കുക – ഈ വക കാര്യങ്ങൾക്കാണ് ഊന്നൽ നൽകേ ണ്ടത്.

ഇംഗ്ലീഷിനെ സംബന്ധിച്ചിടത്തോളം പല ഭാഷാസംസ്കാരങ്ങളുടെ സ്വാധീനത്തിന്റെ ഒരു ഫലം ഒരു പദത്തിന്റെ തന്നെ പര്യായ പദങ്ങ ളെന്നു പറയാവുന്ന പല പദങ്ങളും പല സന്ദർഭങ്ങളിലായി ഭാഷയിലേക്കു കടന്നുവന്നു എന്നുള്ളതാണ്. ഈ പര്യായ പദങ്ങൾ നൽകുന്ന അർഥ സൂചനകൾ തമ്മിൽ വളരെ സൂക്ഷ്മമായ വ്യത്യാസങ്ങൾ ഉണ്ട്, നാമവി ശേഷണങ്ങളുടെ കാര്യത്തിൽ പ്രത്യേകിച്ചും, ഉദാഹരണത്തിന് royal, regal, kingly എന്നീ വാക്കുകൾ പരിശോധിക്കുക. ഈ മൂന്നു പദങ്ങളും ആശയപരമായി രാജാവുമായി ബന്ധപ്പെട്ടവയാണ്. അവ 'king' എന്ന നാമത്തിന്റെ വിശേഷണരൂപങ്ങളാണ്. ഇവയിൽ ഏറ്റവും സാധാരണ മായി ഉപയോഗിക്കുന്നത് ഫ്രെഞ്ചു ഭാഷയിൽ നിന്നുത്ഭവിച്ച royal ആണ്. രാജാവിനെ സംബന്ധിക്കുന്നത് എന്നാണതിന്റെ അർഥം. നാം സാധാര ണയായി കാണുന്ന royal party, royal coach, royal family, royal couple, royal signature എന്നിങ്ങനെയുള്ള പ്രയോഗങ്ങൾ. എന്നാൽ ലാറ്റിൻ

സ്വാധീനത്തിൽ നിന്നുണ്ടായ regal എന്ന വാക്ക് രാജാവിന്റെ പ്രൗഢിയും ഗാംഭീര്യവും പദവിയും സൂചിപ്പിക്കുന്ന ഒന്നാണ്. തദ്ദേശീയമായ kingly എന്ന പദം ഉത്തമനായ രാജാവിൽ നിന്നു നാം പ്രതീക്ഷിക്കുന്ന രാജകീയമായ ഗുണങ്ങൾക്ക് ഊന്നൽ നൽകുന്ന വാക്കാണ്. ഇത്തരത്തിലുള്ള അനേകം പര്യായപദങ്ങളിൽ ഏറ്റവും പ്രചാരമുള്ളതും സാധാരണക്കാരുടെ പ്രയോഗത്തിലുള്ളതും ഫ്രെഞ്ച് സ്വാധീനമുള്ള വാക്കുകളാണെന്നു കാണാം.

ലാറ്റിൻ ഉറവിടമുള്ളവയാകട്ടെ കൂടുതൽ ഔപചാരികവും പ്രൗഢ ഗംഭീരവും. തദ്ദേശീയമായവയാണു കൂടുതൽ മാനുഷികമായ ഗുണങ്ങളുടെ സൂചനകൾ നൽകുന്നത്. Amiable, amicable, friendly എന്നിവ മറ്റൊരുദാഹരണം. ആദ്യത്തേത് ഫ്രെഞ്ചിൽ നിന്നും രണ്ടാമത്തേത് ലാറ്റിനിൽ നിന്നും മൂന്നാമത്തേത് തനി നാടനും. Infantile, puerile, childish എന്നിവ തമ്മിലുള്ള വ്യത്യാസങ്ങളും ഇതുപോലെ തന്നെ. Ghost/spirit, fatherly/paternal, big/large/great, feminine/womanly, manly/masculine/virile എന്നീ പദങ്ങൾ തമ്മിലുള്ള അർഥഭേദങ്ങളും ശ്രദ്ധിക്കുക.

ജ്ഞാനോദയത്തിനുശേഷം സംഭവിച്ച മറ്റൊരു പ്രധാന മാറ്റം ഉച്ചാരണത്തിലാണ് ശബ്ദോച്ചാരണത്തിലുള്ള മാറ്റം അതീവ സങ്കീർണമായ ഒരു പ്രക്രിയയാണ്. അതിന്റെ സൂക്ഷ്മതകളിലേക്ക് കടക്കുവാൻ ഇവിടെ ഉദ്ദേശിക്കുന്നില്ല. കൂടുതൽ പ്രധാനപ്പെട്ടതെന്നു തോന്നുന്ന മാറ്റങ്ങളിലെ ചില പൊതുവായ കാര്യങ്ങൾ മാത്രം സൂചിപ്പിക്കാം. വിശദാംശങ്ങളിൽ താൽപ്പര്യമുള്ളവർക്ക് എച്ച് സി വൈൽഡിന്റെ *Short History of English* വായിക്കാവുന്നതാണ്. ഉച്ചരാണമാറ്റം ആധുനിക ഇംഗ്ലീഷിൽ മാത്രമായി നടന്ന ഒരു പ്രക്രിയയല്ല. നൂറ്റാണ്ടുകളായി നടന്നുകൊണ്ടിരുന്ന ഒരു പ്രക്രിയയുടെ തുടർച്ചയായി മാത്രമേ അതിനെ കാണേണ്ടതുള്ളൂ. ഈ മാറ്റങ്ങളെ ഭാഷാശാസ്ത്രകാരന്മാർ ചില തത്ത്വങ്ങളുടെ അടിസ്ഥാനത്തിൽ തരം തിരിച്ചിട്ടുണ്ട്. s, f, th എന്നീ വ്യഞ്ജനങ്ങൾക്ക് മുന്നിൽ വരുന്ന 'അ'കാരം ദീർഘിച്ചതാണു ഒരു പ്രധാന മാറ്റം. ഉദാഹരണങ്ങൾ bath, father, rather, ask, task, flask, master, fast, cast, craft, chaff തുടങ്ങിയവ. അതുപോലെതന്നെ balm, calm, palm, half, calf തുടങ്ങിയ വാക്കുകളിലെ 'അ'കാരവും ദീർഘിച്ചു എന്നു മാത്രമല്ല മുൻപ് ഉച്ചരിക്കപ്പെട്ടിരുന്ന 'ൽ' ശബ്ദം ഉച്ചരിക്കപ്പെടാതെ നിശ്ശബ്ദമാകുകയും ചെയ്തു. മറ്റൊരു പ്രധാന മാറ്റം ale, cake, dame, fame, change, safe, danger, range എന്നിങ്ങനെയുള്ള വാക്കുകളിലെ 'a' എന്ന അക്ഷരം 'ആ' എന്നായിരുന്നു ഉച്ചരിച്ചിരുന്നത്. അതായത് ഈ വാക്കുകൾ ആൽ, കാക്, ഡാം, ഫാം, ചാഞ്ച്, സാഫ്, ഡാഞ്ചർ, റാഞ്ച് എന്നൊക്കെയായിരുന്ന ഉച്ചരിച്ചിരുന്നത്. ആധുനികകാലമായപ്പോഴേക്കും അത് ഇന്നു നാം ഉച്ചരിക്കുന്ന തരത്തിലായിത്തീർന്നു. ഈ പൊതുമാറ്റത്തിനു ചില അപവാദങ്ങളുമുണ്ട്. Chance, grant, branch, aunt തുടങ്ങിയ വാക്കുകളിലെ 'a' എന്ന അക്ഷരം 'ആ' കാരമായാണു ഇപ്പോഴും ഉച്ചരിക്കുന്നത്.

ഉച്ചാരണത്തെക്കുറിച്ച് വളരെ രസകരമായ ഒരു കാര്യം കൂടി ഇവിടെ സൂചിപ്പിക്കട്ടെ. 'er' എന്ന അക്ഷരങ്ങളെത്തുടർന്ന് മറ്റൊരു വ്യഞ്ജന മാണു വരുന്നതെങ്കിൽ അവയെ 'ആ' എന്ന ദീർഘസ്വരമായാണു മധ്യ കാലഘട്ടം മുതൽ ഉച്ചരിച്ചിരുന്നതെന്ന് വൈൽഡ് സൂചിപ്പിക്കുന്നു. അങ്ങ നെയാണു നാം clerk, Berkeley, Berkshire, Hertfordshire, Derby, heart, hearth, dearth തുടങ്ങിയ വാക്കുകൾ അയുക്തികമാണെന്ന് ഒറ്റനോട്ട ത്തിൽ തോന്നാമെങ്കിലും 'ആ' എന്ന ദീർഘസ്വരത്തോടെ ഉച്ചരിക്കുന്നത്. ഉച്ചാരണത്തിനനുസൃതമായാണ് ഇവയുടെ സ്പെല്ലിങ് ഉപയോഗിച്ചിരു ന്നതെങ്കിൽ 'e' എന്ന അക്ഷരത്തിനു പകരം നമുക്ക് 'a' ഉപയോഗിക്കേ ണ്ടി വരുമായിരുന്നു. അപ്പോൾ നമുക്ക് sarvant, sarve, sartainly, Jarmany എന്നിങ്ങനെ servant, serve, certainly, Germany എന്നതിനു പകരം എഴു തേണ്ടി വരുമായിരുന്നു.

ആംഗ്ലോ സാക്സൺ കാലഘട്ടം മുതൽ 'എ' എന്ന സ്വരം 'ഈ'കാ രമായി മാറുവാനുള്ള പ്രവണത വളരെയധികമുണ്ടായിരുന്നു. പതിനാറാം നൂറ്റാണ്ടിന്റെ പകുതിയോടെ ഈ പ്രക്രിയ പൂർത്തിയായി എന്നാണു വില യിരുത്തപ്പെടുന്നത്. 'ഈ'കാരം അക്ഷരങ്ങളിൽ 'ee', 'ea', 'ie' എന്നീ ഭേദങ്ങളിൽ പ്രതിനിധാനം ചെയ്യപ്പെടുന്നുണ്ട്. അങ്ങനെ നമുക്ക് feet, meat, meet, seek, deep, field, shield, yield, tea, coffee, heat തുടങ്ങിയ വാക്കുകൾ ലഭ്യമാകുന്നു. അതുപോലെതന്നെ പണ്ട് 'ഈ' എന്ന് ഉച്ചരി ച്ചിരുന്ന സ്വരം പിന്നീട് fire, write, light, fight, climb, life, ride, shine, line തുടങ്ങിയ വാക്കുകളിലെ 'ഐ' എന്നായി മാറുകയുണ്ടായി. മധ്യകാല ഇംഗ്ലീഷിൽ 'ഈ' എന്ന് ഇന്നു നാമുച്ചരിക്കുന്ന സ്വരം chew, few എന്നീ വാക്കുകളിലെ സ്വരം ഉച്ചരിക്കുന്നതുപോലെയായിരുന്നു ഉച്ചരിച്ചിരുന്ന ത്. അത് ആധുനികകാലമായപ്പോഴേക്കും 'ഔ' എന്ന് ഉച്ചരിക്കപ്പെടുന്ന രീതിയിലേക്ക് മാറി house, mouse, cow, rouse പക്ഷേ ഉച്ചാരണം മാറി യെങ്കിലും അത്തരം വാക്കുകളുടെ സ്പെല്ലിങ്ങിൽ വ്യത്യാസമുണ്ടായി രുന്നില്ല. ഇന്നത്തെ പോലെ 'ou' എന്ന അക്ഷരങ്ങൾ തന്നെയായിരുന്നു അന്നും ഉപയോഗിച്ചിരുന്നത്.

ഇംഗ്ലീഷ് ഭാഷയിൽ ജ്ഞാനോദയത്തിന്റെ മറ്റൊരു സ്വാധീനം കാണാ വുന്നത് ചില പദങ്ങൾക്ക് പണ്ഡിതോചിതമായി ലാറ്റിൻ സ്പെല്ലിങ്ങു കൾ നൽകുന്നതാണ്; ഈ പദങ്ങൾ ഫ്രെഞ്ച് ഭാഷയിൽ നിന്നാണു ഇംഗ്ലീ ഷിലേയ്ക്ക് കടന്നുവന്നതെങ്കിലും. ഉദാഹരണത്തിന് 'debt', 'doubt' എന്നീ രണ്ടു വാക്കുകൾ. മധ്യകാലഭാഷയിൽ ഇവ ഉച്ചരിക്കുന്നതുപോലെ തന്നെയാണ് എഴുതപ്പെട്ടിരുന്നത് – dette, doute എന്നിങ്ങനെ. ഫ്രെഞ്ച് ഭാഷയിലും ഇങ്ങനെതന്നെയാണീ വാക്കുകൾ എഴുതപ്പെട്ടിരുന്നത്. എന്നാൽ പിന്നീട് ലാറ്റിൻ ഭാഷയിലെ 'debitum', 'dubitum' എന്നീ രണ്ടു വാക്കുകളുടെ ചുവടുപിടിച്ച് ചില പണ്ഡിതർ ഈ വാക്കുകൾ 'b' എന്ന അക്ഷരത്തോടുകൂടിയാണ് എഴുതേണ്ടത് എന്നു ശഠിച്ചു. ഇതേ രീതി യാണ് 'indite' 'indict' ആയതും 'quire' 'choir' ആയതും. ഇതു

പോലെതന്നെയുള്ള പണ്ഡിത ഇടപെടലുകളാണ് 'fault' എന്ന പദത്തിൽ 'l' ഉം, 'island' എന്ന പദത്തിൽ 's' ഉം തിരുകിക്കയറ്റിയത്, ഇന്നത്തെ 'island' ആംഗ്ലോസാക്സണിലെ 'igland' ആയിരുന്നു. പതിനാറാം നൂറ്റാണ്ടിന്റെ പകുതിവരെ ഈ പദം 's' ഇല്ലാതെയാണ് എഴുതിയിരുന്നത്.

പതിനാറാം നൂറ്റാണ്ടിൽ ആദ്യകാല ആധുനികഇംഗ്ലീഷിലെ നാമ വിശേഷണങ്ങൾക്ക് മുൻപുണ്ടായിരുന്ന ഇൻഫ്ളക്ഷണുകൾ (inflections) നഷ്ടമായി. കംപാരറ്റീവ് ഡിഗ്രിയും സൂപ്പർലേറ്റീവ് ഡിഗ്രിയും സൂചിപ്പിക്കുവാൻ മാത്രമായിരുന്നു ഇൻഫ്ളക്ഷണുകൾ ഉപയോഗിക്കപ്പെട്ടത്. അതുപോലെതന്നെ മധ്യകാല ഇംഗ്ലീഷിൽ 'you' എന്ന സർവനാമം ഔപചാരികമായും അനൗപചാരികമായും ഉപയോഗിക്കുമ്പോഴുണ്ടായിരുന്ന സാമൂഹികപദവിയുടെ സൂചന നഷ്ടപ്പെട്ടു. ഇന്ന് ആ സർവനാമം പൊതുവായി ഉപയോഗിക്കപ്പെടുന്നു. ശക്തമായിരുന്ന ക്രിയാപദങ്ങളിൽ (strong verbs) പലതും ദുർബലമായി (weak verbs) മാറി. പതിനാലാം നൂറ്റാണ്ടുമുതൽ തുടങ്ങിയ സ്വരമാറ്റം (The Great Vowel Shift എന്നാണീ മാറ്റം വിശേഷിപ്പിക്കപ്പെടുന്നത്) പല സ്വരങ്ങളുടേയും ഉച്ചാരണത്തിൽ മാറ്റം വരുത്തി. പല വ്യഞ്ജനങ്ങളും ഉച്ചരിക്കാതെയായി. ഇതു സംഭവിക്കുന്നതിനു മുൻപുതന്നെ സ്പെല്ലിങ്ങിന്റെ മാനകീകരണം നടന്നു കഴിഞ്ഞിരുന്നതിനാൽ ഉച്ചാരണമാറ്റത്തിനു മുൻപുണ്ടായിരുന്ന സ്പെല്ലിങ് തന്നെ തുടർന്നും ഉപയോഗിക്കപ്പെട്ടു. ഇന്നും നാം അതുതന്നെ തുടരുന്നു. അതുകൊണ്ടാണ് പലപ്പോഴും ഇംഗ്ലീഷ് എഴുതുന്നതുപോലെയല്ല വായിക്കുന്നത് എന്ന് നമുക്ക് തോന്നുന്നത്. ഇങ്ങനെ ഉച്ചരിക്കപ്പെടാത്ത വ്യഞ്ജനങ്ങൾ ഉൾക്കൊള്ളുന്ന വാക്കുകളുടെ ചില ഉദാഹരണങ്ങളാണ് ni[gh]t, fi[gh]t, clim[b], dum[b], ha[l]f, ta[l]k, fo[l]k, pa[r]k, da[r]k, [k]nee, [k]ni[gh]t, [k]nife, [g]nat, [h]onour, [h]onesty തുടങ്ങിയവ.

സ്പെല്ലിങ്, ഉച്ചാരണം, വ്യാകരണം എന്നിവയെ സംബന്ധിച്ചിടത്തോളം പതിനേഴാം നൂറ്റാണ്ടിന്റെ പകുതിയോടുകൂടി ഇംഗ്ലീഷ്ഭാഷ ഏതാണ്ട് ഇന്നത്തെ നിലയിൽ എത്തിച്ചേർന്നുവെന്നു പറയാം. അതിനു ശേഷമുള്ള മൂന്നര നൂറ്റാണ്ടുകാലം അതിനു മാറ്റങ്ങളൊന്നും സംഭവിച്ചില്ല എന്നല്ല ഇപ്പറഞ്ഞതിനർഥം. അടിസ്ഥാനപരമായി വലിയ മാറ്റങ്ങളൊന്നും അതിനുശേഷം സംഭവിച്ചിട്ടില്ല എന്നാണുദ്ദേശിക്കുന്നത്. സംഭവിച്ചിട്ടുള്ള മാറ്റങ്ങൾ മുഖ്യമായും ശബ്ദകോശത്തിന്റെ വിപുലനവും വാക്കുകളുടെ അർഥത്തിനുവന്ന വ്യത്യാസങ്ങളുമായി ബന്ധപ്പെട്ടവയാണ്. പുതിയ ആശയങ്ങളും അനുഭവങ്ങളും ആഗ്രഹങ്ങളും മോഹങ്ങളും അറിവുകളും വീക്ഷണങ്ങളും ആവിഷ്ക്കരിക്കുവാൻ പുതിയ വാക്കുകൾ വേണ്ടിവരുമെന്നത് ഏതു ഭാഷയുടെയും പ്രശ്നമാണു. അറിവിന്റെ ലോകം വികസിക്കുന്തോറും ഭാഷയും വികസിക്കും. സാമൂഹികവും സാമ്പത്തികവും രാഷ്ട്രീയവുമായ പുതിയ സമവാക്യങ്ങളും അനുഭവങ്ങളും അതിനനുസരിച്ചുള്ള ജനങ്ങളുടെ മനോഭാവവും പെരുമാറ്റവും ഇവയെല്ലാം സമൂഹത്തിൽ വരുത്തിയ മാറ്റങ്ങളും ഭാഷയിൽ സ്വാധീനം

ചെലുത്തിയെന്നുള്ളത് പ്രത്യേകം പറയേണ്ട കാര്യമില്ലല്ലോ.

ഇംഗ്ലീഷ് ശബ്ദകോശത്തെക്കുറിച്ച് സൂചിപ്പിച്ചുവല്ലോ. 1755 ൽ ഡോ: സാമുവൽ ജോൺസൺ പ്രസിദ്ധീകരിച്ച *ഇംഗ്ലീഷ് നിഘണ്ടുവിൽ* ഏക ദേശം 48,000 പദങ്ങളാണുണ്ടായിരുന്നത്. ഇന്നത്തെ *ഓക്സ്ഫോഡ് നിഘ ണ്ടുവിൽ* ഏകദേശം നാലര ലക്ഷത്തോളം വാക്കുകളുണ്ടെന്നോർക്കു ക. 1762 ൽ റോബർട്ട് ലൊവ്ത് *A Short Introduction to English Grammar* എന്ന വ്യാകരണസംബന്ധിയായ പുസ്തകം പ്രസിദ്ധീകരിച്ചു. വ്യാകരണ പണ്ഡിതർ ഭാഷ എപ്പോഴും യുക്തിസഹമായിരിക്കണം എന്നു ശഠിക്കുന്നവരാണ്. രണ്ട് നിഷേധങ്ങൾ ഒരുമിച്ചുപയോഗിക്കുന്നതിനെ അവർ എതിർത്തു. വാക്കുകളുടെ ചുരുക്കെഴുത്തും അവർ ഇഷ്ടപ്പെ ട്ടില്ല. ക്ലാസ്സിക്കൽ ഭാഷകളായ ലാറ്റിനിൽ നിന്നും ഫ്രെഞ്ചിൽ നിന്നുമ ല്ലാതെ വാക്കുകൾ കടംകൊള്ളുന്നതും അവർ എതിർത്തിരുന്നു. അതു പോലെ തന്നെ വാക്യങ്ങളുടെ ഒടുവിൽ പ്രിപ്പോസിഷൻ ഉപയോഗിക്കു ന്നതും ആശാസ്യമല്ല എന്നവർ പറഞ്ഞു. പക്ഷേ പലപ്പോഴും ഈ വ്യാക രണകാരന്മാരുടെ എതിർപ്പുകളെ വകവയ്ക്കാതെ സാധാരണക്കാരായ ജനങ്ങൾ ഭാഷയെ ഉപയോഗിച്ചു. ഇന്നും അത് അങ്ങനെതന്നെയാണ്, ജൈവമായ ഏതു ഭാഷയിലും.

1859 ലാണ് ഓക്സ്ഫോഡ് സർവകലാശാലയിൽ നിന്ന് ഇംഗ്ലീഷ് ഭാഷയുടെ ഒരു നിഘണ്ടു പ്രസിദ്ധീകരിക്കണമെന്ന നിർദേശം ഉയർന്നു വന്നത്. ഇംഗ്ലീഷ്ഭാഷയിലെ എല്ലാ വാക്കുകളെക്കുറിച്ചുമുള്ള വസ്തുനി ഷ്ഠമായ ഒരു രേഖയായിരിക്കണം അത് എന്നും പതിനൊന്നാം നൂറ്റാ ണ്ടിന്റെ തുടക്കം മുതൽ ഇംഗ്ലീഷ്ഭാഷയിൽ ഉപയോഗിച്ചുവരുന്ന എല്ലാ വാക്കുകളും അതിൽ ഉൾക്കൊള്ളിക്കണമെന്നും നിർദേശിക്കപ്പെട്ടു. ഈ നിഘണ്ടുവിൽ വാക്കുകളുടെ പ്രധാനരൂപം, അതിന്റെ ഉച്ചാരണം, വിവി ധതരത്തിലുള്ള പ്രയോഗങ്ങൾ, അർഥതലങ്ങൾ, അത് ആദ്യം പ്രത്യക്ഷ പ്പെട്ട വർഷം, സ്രോതസ്സ് എന്നിവയെല്ലാം അടങ്ങിയിരിക്കണം എന്നും നിഷ്കർഷിക്കപ്പെട്ടിരുന്നു. ബൃഹത്തായ ഈ പദ്ധതി ആരംഭിക്കുന്നത് 1879 ലാണ്. അതിന്റെ ആദ്യത്തെ എഡിറ്റർ ജെയിംസ് എ എച്ച് മറെ ആയിരുന്നു. ആദ്യ പതിപ്പ് 1928 ൽ പുറത്തിറങ്ങി. ഈ പതിപ്പിന്റെ അനു ബന്ധങ്ങളായി 1933 ലും 1972–76ലും രണ്ടാം പതിപ്പ് 1989 ലും പ്രസിദ്ധീ കരിക്കപ്പെട്ടു. ഭാഷയുടെ മാനകീകരണത്തിനു നിഘണ്ടുക്കൾ വളരെ യേറെ സഹായകരമാകും. ഇംഗ്ലീഷ് ഭാഷയിലെ വാക്കുകളെക്കുറിച്ചുള്ള ഏറ്റവും ആധികാരിക ഗ്രന്ഥമായി ഇന്നും പരിഗണിക്കപ്പെടുന്നത് ഓക്സ്ഫോഡ് ഇംഗ്ലീഷ് നിഘണ്ടു തന്നെയാണ്.

അർഥവിജ്ഞാനീയം (Semantics)

ശബ്ദകോശത്തിന്റെ വർധനയെക്കാളേറെ പ്രാധാന്യമുള്ളതാണു പദങ്ങൾക്ക് വന്നുചേർന്ന അർഥ വ്യത്യാസം. സാഹിത്യത്തിൽ തൽപര രായ ഏതൊരാളും ആദ്യം മനസിലാക്കേണ്ട ഒരു വസ്തുത ഷേക്സ്പി

യറിന്റെ കാലഘട്ടത്തിൽ 'fool' എന്ന പദത്തിന് ഇന്നും നാം അതിനു കൽപ്പിക്കുന്ന അർഥമല്ലായിരുന്നു. അതുപോലെ തന്നെ 'battle' 'fond' 'presently' എന്നിങ്ങനെയുള്ള വാക്കുകൾക്കും. ഇന്ന് പള്ളിയിൽ പ്രാർഥ നയ്ക്കായി പോകുന്ന ഒരു ഭക്തനെ സംബന്ധിച്ചിടത്തോളം 'Prevent us, O Lord, in all our doings' എന്നിങ്ങനെ പ്രാർഥന തുടങ്ങുന്നത് ഞെട്ട ലുണ്ടാക്കാൻ സാധ്യതയുണ്ട്. പക്ഷേ അന്ന് 'prevent' എന്ന പദത്തി നർഥം 'നേർവഴിക്കു നടത്തുക', 'വഴികാട്ടുക' 'മുൻപേ പോകുക' എന്നെ ല്ലാമായിരുന്നു. ഇങ്ങനെ അനേകം ഇംഗ്ലീഷ് വാക്കുകൾക്ക് പഴയതിൽ നിന്ന് തികച്ചും വ്യത്യസ്തമായ അർഥം കൈവന്നിട്ടുണ്ട്.

ഭാഷാപണ്ഡിതരുടെ അഭിപ്രായത്തിൽ ഇതിൽ അത്ഭുതപ്പെടാനൊ ന്നുമില്ല. കാരണം ജൈവമായ ഒരു ഭാഷയും നിശ്ചലമായ അവസ്ഥയിൽ നിൽക്കുന്നില്ല. അത് മാറിക്കൊണ്ടേയിരിക്കും. ഡോ. സാമുവൽ ജോൺസ ണെപ്പോലെ പണ്ഡിതനായ ഒരു വ്യക്തിപോലും താൻ നിഘണ്ടുവിനു വേണ്ടി വിവരങ്ങൾ ശേഖരിക്കാൻ തുടങ്ങുമ്പോൾ ധരിച്ചിരുന്നത് വാക്കു കൾ എല്ലാക്കാലത്തും അവയുടെ അർഥം അതേപടി നിലനിർത്തുമെ ന്നായിരുന്നു. പക്ഷേ, അധികം താമസിയാതെതന്നെ അദ്ദേഹത്തിനു തന്റെ ധാരണ മാറ്റേണ്ടിവന്നു. ഒരു കാര്യം നാമിവിടെ ഓർക്കേണ്ടത് ഒരു വാക്കിനു സ്വന്തമായ നിലയിൽ ഒരു അർഥമില്ല എന്നാണ്. ആ വാക്ക് ഉപയോഗിക്കുന്ന സമൂഹത്തിലെ മനുഷ്യർ അതിനു നൽകുന്ന അർഥ മാണു അതു വഹിക്കുന്നത്. ഈ അർഥമാകട്ടെ ശാസ്ത്രീയമായ പരീ ക്ഷണങ്ങളുടെ അടിസ്ഥാനത്തിൽ അതിനു നൽകപ്പെടുന്നതല്ല. അതിനു പിന്നിൽ ഒരു യുക്തിയുമില്ല. 'ആന' എന്ന പദത്തിന് ഇന്നു നാം ധരി ക്കുന്ന അർഥത്തിന് എന്താണു യുക്തി? ആ വലിയ മൃഗത്തിന് ആരാണ് ഈ പേരു നൽകിയത്? ആദ്യമായി ആ പേരു നൽകിയ ഒരാൾക്ക് അന്ന് അതിനെ 'ചേന' എന്നു വിളിക്കുവാനാണു തോന്നിയിരുന്നതെങ്കിൽ ഇന്ന് ഈ മൃഗത്തെ നാം 'ചേന' എന്നുവിളിക്കുമായിരുന്നു. അങ്ങനെയായിരു ന്നെങ്കിൽ ബഷീറിന്റെ പ്രശസ്ത കഥാപാത്രം ഇന്ന് 'ചേനവാരി രാമൻ നായർ' എന്നറിയപ്പെടുമായിരുന്നു.

പറഞ്ഞുവരുന്നത്, ഇതാണു. വളരുകയും വികസിക്കുകയും ചെയ്യുന്ന ഏതൊരു ഭാഷയിലേയും പല വാക്കുകൾക്കും കാലാകാലങ്ങ ളിൽ സന്ദർഭങ്ങൾക്കനുസരിച്ച് പുതിയ അർഥങ്ങൾ വന്നുചേരും. അങ്ങനെ പുകവലിക്കാരനായ ഒരാളും, സംഗീതജ്ഞനായ ഒരാളും പ്ലംബിങ് ജോലി ചെയ്യുന്ന മറ്റൊരാളും 'pipe' എന്ന പദത്തിനു വെവ്വേറെ അർഥങ്ങൾ കൽപ്പിക്കുന്നു. അതുപോലെ തന്നെ ഫ്യൂഡൽ കാലഘട്ട ത്തിലെ ഇംഗ്ലണ്ടിൽ 'villein'(villain) എന്ന പദത്തിനു താഴെക്കിടയിലുള്ള ജോലികൾ ചെയ്യുന്നൊരാൾ എന്നായിരുന്നു അർഥം. ഇരുനൂറു വർഷ ങ്ങൾക്കു ശേഷം അതിനു സാമൂഹികമായ ഒരു പദവിയെയോ തൊഴിലി നെയോ ചൂണ്ടിക്കാണിക്കുന്ന അർഥമല്ല മറിച്ച് സംസ്കാരശൂന്യമായ പെരുമാറ്റത്തെയും, പിന്നീട്, അധാർമികമായ പ്രവർത്തനങ്ങളിലേർപ്പെ

ടുന്ന ഒരാളെയും സൂചിപ്പിക്കുവാനാണ് ആ പദം ഉപയോഗിച്ചുവന്നിട്ടു ള്ളത്. ഇതേ കാലഘട്ടത്തിൽ 'broadcast' എന്ന പദത്തിനു വിത്ത് വാരി യെറിഞ്ഞു വിതയ്ക്കുക എന്നായിരുന്നു അർഥം. റേഡിയോ കണ്ടുപിടി ച്ചതിനു ശേഷമാണ് ആ വാക്കിനു ശബ്ദതരംഗങ്ങളുടെ പ്രസരണം (പ്ര ക്ഷേപണം) എന്ന അർഥം ലഭിക്കുന്നത്. ഇങ്ങനെ കാലാകാലങ്ങളിൽ ഭാഷയിലെ വാക്കുകൾക്കു സംഭവിക്കുന്ന അർഥവ്യതിയാനങ്ങളെ സൂക്ഷ്മമായി പഠിക്കുന്ന ഭാഷാശാസ്ത്രശാഖയെയാണ് അർഥവിജ്ഞാ നീയം ('semantics') എന്നു വിശേഷിപ്പിക്കുന്നത്.

ഭാഷയുടെ ചരിത്രത്തിന്റെ പല സന്ദർഭങ്ങളിലായി അതിലെ വാക്കു കൾക്ക് സംഭവിച്ചിട്ടുള്ള അർഥവ്യതിയാനങ്ങളെയും അവയുടെ രീതികളേയും കാരണങ്ങളേയും ഭാഷാശാസ്ത്രകാരന്മാർ വിലയിരുത്തി യിട്ടുണ്ട്. അതിന്റെ അടിസ്ഥാനത്തിൽ ഈ മാറ്റങ്ങളെ അവർ തരംതിരി ച്ചിട്ടുമുണ്ട്. 'സാമാന്യവൽക്കരണം' (Generalization) എന്ന പ്രക്രിയയി ലൂടെ അർഥവ്യത്യാസം സംഭവിക്കാം. അതായത്, മുൻപ് ഒരു സവിശേ ഷമായ അല്ലെങ്കിൽ നിയന്ത്രിതമായ അർഥമുണ്ടായിരുന്ന ഒരു വാക്കിനു പിൽക്കാലത്ത് വളരെ വിശാലമായ ഒരു അർഥതലം ലഭിക്കുന്ന പ്രക്രി യയാണിത്. ഉദാഹരണത്തിന് ഇന്ന് ഏറ്റവും സാധാരണമായി ഉപയോ ഗിക്കുന്ന 'box' എന്ന വാക്ക്. മുൻപ് അത് ഒരു മരത്തിന്റെയും അതിൽ നിന്നുൽപ്പാദിപ്പിക്കുന്ന തടിയുടെയും പേരായിരുന്നു. വളരെ വിലപിടിപ്പു ണ്ടായിരുന്ന ഈ തടിയിൽ നിന്നു നിർമിച്ച ചെറിയ പെട്ടിയിലാണ് അക്കാ ലത്ത് സമ്പന്നർ തങ്ങളുടെ ആഭരണങ്ങളും മറ്റു വിലപിടിപ്പുള്ള വസ്തു ക്കളും സൂക്ഷിച്ചിരുന്നത്. അങ്ങനെ അത് 'box' എന്നു വിശേഷിപ്പിക്ക പ്പെട്ടു. അങ്ങനെ കുറെക്കാലം ഇത്തരം വസ്തുക്കൾ സൂക്ഷിച്ചിരുന്ന ചെറിയ പെട്ടികളെല്ലാം 'box' എന്നറിയപ്പെട്ടു, അവ ഏതു മരത്തിന്റെ തടി കൊണ്ട് നിർമിക്കപ്പെട്ടവയായിരുന്നെങ്കിലും. ഏകദേശം പതിനെട്ടാം നൂറ്റാണ്ടിന്റെ തുടക്കംവരെ ചെറിയ പെട്ടികൾ മാത്രമേ 'box' എന്നറിയ പ്പെട്ടിരുന്നുള്ളൂ. കുറച്ചുകൂടി വലുപ്പമുള്ളവയെ 'chest' എന്നാണു വിശേ ഷിപ്പിച്ചിരുന്നത്. എന്നാൽ ഇന്ന് ഏതു വസ്തുവിൽ നിന്നുണ്ടാക്കിയ പെട്ടി യാണെങ്കിലും വലുപ്പവ്യത്യാസമില്ലാതെതന്നെ എല്ലാത്തിനേയും നാം 'box' എന്ന് വിളിക്കുന്നു. പെട്ടി മാത്രമല്ല ഒരു കായികവിനോദമായ ബോക്സിങ്ങും ബോക്സ് എന്ന പദത്തിൽ നിന്നുണ്ടായതാണ്. ഇതു പോലെ നാം ഇന്ന് പതിവായി ഉപയോഗിക്കുന്ന വാക്കുകളാണു 'jour- ney', 'journal' എന്നിവ. 'ദിവസം' എന്ന അർഥമുള്ള ഫ്രെഞ്ച് പദമായ 'jour'ൽ നിന്നുണ്ടായതാണിവ. 'journey' എന്ന വാക്കിന്റെ തനതായ അർഥം ഒരു ദിവസത്തെ നടത്തം എന്നായിരുന്നു. 'journal' എന്ന വാക്കി ന്റേതാകട്ടെ ഒരു ദിവസത്തെ സംഭവങ്ങളുടെ രേഖയെന്നും. ഈ വാച്യാർഥം ഇന്നും നിലനിൽക്കുന്നുണ്ട്. എന്നാൽ ഒരു ദിവസത്തെ മാത്രം യാത്രയെയല്ല മാസങ്ങൾ നീണ്ടുനിൽക്കുന്ന യാത്രയെയും മാസങ്ങൾക്ക പ്പുറമുള്ള പ്രവർത്തനങ്ങളുടെ രേഖയേയും സൂചിപ്പിക്കാൻ നാം 'journal'

പദമാണ് നാം ഉപയോഗിക്കുന്നത്. ഇതുപോലെതന്നെ സാമാന്യവൽക്ക രിക്കപ്പെട്ടതാണ് 'companion', 'comrade' എന്നീ പദങ്ങളുടെ അർത്ഥ വും. അക്ഷരാർത്ഥത്തിൽ 'companion' എന്ന വാക്കിന്റെ അർഥം 'one who eats bread with another person' (ലാറ്റിൻ ഭാഷയിലെ 'con'= with, panis = bread എന്നതിൽ നിന്ന്) എന്നായിരുന്നു. അതുപോലെ തന്നെ ഒരേ മുറി പങ്കിടുന്ന രണ്ടുപേർ എന്ന അർഥം നൽകുന്ന 'com- rade' എന്ന പദവും. ഭക്ഷണമോ മുറിയോ പങ്കുവയ്ക്കുന്നവർ സാധാര ണഗതിയിൽ നമ്മുടെ ഉറ്റ സുഹൃത്തുക്കളായിരിക്കും എന്നതിന്റെ അടി സ്ഥാനത്തിലാണു നമുക്ക് അതിന്റെ ഇന്നത്തെ അർഥം ലഭിക്കുന്നത്. ഈ ഉദാഹരണങ്ങളിൽ നിന്ന് നമുക്ക് മനസിലാക്കാൻ പറ്റുന്ന ഒരു കാര്യം ഓരോ പദത്തിനും അതിന്റെ സവിശേഷമായ ചരിത്രസന്ദർഭത്തിലുണ്ടാ യിരുന്ന തനതായ അർഥത്തിൽ നിന്ന് വ്യത്യസ്തമായി വിശാലമായ ഒരു അർഥതലം ഉണ്ടെന്നുള്ളതാണ്. ഇതിന് മറ്റൊരു ഒന്നാന്തരം ഉദാഹരണം 'tragedy' എന്ന വാക്കാണ്. നാടകവേദിയുമായി മാത്രം ബന്ധപ്പെട്ട സവി ശേഷമായ അർഥമുണ്ടായിരുന്ന ഈ വാക്ക് ഇന്ന് നാം ഏതൊരു ദുരന്ത ത്തെയും സൂചിപ്പിക്കുവാൻ ഉപയോഗിക്കുന്നു.

'box' എന്ന പദത്തിനു കാലക്രമേണ സംഭവിച്ച അർഥവ്യത്യാസം പരിഗണിക്കുമ്പോൾ നമുക്കു മനസിലായ ഒരു കാര്യം ഒരു പദാർഥത്തിന്റെ പേര് അതിൽനിന്നുണ്ടാക്കിയ വസ്തുവിനെ സൂചിപ്പിക്കുവാൻ എങ്ങനെ യാണ് ഉപയോഗിക്കപ്പെട്ടതെന്നായിരുന്നു. സാമാന്യവൽക്കരണത്തിന്റെ വളരെ പൊതുവായ ഒരു രൂപമാണിത്. ഇങ്ങനെ സാമാന്യവൽക്കരണ ത്തിനു വിധേയമായി ദൈനംദിന ജീവിതത്തിൽ നാം വളരെ സാധാരണ മായി ഉപയോഗിക്കുന്ന പദങ്ങളിൽ ചിലതാണ് 'iron', copper, nickel, paper തുടങ്ങിയവ. ഇവയിൽ copper ഉം nickel ഉം നാണയങ്ങൾ എന്ന നിലയിലും paper എന്നത് വർത്തമാനപത്രം, പ്രബന്ധം, കടലാസ് എന്നീ അർഥത്തിലും നാം പ്രയോഗിക്കാറുണ്ടല്ലോ.

സാമാന്യവൽക്കരണത്തേക്കാൾ അധികം കഴിഞ്ഞകാലങ്ങളിൽ ഇംഗ്ലീഷ്ഭാഷയിൽ നടന്നിട്ടുള്ളത് സവിശേഷവൽക്കരണമാണ് (Speciali- zation). ഈ പ്രക്രിയയിലൂടെ പല വാക്കുകളുടെയും അർഥം നിയന്ത്രി ക്കപ്പെടുകയോ സവിശേഷവൽക്കരിക്കപ്പെടുകയോ ഉണ്ടായിട്ടുണ്ട്. ഇതിന്റെ കാരണം വളരെ ലളിതമാണ്. മധ്യകാലഘട്ടം മുതൽ നോർമൻ -ഫ്രെഞ്ച് ഘടകങ്ങളും, ജ്ഞാനോദയം മുതൽ ലാറ്റിൻ ഘടകങ്ങളും കൂടുതലായി ഇംഗ്ലീഷിലേക്ക് കടന്നുവന്നതോടെ ഒരേ അർഥമുള്ള പല വാക്കുകളും ഭാഷയിലുണ്ടായി. കാലക്രമത്തിൽ ഇവയിൽ പലതും ഒന്ന് മറ്റൊന്നിൽ നിന്ന് വേർതിരിക്കപ്പെടുകയും സവിശേഷമായ സന്ദർഭങ്ങ ളിൽ മാത്രം പ്രയോഗിക്കപ്പെടുകയുമുണ്ടായി. അങ്ങനെ ഇന്നു നാം സവി ശേഷമായ അർഥത്തിൽ പ്രയോഗിക്കുന്ന പല വാക്കുകൾക്കും അന്ന് കൂടുതൽ വിശാലമായ അർഥമുണ്ടായിരുന്നു. ഉദാഹരണത്തിനു 'fowl' എന്ന വാക്ക്. ചോസറിന്റെ കാലത്ത് ഏതൊരു പക്ഷിയെ സൂചിപ്പിക്കാനും

ഈ പദമായിരുന്നു ഉപയോഗിക്കപ്പെട്ടിരുന്നത്. ഇതിനു തത്തുല്യമായ 'bird' എന്ന വാക്കും അന്ന് നിലവിലുണ്ടായിരുന്നു. എന്നാൽ കാലക്രമേണ 'fowl' എന്ന പദം സവിശേഷവൽക്കരണത്തിനു വിധേയമാകുകയും പക്ഷിയെ സൂചിപ്പിക്കുവാൻ 'bird' എന്ന പദം കൂടുതൽ പ്രചാരത്തിൽ വരികയും ചെയ്തു. 'deer' എന്ന വാക്ക് അന്ന് ഏതു മൃഗത്തിനും ഉപയോഗിച്ചിരുന്നു. എന്നാൽ ഇന്നാകട്ടെ ഒരു സവിശേഷമൃഗത്തെ മാത്രമേ നാം ആ പദം കൊണ്ടു സൂചിപ്പിക്കുകയുള്ളൂ. ഏതു തുണിക്കഷണത്തിനും പഴയകാലത്ത് 'shroud' എന്നായിരുന്നു അർഥം. ഇന്നാകട്ടെ ഈ വാക്ക് മൃതശരീരം മൂടുവാൻ ഉപയോഗിക്കുന്ന തുണിയെ, സൂചിപ്പിക്കുവാനാണുപയോഗിക്കുന്നത്. അതുപോലെ തന്നെ 'doom' എന്ന പദത്തിന് 'വിധി' എന്നായിരുന്നു പഴയ അർഥം. ഇന്ന് ഏതൊരു ദുർവിധിയേയും പതനത്തേയും നാശത്തേയും സൂചിപ്പിക്കുവാൻ ആ പദം ഉപയോഗിക്കുന്നുണ്ട്. ക്രിയാപദമായും   നാമതിനെ ഉപയോഗിക്കുന്നു. ചോസ്റിന്റെ കാലത്ത് 'starve' എന്ന 'മരിക്കുക' എന്നായിരുന്നു അർഥം. ഇന്ന് അത് 'പട്ടിണി കിടക്കുക' എന്ന അർഥത്തിലാണുപയോഗിക്കുന്നത്. പതിനഞ്ചാം നൂറ്റാണ്ടിലെ ഇംഗ്ലീഷുകാർക്ക് stink, lust എന്നീ വാക്കുകൾ കേട്ടാൽ പ്രത്യേകിച്ചൊന്നും തോന്നുമായിരുന്നില്ല. ഇന്നത്തെ smell, desire എന്നീ വാക്കുകൾക്ക് തുല്യമായ ഒരർഥമേ അന്നവയ്ക്കുണ്ടായിരുന്നുള്ളൂ. അതുപോലെ തന്നെ 'mistress' എന്ന പദത്തിന് ഇന്നുള്ള ദുസ്സൂചന അന്നുണ്ടായിരുന്നില്ല. പണ്ട് 'ഡോക്ടർ' എന്ന പദത്തിനു 'വിദ്യാസമ്പന്നയായ ഒരാൾ' എന്നു മാത്രമായിരുന്നു അർഥം. 'voyage' എന്ന പദംകൊണ്ട് ഏതുതരത്തിലുള്ള യാത്രയേയും സൂചിപ്പിക്കാമായിരുന്നു. 'toy' എന്ന പദം നിസ്സാരതയെ സൂചിപ്പിക്കാനുപയോഗിക്കപ്പെട്ടിരുന്നതാണ്. അത് കുട്ടികളുടെ കളിപ്പാട്ടമായിത്തീർന്നത് പിന്നീടാണ്. ഈ സവിശേഷവൽക്കരണ പ്രക്രിയ പഴയകാലത്തെ മാത്രം പ്രത്യേകതയാണെന്നു ധരിക്കരുത്. അത് എല്ലാക്കാലത്തും ഭാഷയിൽ നടക്കുന്ന പ്രക്രിയയാണ്. Prohibition എന്ന പദത്തിന്റെ ഉദാഹരണം നോക്കുക. എന്തെങ്കിലും നിയമപരമായി തടയുന്നതിനോ നിയന്ത്രിക്കുന്നതിനോ പ്രയോഗിക്കുന്ന വാക്കാണത്. എന്നാൽ പിൽക്കാലത്ത് മദ്യനിരോധനത്തെ സൂചിപ്പിക്കുന്ന പദമായി അതിന്റെ അർഥം നിയന്ത്രിക്കപ്പെട്ടിരിക്കുന്നു.

ഒരു പരിധിവരെ മേൽപ്പറഞ്ഞ രണ്ടു പ്രക്രിയകളുടേയും തുടർച്ച എന്ന നിലയിൽ വാക്കുകളുടെ അർഥവ്യത്യാസം സംഭവിക്കുകയും എന്നാൽ അവയിൽ നിന്ന് വ്യത്യസ്തവുമായ മറ്റൊരു പ്രക്രിയയാണു വ്യതിരിക്തവൽക്കരണം (Differentiation). ഏതെങ്കിലും വിധത്തിലുള്ള സമാനതകളിലൂടെയോ ബന്ധത്തിലൂടെയോ ഒരു വാക്കിനെ ഒരു വസ്തുവുമായോ ആശയവുമായോ ബന്ധിപ്പിക്കുന്നു. അങ്ങനെയുള്ള ബന്ധത്തിൽ ആ വാക്ക് പുതിയ അർഥം കൈവരിക്കുന്നു. എന്നാൽ അതിന്റെ മൗലികമായ അർഥം നഷ്ടപ്പെടുന്നുമില്ല. പക്ഷേ, നമുക്ക് ഇവ തമ്മിലുള്ള വ്യത്യാസം വേർതിരിച്ചറിയാനാകുന്നു. ഉദാഹരണത്തിന് ഒരു കമ്പി

സന്ദേശം അയക്കുന്നതിന് ഇംഗ്ലീഷിൽ ഉപയോഗിക്കുന്ന ക്രിയാരൂപം 'wire' എന്നാണ്. ലോഹനിർമിതമായ വസ്തുവിനെക്കുറിച്ചല്ല നാം ചിന്തി ക്കുന്നത്. ഈ രണ്ടു സൂചനകളും തമ്മിൽ വ്യതിരിക്തവൽക്കരിക്കുവാൻ നമുക്കു സാധിക്കും. അതുപോലെ തന്നെ 'give me a ring' എന്നു പറ ഞ്ഞാൽ 'എന്നെ ടെലിഫോണിൽ വിളിക്കു' എന്നാണു സൂചനയെന്ന് ആർക്കാണറിയാത്തത്.

ആശയങ്ങളുമായുള്ള ബന്ധത്തിലൂടെ അർഥവ്യതിയാനം സംഭവി ച്ചിട്ടുള്ള അനേകം വാക്കുകളും ഇംഗ്ലീഷിലുണ്ട്. മധ്യകാല ഇംഗ്ലണ്ടിലെ ഒരു സാധാരണ തൊഴിലാളി 'villein' എന്നാണറിയപ്പെട്ടിരുന്നത്. ചെളിപുരണ്ട അയാളുടെ ശരീരവും വസ്ത്രങ്ങളും നൽകുന്ന അസുഖ കരമായ അനുഭവത്തിൽനിന്നാണ് പിന്നീട് കുറ്റകൃത്യങ്ങൾ ചെയ്യുന്ന അധാർമികനായ ഒരാൾ എന്ന സൂചന 'villain' എന്ന പദത്തിൽ നിന്നുണ്ടാകുന്നത്. അങ്ങനെ മൗലികമായ അർഥത്തിൽ നിന്നു വ്യത്യ സ്തമാമ്പി പക്ഷെ അത് നൽകുന്ന സൂചനകളുടെ ആശയത്തിൽ നിന്നു പുതിയൊരു അർഥം കൈവരുന്ന ഈ പ്രക്രിയയും (Association of Ideas) ഇംഗ്ലീഷ് ഭാഷയുടെ വികാസത്തിൽ പങ്കുവഹിച്ചിട്ടുണ്ട്. ഇത്തരം വാക്കുകളുടെ ആവിർഭാവം പരിശോധിക്കുമ്പോഴാണ് ഇംഗ്ലണ്ടിലെ ഉപ രിവർഗം ഈ പ്രക്രിയയിൽ എത്രത്തോളം ഉത്തരവാദികളായിരുന്നുവെന്ന് നമുക്കു മനസിലാക്കുന്നത്. ഈ ഉപരിവർഗം എല്ലാക്കാലത്തും താഴേ ക്കിടയിലുള്ളവരെ, വിശേഷിച്ചും, മണ്ണിൽ പണിയെടുത്തു ജീവിക്കുന്നവ രെ, പുച്ഛത്തോടെ മാത്രമേ കണ്ടിരുന്നുള്ളു. വൃത്തിയായി നടക്കുവാനോ വിദ്യ നേടുവാനോ സാഹചര്യം അവരെ അനുവദിച്ചിരുന്നില്ല. സാധാര ണക്കാരായ ഇവരെ നീരസത്തോടെയല്ലാതെ മേലാളർ കണ്ടിരുന്നില്ല. അവരുടെ ഈ മനോഭാവത്തിന്റെ സാക്ഷ്യപത്രമാണ് 'vulgarity' എന്ന പദം. ലാറ്റിൻ ഭാഷയിലെ 'vulgus' എന്ന പദത്തിൽ നിന്നുവന്ന ഈ പദ ത്തിനു മൗലികമായി 'ജനക്കൂട്ടത്തിൽ നിന്നു പ്രതീക്ഷിക്കാവുന്ന പെരു മാറ്റം' എന്നാണർഥം. പക്ഷേ ഇന്ന് ഈ പദം നൽകുന്ന ദുസ്സൂചനകൾ ഫ്യൂഡൽ ജന്മിമാർക്ക് അവരുടെ തൊഴിലാളികളോടുണ്ടായിരുന്ന വെറു പ്പിന്റേയും അറപ്പിന്റേയും ഭാരം വഹിക്കുന്നവയാണ്. 'common', 'popular' എന്നീ പദങ്ങളുടേയും വർത്തമാനകാല സൂചനകൾ മേൽപ്പ റഞ്ഞതിനു സമാന്തരമായതാണ്. പൊതുവായതെന്നോ, സാധാരണമെ ന്നോ ജനപ്രിയമെന്നോ ജനകീയമെന്നോ പറഞ്ഞാൽ സാംസ്കാരിക മായും, കലാപരമായും അതിനു ഗുണം പോരാ എന്നൊരു സൂചനയു ണ്ട്. ഉപരിവർഗത്തിനിടയിൽ 'popular film' എന്നോ 'popular play' എന്നോ പറഞ്ഞാൽ അതിനു ഗുണനിലവാരം കുറവാണെന്നൊരു ധാര ണയുണ്ട്. ഇതിനു വിപരീതമായി 'society' എന്നു പറഞ്ഞാൽ ഉപരി വർഗം എന്നായിരുന്നു അർഥം; ആ വർഗത്തിൽപ്പെട്ടവരെല്ലെങ്കിൽ സമൂ ഹത്തിൽപ്പെടുന്നവരല്ലെന്നായിരുന്നു വിവക്ഷ. മലയാളികൾക്കിടയിൽ ഒരി ടയ്ക്ക് 'society lady' എന്നൊരു പ്രയോഗമുണ്ടായിരുന്നു. അക്കാലത്ത്

ഗ്രാമപ്രദേശങ്ങളിലെ വയലുകളിലും മറ്റു കൃഷിയിടങ്ങളിലും പണിയെ
ടുത്തു ജീവിച്ചിരുന്ന കീഴാളവർഗത്തിനെ സൂചിപ്പിച്ചിരുന്ന നിരവധി പദ
ങ്ങൾക്ക് ഇന്ന് മോശപ്പെട്ട സൂചനകളാണുള്ളത്. 'boor', 'pagan',
'heathen', 'lewd' എന്നിവ ചില ഉദാഹരണങ്ങൾ മാത്രം. തൊഴിലിട
ങ്ങളും, തൊഴിലും, ജീവിക്കുന്ന ചുറ്റുപാടുകളുമായി ബന്ധപ്പെട്ട് ആവിർഭ
വിച്ചവയായിരുന്നു ഈ പദങ്ങളെങ്കിലും ഇന്ന് അവയ്ക്ക് കൈവന്നിട്ടുള്ള
അർഥതലങ്ങൾ അവയുടെ തനതായ സൂചനകളുമായി ഒരു ബന്ധവുമി
ല്ലാത്തവയാണ്. 'boor' എന്ന പദത്തിനു അന്ന് കർഷകൻ എന്നായി
രുന്നു അർഥം. 'pagan' ആകട്ടെ ഗ്രാമവാസിയും. തുറസായ മരുപ്രദേ
ശത്തു ജീവിക്കുന്നവനായിരുന്നു 'heathen' 'lewd' വിദ്യാഭ്യാസം ഇല്ലാ
ത്തവനും. അർഥമാറ്റങ്ങളുടെ ഒരു ഗതി നോക്കണേ! സാമ്പത്തികമായ
ഭേദം സൃഷ്ടിക്കുന്ന അവസ്ഥ സാമൂഹികവും സാംസ്കാരികവുമായ
വർഗങ്ങളായി മാറുന്നത് ഭാഷയിൽ എങ്ങനെ പ്രകടമാകുന്നു എന്നതിന്റെ
ഒന്നാന്തരം ഉദാഹരണങ്ങളാണിവ.

അർഥവ്യത്യാസം സംഭവിക്കുന്നതിന്റെ മറ്റൊരു രസകരമായ ഉദാ
ഹരണം 'traffic' എന്ന പദത്തിന്റേതാണ്. കച്ചവടം, വ്യാപാരം എന്നെ
ല്ലാമുള്ള സൂചനകൾ നൽകിയിരുന്ന ഈ പദം ഇന്ന് എന്തിനെയാണു
സൂചിപ്പിക്കുന്നതെന്ന് പ്രത്യേകം പറയേണ്ടതില്ലല്ലോ. വാഹനങ്ങളിൽ കച്ച
വടച്ചരക്കുകൾ കൊണ്ടുപോകുന്നതും വരുന്നതുമായ ഒരു അവസ്ഥയി
ലാണ് ഇങ്ങനെയൊരു അർഥം ആ വാക്കിനു ലഭിക്കുന്നത്. കൂടുതൽ
കച്ചവടം ഉണ്ടാകണമെങ്കിൽ കൂടുതൽ ചരക്കുകൾ ചന്തയിലെത്തണം.
അപ്പോൾ സ്വാഭാവികമായും കൂടുതൽ വാഹനങ്ങൾ ഉപയോഗിക്കപ്പെട
ണം. ഈ ബന്ധത്തിൽ നിന്നാണ് ഇന്ന് ആ പദത്തിനു വാഹനസഞ്ചാര
വുമായി ബന്ധപ്പെട്ട അർഥം ലഭിക്കുന്നത്. കച്ചവടത്തിന്റെ സൂചന
നൽകുന്ന രീതിയിൽ ഈ പദം ഇന്നു നാം ഉപയോഗിക്കുന്നത് 'drug
trafficking' എന്ന പ്രക്ഷോഭത്തിലാണ്. 'drive' 'yard', 'reek' തുടങ്ങിയ
പദങ്ങൾക്കും ഇങ്ങനെ അർഥവ്യതിയാനം സംഭവിച്ചിട്ടുണ്ട്. ആ വിശദാം
ശങ്ങളിലേക്കൊന്നും ഇപ്പോൾ കടക്കുന്നില്ല.

മറ്റൊരു രീതിയിലുള്ള അർഥമാറ്റം പരിശോധിക്കാം. 'gothic' എന്ന
പദത്തിന് ഒരുകാലത്ത് 'uncouth', 'barbarous' എന്നിങ്ങനെയായിരുന്നു
അർഥം കൽപ്പിച്ചിരുന്നത്. എന്നാൽ ഇന്ന് അത് ഒരു പ്രത്യേക വാസ്തു
ശിൽപ്പശൈലിയെയാണു സൂചിപ്പിക്കുന്നത്. ഇതേ കാലഘട്ടത്തിൽ 'en-
thusiasm' എന്ന പദത്തിന് ഇന്നു നാം 'fanaticism' എന്ന പദം കൊണ്ട്
ഉദ്ദേശിക്കുന്ന അർഥമായിരുന്നു. മറ്റൊരു രസകരമായ ഉദാഹരണം.
'propaganda' എന്ന വാക്കിന്റേതാണ്. ഇതിന്റെ മൗലികമായ അർഥം
'മിഷണറി പ്രവർത്തനം സംഘടിപ്പിക്കുകയും നിയന്ത്രിക്കുകയും ചെയ്യു
വാൻ നിയോഗിക്കപ്പെട്ട റോമൻ കത്തോലിക്കാസഭയുടെ ഒരു കമ്മിറ്റി'
എന്നായിരുന്നു. മതപ്രചരണത്തിനുള്ളത് എന്നതിൽ നിന്നു മാറി ഏതൊ
രുദ്യമത്തിനുവേണ്ടിയുള്ള പ്രചരണവും പിന്നീട് ഈ പദം സൂചിപ്പിച്ചു.

അടിസ്ഥാനപരമായി വിവരവിനിമയം നടത്തുക എന്നതിനെ സൂചിപ്പി ക്കുന്നതാണ് ഈ വാക്ക്. ഒന്നാം ലോകയുദ്ധകാലത്ത് ബഹുജനങ്ങൾക്ക് വേണ്ട തെരഞ്ഞെടുക്കപ്പെട്ട വിവരങ്ങൾ മാത്രം വിനിമയം ചെയ്യുക എന്ന തായിരുന്നു പിൽക്കാലത്ത് ഈ വാക്കുകൊണ്ട് ഉദ്ദേശിച്ചിരുന്നത്. അതിന്റെ പിന്നിൽ ദേശീയ വികാരമുണർത്തുക, അങ്ങനെ ജനതയെ ഉത്തേജിപ്പി ക്കുക തുടങ്ങിയ ലക്ഷ്യങ്ങളുണ്ടായിരുന്നു. ഈ മാറ്റത്തെ 'Polarization' അല്ലെങ്കിൽ 'Colouring' എന്നാണു വിശേഷിപ്പിക്കുന്നത്.

'anarchy' എന്ന പദത്തിന് ഇന്ന് അരാജകത്വം എന്നാണ് അർഥം നൽകപ്പെട്ടിരിക്കുന്നത്. യഥാർഥത്തിൽ ഇത് സർവാധിപത്യമെന്നതിന്റെ നേർവിപരീതമായിരുന്നു. പരിപൂർണമായി വികേന്ദ്രീകരിക്കപ്പെട്ട ഭരണ സംവിധാനം; പൗരന്മാർക്ക് ഏറ്റവും കൂടുതൽ സ്വാതന്ത്ര്യം അനുവദി ക്കുന്ന ഒന്ന്. ഈ സംവിധാനത്തിൽ പൗരന്മാർ ഏറ്റവും ഉത്തരവാദിത്ത ത്തോടെയും ധാർമികബോധത്തോടെയും പെരുമാറേണ്ടത് അത്യാവശ്യ മാണ്. എന്നാൽ ഇന്ന് ഒരാൾ 'anarchist' ആണെന്നു പറഞ്ഞാൽ അയാൾ രാഷ്ട്രീയലക്ഷ്യങ്ങൾ നേടുവാൻ അക്രമവും ഭീകരവാദവും പ്രോത്സാ ഹിപ്പിക്കുന്നയയാളാണെന്നാണു വരിക. ഇവിടെയെല്ലാം വ്യക്തമാകുന്ന ഒരു വസ്തുത സാമൂഹികവും മതപരവും രാഷ്ട്രീയവുമായ മുൻവിധികൾക്ക നുസരിച്ചും കാലാകാലങ്ങളിൽ വാക്കുകൾക്ക് അർഥവ്യത്യാസം സംഭ വിച്ചിട്ടുണ്ട് എന്നാണ്. എന്നാൽ ഇതിൽ നിന്നെല്ലാം വ്യത്യസ്തമായി 'to harbour' എന്ന ക്രിയാരൂപം നോക്കുക. ഇക്കാലത്ത് ക്രിമിനലുകൾ, ചാര ന്മാർ, സംശയിക്കപ്പെടുന്നവർ എന്നിവരെയൊക്കെ സുരക്ഷിതമായി പാർപ്പിക്കുന്നതിനാണു 'to harbour' എന്നു പറയുന്നത്. എന്നാൽ പതി നഞ്ചാം നൂറ്റാണ്ടിന്റെ പകുതിയിൽ ഈ വാക്ക് ആദ്യമായി ഭാഷയിൽ പ്രത്യക്ഷപ്പെടുമ്പോൾ അതിന്റെ അർഥം 'to give shelter' എന്നായിരു ന്നു. അതിൽ സംശയിക്കത്തക്കതായോ സാമൂഹിക വിരുദ്ധമായോ യാതൊന്നും ഉണ്ടായിരുന്നില്ല. ഇതുപോലെതന്നെ തരംതാഴ്ന്നിരിക്കുന്ന വാക്കുകളിൽ ഒന്നാണ് 'fellow' എന്നത്. ഇന്ന് 'this fellow' എന്നു പ്രയോ ഗിക്കുമ്പോൾ അതിൽ ഒരുതരം നീരസവും പുച്ഛവുമുണ്ട്. പക്ഷേ പതി നാറാം നൂറ്റാണ്ടിൽ സാമൂഹികമായി തുല്യപദവിയുള്ള മറ്റൊരാളെ സൂചി പ്പിക്കുവാൻ ഈ പദം സാധാരണയായി ഉപയോഗിച്ചിരുന്നു.

മറ്റൊരു വിഭാഗത്തിൽപ്പെട്ട അർഥമാറ്റം വാക്കുകളുടെ രൂപകാത്മക പ്രയോഗത്തിൽ നിന്നുണ്ടാകുന്നതാണ് (Metaphorical Application). ഭാഷ യിലെ ഏതു പദവും രൂപകാത്മകമായി പ്രയോഗിക്കാനാവും. എന്നാൽ നാമിവിടെ പരിഗണിക്കുന്നത് രണ്ട് വിഭാഗത്തിൽപ്പെട്ട പ്രയോഗങ്ങളെ യാണ്. വാച്യാർഥത്തിൽ ഇന്നും നിലനിൽക്കുന്നവ, പക്ഷേ രൂപകാത്മക പ്രയോഗം അവയ്ക്ക് പുതിയ അർഥം പ്രദാനം ചെയ്യുന്നു. രണ്ടാമത്തെ വിഭാഗത്തിലുള്ള പദങ്ങളുടെ രൂപകാത്മപ്രയോഗം വാച്യാർഥത്തെ മറ ച്ചുകൊണ്ട് പ്രചാരവും അംഗീകാരവും നേടുന്നു. ഇതിൽ ആദ്യത്തെ വിഭാ ഗത്തിൽ വ്യക്തിയുടെ സ്വഭാവവും ഗുണഗണങ്ങളുമായി ബന്ധപ്പെട്ടുവ

രുന്ന പദങ്ങളാണു keen, dull, sharp, bright, volatile എന്നിവ. രണ്ടാ
മത്തെ വിഭാഗത്തിൽപ്പെടുന്നവയാണു sad, full എന്നീ വാക്കുകൾ. sad
എന്ന പദത്തിന്റെ മൗലികമായ അർഥം full എന്നായിരുന്നു. എന്നാൽ
എലിസബത്ത് രാജ്ഞിയുടെ കാലത്ത് ഇതിനു sober/serious എന്ന
അർഥം കൈവരികയും ഷേക്സ്പിയർ തന്റെ കൃതികളിലുടനീളം ഈ
അർഥത്തിൽ ആ വാക്ക് പ്രയോഗിക്കുകയും ചെയ്തിട്ടുണ്ട്. ഇത് രൂപകാ
ത്മകമായ പ്രയോഗമാണു; 'full of thought or seriousness' എന്ന അർഥ
ത്തിൽ, പിന്നീട് അതിന്റെതന്നെ വിപുലനമെന്ന നിലയ്ക്ക് 'full of sorrow'
എന്നും. 'broadcast' എന്ന പദം മറ്റൊരു നല്ല ഉദാഹരണമാണ്. ഈ
വാക്കിന്റെ മൗലികമായ അർഥം വിത്ത് വിതയ്ക്കുക എന്നായിരുന്നു.
പിന്നീട് വാർത്തകൾ വിതരണം ചെയ്യുന്ന സമ്പ്രദായത്തെ ഈ പദം
കൊണ്ടാണു സൂചിപ്പിച്ചിരുന്നത്. റേഡിയോ കണ്ടുപിടിച്ചതിനുശേഷമാണ്
ഇന്നു നാം ആ പദത്തിനു നൽകുന്ന അർഥത്തിൽ മാത്രം അത് പ്രയോ
ഗത്തിൽ വരുന്നത്. മറ്റൊരു സന്ദർഭത്തിൽ ഇത് മുകളിൽ സൂചിപ്പിച്ചത്
ഓർക്കുക.

അർഥമാറ്റപ്രക്രിയയിൽ മറ്റൊരു പങ്കു വഹിച്ചത് മലയാളത്തിൽ നാം
പര്യായോക്തി എന്നോ പ്രിയോക്തിയെന്നോ പറയുന്ന 'euphemism'
ആണ്. അസുഖകരമെന്നു തോന്നാവുന്ന ചില കാര്യങ്ങൾ ഒരുതരം ലഘൂ
കരണത്തിലൂടെ ആവിഷ്കരിക്കുന്നതാണു പര്യായോക്തി. ഇങ്ങനെ നിര
ന്തരം പ്രയോഗിക്കപ്പെടുന്നതിലൂടെ പല വാക്കുകളുടേയും അർഥത്തിനു
വ്യത്യാസം വന്നിട്ടുണ്ട്. പൊതുവെ മരണവും അസുഖവുമായി ബന്ധ
പ്പെട്ട വേദന ഉളവാക്കുന്ന കാര്യങ്ങളാണു പര്യായോക്തിക്ക് വിധേയമാ
ക്കുന്നത്. ഉദാഹരണത്തിനു മരണത്തെ സൂചിപ്പിക്കുന്ന രണ്ടു വാക്കുക
ളാണു 'passing', 'decease' എന്നിവ. 'cemetery' എന്ന പദത്തിന്റെ
മൗലികമായ അർഥം ഉറങ്ങുവാനുള്ള സ്ഥലം എന്നാണ്. ഏതെങ്കിലും
ജോലി ഏറ്റെടുക്കുന്ന ഒരാളെയാണു യഥാർഥത്തിൽ 'undertaker' എന്നു
പറയുന്നത്. അതിനോടൊപ്പം സ്ഥിരം ഉപയോഗിക്കപ്പെട്ടിരുന്ന 'funeral'
എന്ന വിശേഷണപദം എപ്പോഴോ ഉപേക്ഷിക്കപ്പെട്ടു. euphemistic ആയ
മറ്റു ചില പദങ്ങൾ accident, casualty, fatality എന്നിവയാണ്. Insane,
lunatic, lunacy, idiot എന്നിവയും ഈ വിഭാഗത്തിൽപ്പെടുന്നവതന്നെ.
idiot എന്നതിനു ഒരു സ്വകാര്യവ്യക്തി എന്നായിരുന്നു അർഥം.

ഇത്തരത്തിലുള്ള പല പദങ്ങളും യഥാർഥത്തിൽ ഉപയോഗിക്കപ്പെ
ട്ടത് കേൾക്കുന്നവർക്ക് വേദന തോന്നേണ്ട എന്നു കരുതിയൊന്നുമല്ല.
മറിച്ച്, പരിഷ്കൃത ഭാഷ ഉപയോഗിക്കുന്നവർ എന്ന തോന്നൽ സൃഷ്ടി
ക്കുവാനാണ്. ഒരുതരം വ്യാജഭാവമാണ് ഇതിന്റെ പിന്നിലുണ്ടായിരുന്ന
ത്. ഇന്ന് വളരെ പ്രചാരത്തിലുള്ള ഈ വിഭാഗത്തിലുള്ള രണ്ടു പദങ്ങ
ളാണ് paying guest, financier എന്നിവ. ആദ്യത്തേത് boarder എന്ന
വാക്കിനുപകരവും, രണ്ടാമത്തേത് money lender എന്നതിനു പകരവും
Turf accountant ആകട്ടെ bookmarker എന്നതിനു പകരവും. പ്ലംബിങ്

ജോലികൾ ചെയ്യുന്നവർ ഇന്ന് സ്വയം sanitary engineers എന്നു വിശേ ഷിപ്പിക്കാറുണ്ട്. Prostitute എന്നതിനുപകരം ഒരു കാലത്ത് fallen woman എന്ന പ്രയോഗം നിലവിലുണ്ടായിരുന്നു. ഇന്നാകട്ടെ അവർ sex workers എന്നാണറിയപ്പെടുന്നത്. lavatory എന്ന വാക്കിനു പകരമായാണു comfort sation എന്നും toilet എന്നും ഉപയോഗിക്കുന്നത്. രണ്ടാമത്തേത് അമേരി ക്കക്കാരുടെ സംഭാവനയാണ്.

ഇംഗ്ലീഷ് ഭാഷയിലെ പല പദങ്ങൾക്കും പണ്ട് അവയ്ക്കുണ്ടായിരു ന്നതിന്റെ നേർവിപരീതമായ അർഥമാണിന്നുള്ളത്. ഉദാഹരണത്തിനു grocer എന്ന വാക്കിന് ഒരു കാലത്ത് മൊത്തക്കച്ചവടക്കാരൻ എന്നായി രുന്നു അർഥം. ചെറുകിട വ്യാപാരിയെ spicer എന്നായിരുന്നു വിളിച്ചിരു ന്നത്. restive എന്നത് മറ്റൊരുദാഹരണം. restive horse എന്നത് അന ങ്ങാൻ കൂട്ടാക്കാത്ത കുതിരയെക്കുറിച്ചുള്ള സൂചനയായിരുന്നു. ഇന്നാ കട്ടെ restive എന്നതിന്റെ അർഥം impatient, fretful എന്നൊക്കെയാണ്.

വ്യക്തികളുടെ പേരുകൾ സാധാരണ പദങ്ങളായി കാലക്രമേണ മാറുന്ന പ്രവണതയും ഇംഗ്ലീഷിലുണ്ട്. ഇക്കൂട്ടത്തിൽ ഏറ്റവും പ്രശസ്ത മായത് Duns Scottus എന്ന മധ്യകാല തത്വചിന്തകന്റെ പേരാണ്. അദ്ദേ

അലെക്സാണ്ടർ പോപ്

ഹത്തിന്റെ എതിരാളികൾ അദ്ദേ ഹത്തെ യാതൊരു പാണ്ഡിത്യവുമി ല്ലാത്ത വരണ്ട സൈദ്ധാന്തികനാ യാണു പരിഗണിച്ചിരുന്നത്. ഇന്ന് പക്ഷേ dunce എന്ന വാക്കിന്റെ അർഥം ബുദ്ധിയില്ലാത്തവൻ എന്നാ ണ്. അലെക്സാണ്ടർ പോപ് എന്ന കവി തന്റെ ഒരു ആക്ഷേപഹാസ്യ കാവ്യത്തിനു *Dunciad* എന്നാണു പേരു നൽകിയത്. guy എന്ന വാക്ക് കുപ്രസിദ്ധനായ Guy Fawkes എന്ന വ്യക്തിയുടെ പേരുമായി ബന്ധപ്പെട്ടതാണ്. altas എന്ന വാക്ക് തന്റെ ചുമലിൽ ഭൂഗോളത്തെ ചുമ ക്കുന്ന അറ്റ്ലസിന്റെ രൂപത്തിൽ

നിന്നുണ്ടായതാണ്. ലണ്ടനിലെ പ്രശസ്തമായ Bethlehem Hospital എന്നു പേരുള്ള ആശുപത്രിയിൽ നിന്നാണു മാനസികരോഗികളെ ചികി ത്സിക്കുന്ന ആശുപത്രി എന്ന അർഥമുള്ള bedlam എന്ന പദം ഉണ്ടാ കുന്നത്.

വാക്കുകളുടെ അർഥം മാറുന്നതിന്റെ പല ഉദാഹരണങ്ങളും നാം കണ്ടുവല്ലോ. എന്നാൽ മുകളിൽ കൊടുത്തിരിക്കുന്ന തരംതിരിവുകളെല്ലാം കണിശമാണെന്നൊന്നും ധരിക്കരുത്. പൊതുവായ ചില കാര്യങ്ങളുടെ അടിസ്ഥാനത്തിൽ നടത്തിയ വിഭജനമാണത്. പലപ്പോഴും ഒരു വാക്ക്

തന്നെ വിവിധ വിഭാഗങ്ങളുടെ ഉദാഹരണമായി വന്നിട്ടുണ്ടാകാം. ഒരു വാക്കു തന്നെ പല കാലഘട്ടങ്ങളിലായി ഒന്നിലധികം വ്യതിയാനങ്ങൾക്ക് വിധേയമായിട്ടുണ്ടാകാം. മാറ്റങ്ങൾക്ക് വിധേയമായ എല്ലാ വാക്കുകളെയും ഇവിടെ പ്രതിപാദിച്ചിട്ടുണ്ടാവുകയുമില്ല. ഇത്തരമൊരു ലഘുചരിത്ര പുസ്തകത്തിന്റെ പരിമിതികളാണിതെല്ലാം.

5

ഇംഗ്ലീഷ് ഭാഷയുടെ മാനകീകരണം

ഏതൊരു ഭാഷയുടേയും മാനകരൂപത്തെക്കുറിച്ചു സംസാരിക്കു ന്നതുതന്നെ വിവാദങ്ങൾ വിളിച്ചുവരുത്തുന്നതിനു തുല്യമാണ്. അത്തര മൊരു മാനകരൂപം ഭാഷയിലുണ്ടോ? ഉണ്ടെങ്കിൽ അത് എന്താണ്? അതു പയോഗിക്കുന്നവർ ആരാണ്? അത് ആവശ്യമാണോ? അങ്ങനെയൊന്നി ല്ലെങ്കിൽ ഭാഷയ്ക്ക് എന്തു സംഭവിക്കും? ഇംഗ്ലീഷ് എന്ന ഭാഷയെ സംബ ന്ധിച്ച് ഇത്തരം ചോദ്യങ്ങൾക്ക് ഇന്നത്തെ നിലയിൽ ഏറെ പ്രസക്തിയു ണ്ട്. കാരണം അത് ലോകത്തിൽ വളരെയധികം ആളുകൾ പല ആവ ശ്യങ്ങൾക്കായി ഉപയോഗിക്കുന്ന ഭാഷയാണ്. പക്ഷേ അങ്ങനെ ഈ ഭാഷ ഉപയോഗിക്കുന്നവരിൽ ഭൂരിപക്ഷത്തിനും അത് മാതൃഭാഷയല്ല എന്നൊരു സവിശേഷതയും അതിനുണ്ട്. അങ്ങനെ ജനസംഖ്യാശാസ്ത്രപരമായ കാരണങ്ങൾകൊണ്ട് നിശ്ചയിക്കപ്പെടാവുന്ന ഒന്നാണോ ഈ മാനകരൂപം? അക്കാദമിക തലത്തിൽ മാത്രമാണ് ഇത്തരം ചോദ്യങ്ങൾ ഉന്നയിക്കപ്പെ ടുന്നത് എന്നുപറയാം. പക്ഷേ, ഇന്നു നമുക്കു സുപരിചിതമായ പല ടെലി വിഷൻ പരിപാടികളിലും നാം കേൾക്കുന്ന മലയാള ഭാഷയെക്കുറിച്ചു ചിന്തിച്ചാൽ ഈ ചോദ്യങ്ങളിൽ ചിലതിനെങ്കിലും പ്രസക്തിയുണ്ടെന്നു തോന്നും. ദൈവത്തിന്റെ സ്വന്തംനാട്ടിലെ മനോഹരമായ ഭാഷ എത്ര വിക ലമായി സംസാരിക്കാം എന്നതിനുള്ള സാക്ഷ്യപത്രങ്ങളായി ഈ പരി പാടികളിൽ പലതിനേയും നമുക്കു ചൂണ്ടിക്കാട്ടാനാകും. മറ്റൊന്നു കൂടി യുണ്ട്. മാധ്യമങ്ങളുടെ വമ്പിച്ച പ്രചാരവും സ്വാധീനവുംമൂലം നാളത്തെ മലയാളം ചാനൽ അവതാരകർ ഈ പറയുന്നതുപോലെ ആയിരിക്കില്ല എന്ന് പറയാൻ ആർക്കാണാവുക? ഇത് സംസാരരീതിയുടെ കാര്യമാ ണ്. അത് ഇന്നതുപോലെ വേണമെന്ന് ആർക്കും ശഠിക്കാനാകില്ല. അതു

കൊണ്ടാണു ഭാഷയുടെ മാനകരൂപമെന്നത് സൈദ്ധാന്തികമായി മാത്രം നിലനിൽപ്പുള്ള ഒരു സംഗതിയാണെന്ന് പലരും പറയുന്നത്.

എന്നിരുന്നാലും പൊതുവെ അംഗീകരിക്കപ്പെടുന്ന ചില കാര്യങ്ങളുണ്ട്. സംസാരഭാഷയുടെ കാര്യത്തിൽ മാത്രമേ ഇത്രയധികം ഭേദങ്ങളെക്കുറിച്ചു നമുക്കു പറയാനാകൂ. എഴുതുമ്പോൾ ഭാഷ ഉപയോ ഗിക്കുന്ന അക്ഷരാഭ്യാസമുള്ള കോടിക്കണക്കിനു വരുന്നവർ അവലം ബിക്കുന്ന ചില പൊതുമാനദണ്ഡങ്ങളുണ്ട്. ഇവർക്കെല്ലാം ഒരുപോലെ മനസിലാകുന്ന ഒരു വലിയ ശബ്ദകോശം ഭാഷയിലുണ്ട്. എല്ലാവരും അംഗീകരിക്കുന്ന വ്യാകരണരീതികളുണ്ട്. വാക്യഘടനയുണ്ട്. അത്ത രമൊരു ഭാഷാരൂപത്തെയാണു പൊതുവെ നാം മാനകരൂപമെന്നു വിളി ക്കുന്നത്. അത് നിർവചനത്തിനു വിധേയവുമല്ല. ഈ രൂപം പ്രാദേശിക വും ദേശീയവും അന്തർദേശീയവുമായ എല്ലാ ഭാഷാഭേദങ്ങൾക്കും അതീ തമായി പൊതുവെ അംഗീകരിക്കപ്പെടുന്നതും ആ രൂപം ഉപയോഗിക്കു മ്പോൾ എല്ലാവർക്കും മനസിലാകുന്നതുമാണ്.

ചരിത്രപരവും സാമൂഹികവും സാംസ്കാരികവുമായ പല ഘടക ങ്ങളുടെയും പ്രവർത്തന ഫലമായാണു ഭാഷയിൽ ഇങ്ങനെയൊരു മാന കരൂപമുണ്ടാകുന്നത്. ഇംഗ്ലീഷിന്റെ കാര്യത്തിൽ ആംഗ്ലോ സാക്സൺ കാലഘട്ടത്തിൽ വെസെക്സിലെ ഭാഷാഭേദത്തിനു പൊതുവായ അംഗീ കാരം ലഭിച്ചതെങ്ങനെയെന്ന് നാം മനസിലാക്കിയതാണ്. ഭാഷാചരിത്ര കാരന്മാരുടെ അഭിപ്രായത്തിൽ അവിടുത്തെ ആൽഫ്രഡ് രാജാവായിരുന്നു അതിന്റെ പിന്നിലെ മുഖ്യ ശക്തി. പണ്ഡിതനായിരുന്ന അദ്ദേഹം അക്ഷ രങ്ങളെ സ്നേഹിക്കുകയും സ്വയം എഴുത്തുകാരനും വിവർത്തകനുമായി പ്രവർത്തിക്കുകയും ചെയ്തു. മാത്രവുമല്ല തന്റെ ഭാഷ പ്രചരിപ്പിക്കുന്ന തിനു കഴിയാവുന്നതല്ലാം ചെയ്യുകയും ചെയ്തു. മധ്യകാലത്താകട്ടെ, ചോസറിനെപ്പോലുള്ളാരു കവി കിഴക്കൻ മധ്യദേശങ്ങളിലെ ഭാഷാഭേദം തന്റെ കൃതികളിലുപയോഗിക്കുകയും ദേശീയതലത്തിൽ അംഗീകാരം ലഭിക്കുന്ന രീതിയിൽ അതിനെ സാഹിത്യഭാഷയാക്കിത്തീർക്കുകയും ചെയ്തു. പിന്നീട് ഇത്തരത്തിലുള്ളാരു ഭാഷ മാനകഭാഷാരൂപമാകുന്ന തിന് ഏറ്റവും കൂടുതൽ കാരണമായത് അച്ചടിയന്ത്രത്തിന്റെ വരവും വ്യാപകമായ പ്രവർത്തനവുമാണ്. ഉച്ചാരണരീതിയെ സ്വാധീനിക്കാൻ അതിനായില്ലെങ്കിലും സ്പെല്ലിംഗ്, വ്യാകരണം വാക്യഘടന, പദവിന്യാ സം, ശബ്ദകോശം തുടങ്ങിയ ഭാഷാസംബന്ധിയായ കാര്യങ്ങൾ ക്രമീ കരിക്കുന്നതിലും ദൃഢീകരിക്കുന്നതിലും അത് വഹിച്ച പങ്ക് മറ്റെന്തിനെ ക്കാളും വലുതാണ്. ഇംഗ്ലീഷ് ഒരു ദേശീയഭാഷയാകുന്നതിൽ അച്ചടി ക്കുള്ള പങ്ക് നിസ്തുലമാണ്.

അച്ചടി വന്നതോടുകൂടി പ്രാദേശിക ഭാഷാഭേദങ്ങൾ ഇല്ലാതായെ ന്നല്ല പറയുന്നത്. അത്തരം ഭാഷാഭേദങ്ങൾ ലിഖിതരൂപത്തിൽ പ്രയോ ഗിക്കുന്നതിനു വളരെയധികം കുറവു വന്നു എന്നാണ്. സംസാരഭാഷ

യിൽ ഈ ഭേദങ്ങൾ തുടർന്നും നിലനിന്നു എങ്കിലും കൂടുതൽ ആളു
കൾ ഈ മാനകരൂപം ഉപയോഗിക്കുവാൻ തുടങ്ങി. അച്ചടിയുടെ പ്രചാ
രവും കൂടുതൽ പുസ്തകങ്ങളുടെ പ്രസാധനവും ഈ മാനകഭാഷയ്ക്ക്
കൂടുതൽ അംഗീകാരം ലഭിക്കുന്നതിനു സഹായകമാവുകയും പ്രാദേ
ശികമായ അതിർവരമ്പുകൾക്കപ്പുറം അതിനെ എത്തിക്കുകയും ദേശീ
യമായ ഒരു തലത്തിൽ അംഗീകാരം നേടുന്നതിൽ പങ്കാളിയാകുകയും
ചെയ്തു. സാമ്പത്തികവും രാഷ്ട്രീയവുമായ കാരണങ്ങൾകൂടി ഇതിനു
പിന്നിലുണ്ടായിരുന്നു. മാനകരൂപത്തിലേക്കു പരിണമിച്ചുകൊണ്ടിരുന്ന
കിഴക്കൻ മധ്യദേശങ്ങളിലെ ഇംഗ്ലീഷ് തന്നെയാണു ലണ്ടനിൽ സംസാ
രിച്ചിരുന്നത്. ലണ്ടൻ നഗരമാകട്ടെ ട്യൂഡർ രാജാക്കന്മാരുടെ കാലത്ത്
ഇംഗ്ലണ്ടിന്റെ ഭരണകേന്ദ്രവും കച്ചവടകേന്ദ്രവുമായി വളരുകയും അങ്ങനെ
ഒരു പ്രത്യേക പദവി നേടുകയുമുണ്ടായി. ഇംഗ്ലണ്ടിന്റെ രാഷ്ട്രീയമായ
ദൃഢീകരണവും ഇക്കാലത്തുതന്നെയാണു നടക്കുന്നത്. പ്രാഥമികതല
ത്തിലെങ്കിലും ഒരു ദേശീയബോധം ആവിർഭവിക്കുന്നതും ഇക്കാലത്താ
ണ്. ഈ ദേശീയ ബോധമാണു ദേശീയമായ ഐക്യത്തെക്കുറിച്ചും ഒരു
ദേശീയഭാഷയുടെ ആവശ്യകതയെക്കുറിച്ചുമുള്ള ധാരണ ജനങ്ങൾക്കി
ടയിൽ വളർത്തുന്നത്. ഈ ബോധം വളരുവാൻ സഹായിച്ച മറ്റൊരു
സുപ്രധാന ഘടകം *ബൈബിളിന്റെ* ആധികാരിക പതിപ്പായി ഇന്നും പരി
ഗണിക്കപ്പെടുന്നു 1611 ലെ King James Version ആണ്. ഈ *ബൈബി*
ളിലെ ഭാഷ സമകാലിക സാഹിത്യത്തിൽ കാണുന്ന ഭാഷയേക്കാൾ
അതിനു മുൻപുള്ള ഒരു കാലഘട്ടത്തെയാണ് അനുസ്മരിപ്പിക്കുന്നതെന്ന്
പറയാവുന്നതാണ്. അതുൾക്കൊള്ളുന്ന ഏകദേശം ആറായിരത്തോളം
വാക്കുകളിൽ ഇരുനൂറോളം വാക്കുകൾ ഇന്ന് പ്രയോഗത്തിലില്ല എന്നോ
അവയുടെ അർഥത്തിനു കാര്യമായ വ്യത്യാസം വന്നിട്ടുണ്ടെന്നോ പറ
യാം. അക്കാലത്ത് അപരിചിതമായിരുന്നതും എന്നാൽ *ബൈബിളിന്റെ*
പുതിയ വിവർത്തനത്തിലൂടെ ഇംഗ്ലീഷ് ഭാഷയിലേക്കു കടന്നുവന്ന പദ
ങ്ങളെല്ലാം ഇന്ന് അതിന്റെ ഭാഗമായി മാറിയിട്ടുണ്ട്.

ഈ ആധികാരിക *ബൈബിൾ* പതിപ്പിനുശേഷം ഏകദേശം
ഒന്നരനൂറ്റാണ്ടിനുശേഷം പ്രസിദ്ധീകരിക്കപ്പെട്ട ഡോ.സാമുവൽ ജോൺസ
ൻന്റെ നിഘണ്ടുവാണ് ഈ മാനകവൽക്കരണ പ്രക്രിയ സ്വാധീനിച്ച
മറ്റൊരു പ്രധാന ഘടകം. ഈ നിഘണ്ടു ഇംഗ്ലീഷ് ഭാഷയ്ക്ക് രണ്ടു 'സേവ
നങ്ങൾ' ചെയ്തിട്ടുണ്ടെന്നാണു എഫ് ടി വുഡ് അഭിപ്രായപ്പെടുന്നത്.
ഒരർഥത്തിൽ കുഴഞ്ഞുമറിഞ്ഞു കിടന്നിരുന്ന സ്പെല്ലിങ് സമ്പ്രദായ
ത്തിന് ഒരു നിയന്ത്രണവും ക്രമവും വരുത്തിയത് ഈ നിഘണ്ടുവായി
രുന്നു. വാക്കുകളുടെ സ്പെല്ലിങ്ങിന് ഒരു സ്ഥിരത വരുത്തിയത് ജോൺ
സൻന്റെ നിഘണ്ടുവായിരുന്നു. രണ്ടാമതായി 'നല്ല' ഇംഗ്ലീഷും 'മോശം'
ഇംഗ്ലീഷും വർഗീകരിക്കുന്നതിൽ അത് നല്ലൊരു പങ്കു വഹിച്ചു. ഇങ്ങനെ
ഭാഷയെ നല്ലതെന്നും മോശമെന്നും തരംതിരിക്കുന്നത് ഏകപക്ഷീയമാ

യൊരു നടപടിയാണെന്ന് പറയേണ്ടിയിരിക്കുന്നു. മലയാളവുമായി ഒരു താരതമ്യം നടത്തിയാൽ കേരളത്തിൽ ആരെഴുതുന്ന മലയാളമാണ് ഏറ്റവും നല്ലത്? ഏതാണ് ഏറ്റവും മോശം? ഇത് നിർണയിക്കുന്നതിന്റെ മാനദണ്ഡമെന്താണ്? സാമൂഹികമായ ഒരു വിഭജനത്തിന് ഈ തരംതിരിവു വഴിവയ്ക്കില്ലേ? ഭാഷയിൽ തരം തിരിവുണ്ടാകുന്നത് ഇത്തരത്തിലുള്ള ധാരാളം ചോദ്യങ്ങൾ ക്ഷണിച്ചുവരുത്തും. അക്ഷരത്തെറ്റുകൂടാതെയും വാക്യഘടനയിൽ പിശകുകളില്ലാതെയും ഉച്ചാരണശുദ്ധിയോടെയും മറ്റു ള്ളവർക്കു മനസിലാകുന്ന രീതിയിൽ ഭാഷ ഉപയോഗിക്കുക എന്നതിന പ്പുറം നല്ലതെന്നും മോശമെന്നും തരംതിരിക്കുന്നത് ആശാസ്യമാണെന്നു കരുതുവാൻ പ്രയാസമാണ്. ഡോ.ജോൺസൺ തന്റെ നിഘണ്ടുവിന്റെ പണിപ്പുരയിലായിരുന്നപ്പോൾ അദ്ദേഹത്തിന്റെ മനസിൽ ഇത്തരമൊരു നല്ല ഭാഷ ഇംഗ്ലീഷുകാർക്ക് ആവശ്യമാണെന്ന ചിന്ത ഉണ്ടായിരുന്നു. അതിനുകൂടി വേണ്ടിയാണദ്ദേഹം ഈ നിഘണ്ടു തയ്യാറാക്കാൻ മുതിർന്ന ത്. ജോൺസൺന്റെ നിഘണ്ടുവിനു ശേഷം പുറത്തിറങ്ങിയ നിഘണ്ടുക്കളെല്ലാം ഈ ഒരു ലക്ഷ്യം ഉൾക്കൊണ്ടുകൊണ്ടാണു തയ്യാ റാക്കപ്പെട്ടത്. അവയെല്ലാം അടിസ്ഥാനപരമായി ചെയ്തത് (ഇപ്പോഴും ചെയ്തുകൊണ്ടിരിക്കുന്നത്) ശരിയായ രീതിയിൽ ഇംഗ്ലീഷ് ഭാഷ ഉപ യോഗിക്കണമെങ്കിൽ പ്രയോഗിക്കേണ്ട വാക്കുകളേതൊക്കെയെന്നു നിർവ ചിക്കുകയും അവ എങ്ങനെ ഉച്ചരിക്കണമെന്നും എഴുതണമെന്നും നിഷ്കർഷിക്കുകയും ചെയ്തു എന്നതാണ്. ജോൺസൺ ജീവിച്ചിരുന്ന പതിനെട്ടാം നൂറ്റാണ്ടിനു മറ്റൊരു പ്രത്യേകത കൂടിയുണ്ടായിരുന്നു. ഇംഗ്ലീഷ് സാഹിത്യത്തിലെ ക്ലാസ്സിക്കൽ കാലഘട്ടമായാണ് അത് പരിഗ ണിക്കപ്പെടുന്നത്. സാഹിത്യത്തിലെ വിവിധ രൂപങ്ങൾക്ക് അന്നത്തെ സാഹിത്യവിശാരദന്മാർ ലക്ഷണങ്ങൾ നിശ്ചയിച്ചിരുന്നു. ലക്ഷണമൊത്ത ഗീതകങ്ങൾ, വിലാപകാവ്യങ്ങൾ, ദുരന്തനാടകങ്ങൾ, സുഖപര്യവസായി യായ നാടകങ്ങൾ, ആക്ഷേപഹാസ്യ കവിതകൾ, നിരൂപണസാഹിത്യം തുടങ്ങിയവയെല്ലാം ഏതുരീതിയിൽ രചിക്കപ്പെടണം എന്നെല്ലാം നിർദേ ശിക്കുന്ന നിയമസംഹിതകൾക്ക് അന്ന് വലിയ സ്ഥാനമുണ്ടായിരുന്നു. അപ്പോൾ ഭാഷയുടെ കാര്യത്തിലുള്ള ഈ നിഷ്കർഷകൾ ഒറ്റപ്പെട്ടവ യായിരുന്നില്ല എന്നർഥം. ഇതിനു പ്രേരണയായി പ്രവർത്തിച്ച ഒരു കാര്യം ഗ്രീക്കിനും ലാറ്റിനും ഉണ്ടെന്ന് അന്നത്തെ പണ്ഡിതർ ധരിച്ചിരുന്ന ഊർജവും അനശ്വരതയും മാനകവൽക്കരണത്തിൽ നിന്നുണ്ടായതാ ണെന്ന ധാരണയായിരുന്നു. ഈ ഭാഷകളിലെ സാഹിത്യത്തിനും ഭാഷാപ്രയോഗത്തിനും ഒരു രീതിശാസ്ത്രമുണ്ടെന്നും അത്തരമൊരു രീതിശാസ്ത്രം ഇംഗ്ലീഷ് ഭാഷയേയും സാഹിത്യത്തേയും നിയന്ത്രിക്കു വാനുണ്ടെങ്കിൽ അതും ലാറ്റിനും ഗ്രീക്കുംപോലെ ക്ലാസിക്കൽ പദവിയി ലേക്കുയരും എന്ന ചിന്തയും ഇതിനു പിന്നിലുണ്ടായിരുന്നു. അപ്പോൾ ലാറ്റിന്റേയും ഗ്രീക്കിന്റേയും ഉന്നതമായ പദവിയിലേക്ക് എത്തണമെങ്കിൽ

അന്ന് ലോകത്തെ ഏറ്റവും ശക്തമായ രാഷ്ട്രമായിത്തീർന്നുകൊണ്ടിരി ക്കുകയായിരുന്ന ഇംഗ്ലണ്ടിന്റെ ദേശീയഭാഷയ്ക്കും ചില ചിട്ടവട്ട ങ്ങളൊക്കെ ഉണ്ടായിരിക്കണം. ഭാഷയുടെ ആ ചിട്ടവട്ടങ്ങളൊക്കെയും അതിന്റെ പദവിക്കു യോജിച്ചതുമായിരിക്കണം. ഇംഗ്ലീഷ് ഭാഷയുടെ ചരി ത്രത്തിൽ ഒരു മാനകഭാഷ സ്ഥാപിച്ചെടുക്കുവാനുള്ള ഏറ്റവും ശക്തമായ പരിശ്രമങ്ങൾ നടന്നിട്ടുള്ളത് ഒരുപക്ഷേ പതിനെട്ടാം നൂറ്റാണ്ടിലായി രിക്കണം.

ഇതിനുപുറമെ ആധുനിക യാത്രാസംവിധാനങ്ങളും അതുമൂലമു ണ്ടായ വിവിധ സാമൂഹിക സാമ്പത്തിക സമ്പർക്കങ്ങളും വിദ്യാഭ്യാസ ത്തിന്റെ പ്രചാരവും ഈ മാനകവൽക്കരണത്തിനു കരുത്തേകി. സാങ്കേ തികവിദ്യയുടെ വികാസത്തിൽ പിന്നീടുണ്ടായ വിനിമയ സമ്പ്രദായത്തിലെ മാറ്റങ്ങളും ഈ പ്രക്രിയയ്ക്ക് വേഗത പ്രദാനം ചെയ്തു. ഇങ്ങനെ പ്രത്യ ക്ഷവും പരോക്ഷവുമായ അനവധി സ്വാധീനങ്ങൾ ഇംഗ്ലീഷ് ഭാഷയുടെ മാനകീകരണത്തിനു കാരണമായിട്ടുണ്ട്.

വ്യവസായ വിപ്ലവവും തുടർന്നുണ്ടായ വ്യവസായിക വികസനവും ഫാക്ടറികളുടെ വരവും ഗ്രാമങ്ങളിൽ നിന്ന് വൻതോതിൽ പട്ടണങ്ങളി ലേക്കുള്ള കുടിയേറ്റവും ഒരു പുതിയ മധ്യവർഗത്തിന്റെ ആവിർഭാവവും വ്യക്തിവാദത്തിലധിഷ്ഠിതമായിരുന്ന ഉദാരവാദചിന്തകളും, കച്ചവട ത്തിന്റെ വികസനവും ബ്രിട്ടീഷ് സാമ്രാജ്യത്തിന്റെ സ്ഥാപനവും കോള നിവാഴ്ചയും, എല്ലാം ഇംഗ്ലീഷ്ഭാഷയുടെ വികാസത്തിലും അതിന്റെ മാന കീകരണത്തിലും വലിയ പങ്കുവഹിച്ച ഘടകങ്ങളാണ്. പത്തൊമ്പതാം നൂറ്റാണ്ടിലാണ് ഇന്നു നമുക്കു സുപരിചിതങ്ങളായ പല ഇസങ്ങളും ഉദയംകൊണ്ടത്. സാമ്രാജ്യത്വസ്ഥാപനത്തോടൊപ്പം സംഭവിച്ച വിദേശ രാജ്യങ്ങളുമായുള്ള ബന്ധവും ഇതിന് ആക്കം കൂട്ടുകയുണ്ടായിട്ടുണ്ട്. ശക്തമായൊരു ദേശീയബോധം വളരുന്നതും ഇക്കാലത്താണ്. *ബൈബി ളിന്റെ* മഹത്വത്തെക്കുറിച്ച് പുതിയൊരവബോധമുണ്ടാകുകയും അതിന്റെ സ്വാധീനം വർധിക്കുകയും ചെയ്യുന്നതും ഇക്കാലത്തുതന്നെയാണ്. ഒരു മതഗ്രന്ഥമെന്നതിലപ്പുറം പണ്ഡിതരെ സംബന്ധിച്ചിടത്തോളം അത് ഒരു പാഠപുസ്തകം കൂടിയായിരുന്നു. *ബൈബിൾ* ഇംഗ്ലീഷാണു ഏറ്റവും നല്ല ഇംഗ്ലീഷ് എന്നും അതിന്റെ ശൈലി അനുകരണീയമാണെന്നും യുവത ലമുറ പഠിപ്പിക്കപ്പെട്ടു. ഇതോടൊപ്പം മറ്റൊരു പുതിയ സ്വാധീനവും അക്കാലത്തുണ്ടായിരുന്നു. ജർമൻ തത്വചിന്തയുടെ. ഇത് ഊട്ടിയുറപ്പി ക്കുന്നതായിരുന്നു ബ്രിട്ടീഷ് രാജകുമാരിയുടെ ജർമൻ രാജകുമാരനുമാ യുള്ള വിവാഹം. ഇക്കാലത്തും പഴയ ക്ലാസ്സിക്കൽ സ്വാധീനത്തിനു കുറ വൊന്നുമുണ്ടായിരുന്നില്ല.

ഈ മാനകീകരണ പ്രക്രിയയിലെ ഒരു പുതിയ ഘടകം ചില ഇംഗ്ലീഷ് എഴുത്തുകാർ സംഭാവന ചെയ്താണ്. ദേശീയബോധത്തിൽ അധിഷ്ഠിതമായിരുന്ന ഈ സമീപനം ശുദ്ധ ഇംഗ്ലീഷ്പദങ്ങൾ മാത്രം

ഉപയോഗിക്കുക എന്ന നിലപാടിൽ നിന്നുകൊണ്ടുള്ളതുമായിരുന്നു. വില്യം മോറിസിനെപ്പോലുള്ളവർ ഫ്രെഞ്ച് പദങ്ങളോ ലാറ്റിൻ പദങ്ങളോ ഉപയോഗിക്കുന്നത് ബോധപൂർവം ഒഴിവാക്കുവാനുള്ള ശ്രമങ്ങൾ മാത്ര മല്ല നടത്തിയത്, മറിച്ച് ഭാഷയെ നവീകരിക്കുന്നത് ശക്തമായി എതിർക്കു കയും omnibus, dictionary എന്നിങ്ങനെയുള്ള അംഗീകൃത പദങ്ങൾ ഒഴി വാക്കി പകരം ശുദ്ധ ഇംഗ്ലീഷ് പദങ്ങളായ folkwain, word-book എന്നിവ ഉപയോഗിക്കണമെന്ന് ഉപദേശിക്കുകയും കൂടി ചെയ്തു. ഈ ശുദ്ധീക രണ ശ്രമത്തിൽ വലിയ പങ്കാളിത്തം വഹിക്കുകയും കാര്യമായ സംഭാ വന ചെയ്യുകയും ചെയ്ത കവിയാണു ടെന്നിസൺ. അദ്ദേഹം തന്റെ കവിതകളിൽ കാലഹരണപ്പെട്ടവയെന്നു ധരിക്കപ്പെട്ടിരുന്ന പല 'പഴയ ഇംഗ്ലീഷ്' പദങ്ങളും നിരന്തരമായി ഉപയോഗിച്ചിരുന്നു. ഉദാഹരണത്തിനു brand (sword), boon, purblind, spate, knave(boy), deem, seer തുടങ്ങിയ വാക്കുകൾ. ടെന്നിസൺ തന്റെ കൃതികളിൽ ഉപയോഗിച്ചിരുന്ന വാക്കു കളിൽ എൺപത്തിയെട്ടു ശതമാനവും കലർപ്പില്ലാത്ത ഇംഗ്ലീഷ് പദങ്ങ ളായിരുന്നുവെന്ന് പറയപ്പെടുന്നു. എന്നാൽ ഇത്തരമൊരു ശുദ്ധവാദം ഭാഷ യുടെ വളർച്ചയ്ക്ക് സഹായകരമല്ല എന്നാണു ഏതു ഭാഷയുടെ ചരി ത്രവും നമ്മോടു പറയുന്നത്. ടെന്നിസണെപ്പോലുള്ള എഴുത്തുകാരുടെ ഉപദേശവും മാതൃകയും ഇംഗ്ലീഷുകാർ പിന്തുടർന്നിരുന്നുവെങ്കിൽ ഇന്ന് നമുക്കറിയാവുന്ന ആ ഭാഷയ്ക്ക് മറ്റൊരു മുഖമാകുമായിരുന്നു.

പുതിയ സാങ്കേതികവിദ്യയുടെ വിസ്ഫോടകരമായ വികാസത്തെ ത്തുടർന്ന്, പുതിയ മാധ്യമങ്ങളുടെ ആവിർഭാവത്തെത്തുടർന്ന് ഇംഗ്ലീഷ് ഭാഷ നിരന്തരമായ മാറ്റങ്ങൾക്കു വിധേയമായിക്കൊണ്ടിരിക്കുന്ന ഒരു കാല ത്താണു നാം ജീവിക്കുന്നത്. ഓരോ രാജ്യത്തു ജീവിക്കുന്നവരും അവര വരുടേതായ സംഭാവനകൾ ഈ ഭാഷയുടെ വളർച്ചയ്ക്ക് നൽകുന്നുണ്ട്. കൂടുതൽ ആളുകൾ ഉപയോഗിക്കുന്നതും ഈ ഭാഷ തന്നെയാണ്. അതു കൊണ്ടുതന്നെ കലർപ്പില്ലാത്ത പരിശുദ്ധമായ പദാവലി മാത്രമേ പ്രയോ ഗിക്കാൻ പാടുള്ളൂ എന്ന വാദം തികച്ചും സങ്കുചിതമായ ഒന്നായി കണ ക്കാക്കേണ്ടി വരും.

ഇരുപതാംനൂറ്റാണ്ടിന്റെ തുടക്കത്തിലുണ്ടായ ശാസ്ത്രീയ മണ്ഡല ത്തിലെ കുതിച്ചു ചാട്ടങ്ങളും രണ്ടാം ലോകയുദ്ധാനന്തരം നടന്ന സാങ്കേ തികവിദ്യയുടെ വിപ്ലവകരമായ മുന്നേറ്റങ്ങളും ഇംഗ്ലീഷ് ഭാഷയിൽ കാര്യ മായ മാറ്റങ്ങളുണ്ടാക്കിയിട്ടുണ്ട്. ഈ വിപ്ലവങ്ങളെല്ലാം സമൂഹത്തിന്റെ സമീപനങ്ങളേയും ചിന്താഗതികളേയും, ധാരണകളേയും ആശയങ്ങ ളേയും അറിവുകളേയും ജീവിതരീതികളെയും സംസ്കാരത്തെയും മാറ്റി മറിച്ചു. പുതിയ വാക്കുകളുടെ ഒരു പ്രളയം തന്നെ ഇംഗ്ലീഷ് ഭാഷയിലു ണ്ടായി. ശാസ്ത്രവിഷയങ്ങളുടെ അഭൂതപൂർവമായ മുന്നേറ്റങ്ങളും പുതിയ കണ്ടുപിടിത്തങ്ങളും രണ്ടു ലോകയുദ്ധങ്ങളും വൈദ്യശാസ്ത്രത്തിന്റെ മുന്നേറ്റവുമെല്ലാം ഇതിന്റെ ഗതിവേഗം വർദ്ധിപ്പിച്ചു. ശാസ്ത്രീയവിഷയ

ങ്ങളിലെ പുതിയ വാക്കുകൾക്ക് ഇംഗ്ലീഷ് ഭാഷ ഏതാണ്ട് പൂർണമായും ആശ്രയിച്ചത് ലാറ്റിനേയും ഗ്രീക്കിനേയുമാണ്. Oxygen, protein, nuclear, vaccine തുടങ്ങിയ വാക്കുകളൊന്നും ക്ലാസ്സിക്കൽ ഭാഷകളിൽ ഇല്ലായി രുന്നു. എന്നാൽ അവയെല്ലാം ലാറ്റിൻ, ഗ്രീക്ക് ഭാഷകളുടെ വേരുകളിൽ നിന്ന് സൃഷ്ടിച്ചെടുത്തതാണ്. roadblock, spearhead, landing strip എന്നി വയെല്ലാം യുദ്ധസംബന്ധിയായ വാക്കുകളാണ്. ഇങ്ങനെ പുതിയ വാക്കു കൾ ഉണ്ടാകുന്ന പ്രവണത ഇന്നും തുടരുന്നുണ്ട്. Byte, cyber, bios, hard-drive, software, hardware, telecast, microchip, video എന്നിവ യൊക്കെ ഉദാഹരണങ്ങൾ.

ഇതുകൂടാതെ ആധുനിക കാലഘട്ടത്തിൽ ബ്രിട്ടീഷുകാരുടെ നാവി കശക്തി വർധിച്ചതോടെ കടൽമാർഗമുള്ള സഞ്ചാരവും അതിലൂടെ കച്ച വടവും തുടർന്ന് കോളനിവൽക്കരണവുമെല്ലാം നടന്നപ്പോൾ ഇംഗ്ലീഷ് ഭാഷയുടെ ഉപയോഗം വർധിക്കുകയും അതിന്റെ സ്വാധീനത്തിലുള്ള പ്രദേശങ്ങളുടെ വ്യാപ്തി വർധിക്കുകയുമുണ്ടായി. ഇതിൽ ആദ്യത്തെ കോളനിയായിരുന്ന അമേരിക്കയിൽ ഇന്ന് ഇംഗ്ലീഷിന്റെ ഒരു ഭാഷാഭേദം തന്നെ നിലനിൽക്കുന്നു. പതിനേഴാം നൂറ്റാണ്ടിന്റെ ആരംഭത്തോടെ തുട ങ്ങിയ ഈ കോളനിവൽക്കരണം ഇംഗ്ലീഷ് ഭാഷയുടെ മറ്റൊരു ശാഖ തന്നെ രൂപപ്പെടുവാൻ കളമൊരുക്കി. ഇംഗ്ലീഷുകാർ അമേരിക്കൻ വൻക രയിലെത്തിയതോടുകൂടി ചില ഉച്ചാരണങ്ങളും പ്രയോഗങ്ങളും മറവിച്ചു. ബ്രിട്ടീഷുകാർ ഇന്ന് അപലപിക്കുന്ന പല അമേരിക്കൻ പ്രയോഗങ്ങളും യഥാർഥത്തിൽ മൗലികമായി ബ്രിട്ടീഷ് പ്രയോഗങ്ങളായിരുന്നു. അവ നാട്ടിൽ പ്രയോഗത്തിലില്ലാതാകുകയും എന്നാൽ കോളനിയിൽ തുടർന്നും പ്രയോഗത്തിൽ നിലനിൽക്കുകയും ചെയ്തു. ഉദാഹരണത്തിനു autumn എന്ന പദത്തിന്റെ പര്യായമായി ഉപയോഗിക്കുന്ന 'fall' എന്ന വാക്ക്, rub-bish എന്നതിനു പകരം ഉപയോഗിക്കുന്ന 'trash', lend എന്നതിനു പകരം 'loan'.

അമേരിക്കൻ ഇംഗ്ലീഷ് എന്ന പേരിൽ തന്നെ അറിയപ്പെടുന്ന സ്വത ന്ത്രമെന്ന് അവകാശപ്പെടുന്ന ഒരു ഭാഷ തന്നെ ഇന്ന് നിലവിലുണ്ട് എന്നു വാദിക്കുന്ന പല ഭാഷാശാസ്ത്രജ്ഞരുമുണ്ട്. ഈ അവകാശവാദത്തിനു പിന്നിൽ രാഷ്ട്രീയവും സാമ്പത്തികവും സൈനികവുമായ കാരണങ്ങ ളുണ്ടെന്നു പറയാം. രണ്ടാം ലോകയുദ്ധത്തിനുശേഷമാണ് ഈ വാദ ത്തിനു കൂടുതൽ കരുത്തു വന്നത്. അതിനു ശേഷമാണ് ആ രാജ്യം ലോകത്തെ ഏറ്റവും വലിയ സാമ്പത്തികശക്തിയും സൈനിക ശക്തി യുമായിത്തീർന്നത്. അത്തരത്തിലുള്ള ഒരു രാജ്യത്തിനു സ്വന്തമായ ഒരു ഭാഷയില്ലെന്നു വന്നാൽ അത് അൽപ്പം മോശമല്ലേ! എന്തു കാര്യത്തിനും അമേരിക്കയിലേക്കു നോക്കുന്നവർ ഭാഷയുടെ കാര്യത്തിൽ മാത്രം അത് ചെയ്യാതിരിക്കുന്നതെന്തിനാണ്? അപ്പോൾ ലോകത്തിന്റെ നേതൃത്വം വഹി ക്കുന്ന തങ്ങളുടെ അന്താരാഷ്ട്രപദവിക്കു യോജിച്ച രീതിയിൽ സ്വന്ത

മായ മറ്റുള്ളവയിൽ നിന്നു വേറിട്ടു നിൽക്കുന്ന ഒരു ഭാഷയും ആവശ്യ മാണല്ലോ. ഈ ചിന്തയിൽ നിന്നാണു വേറിട്ടൊരു ഭാഷ എന്ന സിദ്ധാന്തം ഉണ്ടാകുന്നത്. അത് ഇംഗ്ലീഷ് ഭാഷയുടെ തന്നെ ഒരു ഭാഷാഭേദമെന്ന ല്ലാതെ അതിൽ നിന്ന് വേറിട്ടു നിൽക്കുന്ന ഒരു സ്വതന്ത്ര ഭാഷയാണെ ന്നൊന്നും പറയാനാകില്ല.

ഇംഗ്ലണ്ടിൽ നിന്നും മറ്റു യൂറോപ്യൻ രാജ്യങ്ങളിൽ നിന്നും പതി നേഴാം നൂറ്റാണ്ടിലും പതിനെട്ടാം നൂറ്റാണ്ടിലുമായി കുടിയേറിയവർ തങ്ങ ളുടേതായ രീതിയിൽ ഇംഗ്ലീഷ് ഭാഷ സംസാരിക്കാൻ തയ്യാറായി. ഇന്നും ലോകത്തിന്റെ വിവിധ ഭാഗങ്ങളിൽ നിന്ന് അമേരിക്കയിലേക്ക് കുടിയേ റുന്നവരുണ്ട്. തങ്ങൾ വരുന്നത് ഏതുനാട്ടിൽ നിന്നാണോ അവിടുത്തെ ഭാഷാസംസ്കാരവും അവർ ഒപ്പം കൊണ്ടുവരുന്നുണ്ട്. ഇത് അവർ സംസാരിക്കുന്ന ഇംഗ്ലീഷ് ഭാഷയെ സ്വാധീനിക്കുന്നു. അമേരിക്കയ്ക്കാ കട്ടെ ഔദ്യോഗികമായ ഒരു ദേശീയഭാഷയുമില്ല. ഇംഗ്ലണ്ടിൽ നിന്ന് ആദ്യ കുടിയേറ്റക്കാർ എത്തിയ നാൾ മുതൽ ഇന്നുവരെ അവിടെ ഇംഗ്ലീഷ് സംസാരിക്കുന്നവർ വ്യത്യസ്ത രീതികളിലാണ് അതു ചെയ്യുന്നത്. ആദ്യ കാലം മുതൽ അവരുടെ അനുഭവത്തിന്റെ അടിസ്ഥാനത്തിൽ പുതിയ വാക്കുകൾ അവർ ഭാഷയ്ക്ക് സംഭാവന നൽകുന്നുമുണ്ട്. ഇതിലേറെയും മാധ്യമപ്രവർത്തകരുടെയും സിനിമാശൈലിയുടേയും സൈനികരുടേയും മറ്റും സംഭാവനകളാണെന്ന് പറയാം. നാടൻപ്രയോഗങ്ങളും ഇക്കൂട്ടത്തി ലുണ്ട്.

അമേരിക്കൻ ഇംഗ്ലീഷ് ഭാഷാഭേദം പല തദ്ദേശ ഭാഷാപദങ്ങളേയും ഇംഗ്ലീഷ് ഭാഷയിലേക്കു കൊണ്ടു വരികയും അവ പിന്നീട് അതിന്റെ ഭാഗമായിത്തീരുകയും ചെയ്തു. Mississippi, Roanoke, Iowa, raccoon, tomato, canoe, barbecue, savanna, hickory എന്നീ പദങ്ങൾക്ക് അമേരി ക്കൻ ദേശവാസികളുടെ ഭാഷയിലാണു വേരുകൾ. അമേരിക്കയിൽ കുടി യേറിയ സ്പാനിഷ് വംശജരിൽനിന്നു armadillo, mustang, canyon, ranch, stampede, vigilante എന്നിങ്ങനെയുള്ള വാക്കുകൾ ഇംഗ്ലീഷിലേക്കു കട ന്നുവരികയുണ്ടായി. അമേരിക്കൻ ഇംഗ്ലീഷും ബ്രിട്ടീഷ് ഇംഗ്ലീഷും തമ്മിൽ പല കാര്യങ്ങളിലും വ്യത്യാസമുണ്ട്. ഉച്ചാരണത്തിന്റെ കാര്യത്തിലാണ് ഏറ്റവുമധികം വ്യത്യാസം. പലപ്പോഴും എഴുതുന്നതുപോലെ തന്നെ വായി ക്കുവാനാണ് അമേരിക്കൻ ഇംഗ്ലീഷ് ശ്രമിക്കുന്നത്. ഉദാഹരണത്തിനു 'lieutenant' എന്ന പദം അമേരിക്കക്കാർ 'ല്യൂട്ടനന്റ്' എന്നാണു ഉച്ചരി ക്കുക; new എന്ന പദം അമേരിക്കക്കാർ 'നൂ' എന്നാണു ഉച്ചരിക്കുക സ്പെല്ലിങ്ങിന്റെ കാര്യത്തിലും ചില വ്യത്യാസങ്ങളുണ്ട്. ബ്രിട്ടീഷ് ഇംഗ്ലീ ഷിൽ 'o' എന്ന അക്ഷരത്തിനുശേഷം വരുന്ന 'u' (color, honor) അമേ രിക്കൻ ഇംഗ്ലീഷിൽ സാധാരണയായി ഒഴിവാക്കപ്പെടാറുണ്ട്. 'se' എന്ന് അവസാനിക്കുന്ന പല വാക്കുകൾക്കും അമേരിക്കക്കാർ 'ze' (realize, colonize) എന്ന സ്പെല്ലിങ്ങാണു നൽകുക.

അമേരിക്കയിലേയും ഇംഗ്ലണ്ടിലെയും ജനങ്ങളുടെ മാതൃഭാഷ ഇംഗ്ലീഷാണെങ്കിലും ഇരുകൂട്ടരും ഉപയോഗിക്കുന്ന ഇംഗ്ലീഷിനു വ്യത്യാസമുണ്ട്. ഈ വ്യത്യാസം പല രീതികളിലാണു പ്രവർത്തിക്കുന്നത്. അതു വ്യക്തമാക്കാൻ ഒരു പട്ടിക താഴെ കൊടുക്കുന്നു, ഒരു കാര്യം സൂചിപ്പിക്കാൻ ഇംഗ്ലീഷുകാരും അമേരിക്കക്കാരും വ്യത്യസ്തങ്ങളായ ഇംഗ്ലീഷ് വാക്കുകൾ ഉപയോഗിക്കുന്നു എന്ന് ഇതിൽ നിന്ന് സ്പഷ്ടമാകുന്നു.

സൂചന	ഇംഗ്ലീഷ് പ്രയോഗം	അമേരിക്കൻ പ്രയോഗം
11th june 1998	11/06/98	06/11/98
the dot at the end of a sentence	'full stop'	'period'
unit of paper currency	note	bill
mathematics	maths	math
the season after summer	autumn	fall
day when offices are closed	bank holiday	legal holiday
small pointed thing used to pin papers on to walls	drawing pin	thumb tack
mark made when some-thing is correct or selected	tick	chek
final letter of the alphabet	zed	zee
angry	pissed off	pissed
third piece of a male's suit that goes between the jacket and the shirt	waist coat	vest
what women wear over their legs	tights	hose
what men wear over their legs	trousers	pants
strap to hold up a man's trousers/ pants	braces	suspenders
item to hold up stocking	suspenders	garters
clothing worn in house at night	dressing gown	bathrobe
a thin cloth from Arabia	muslin	cheesecloth
bag carried by females	hand bag	purse
Bag ied by females for money	purse	pocket book

what you put around a baby's bottom	nappy	diaper
where pedestrians walk	pavement	sidewalk
place to cross a street on foot	pedestrian crossing	crosswalk
place from where goods are bought	shop	store
place from where medicines are bought	chemist	drug store
where metal goods are sold	ironmonger	hardware store
the bussiness part of a city	town centre	downtown
law enforcement officer	copper	cop
what there was before email	post	mail
code used when sorting mail/post	postcode	zipcode
telephone call where the person called pays	reverse charge	collect call
free telephone call paid by company	free phone	toll free
four wheeled private vehicle	car	automobile
front of a car/automobile	bonnet	hood
rear compartment of a car	boot	trunk
metal plate with number	number plate	license plate
piece used for radio reception	aerial	antenna
metal tool for tightening nuts and bolts	spanner	wrench
glass in front of a car	windscreen	windshield
metal over the wheel	mud guard	fender
multi-lane road for cars	motorway	freeway
road passing over another	flyover	overpass
heavy goods vehicle	lorry	truck
fuel for vehicles	petrol/diesel	gasoline
place to buy fuel	petrol station	gas station
area to stop off a major road	lay-by	pull-off

container in street for unwanted items	skip	dumpster
transport run on metal rails	railway	railroad
what you eat with tea or coffee	biscuit	cookie
what you put on bread	jam	jelly
thin-sliced fried potatoes	crisps	chips
fried stick-shaped potatoes	chips	french fries
a large vessel for juice or water	jug	pitcher
sweet things given to children	sweets	candy
a sugary liquid like honey	treacle	molasses
flavoured ice on a stick	lolly	popsicle
cereal made from oats, sugar and milk	porridge	oatmeal
arthropod with six legs	insect	bug
dwelling in a large building	flat	apartment
device for obtaining water	tap	faucent
container for household waste	rubbish bin	trash can
portable battery-operated light	torch	flashlight
the floor of a building that is level with the ground	ground floor	first floor
device for carrying people between floors of a building	lift	elevator
where films/movies can be seen	cinema	movie theater
a self contained section of televison	programme	show
bar on a pivot for children	see-saw	teeter-totter
collection of playing cards	pack	deck
a portable telephone	mobile	cellular, cell.
a group of people waiting for their turn	queue	line

ഈ പട്ടികയിൽ നിന്ന് മറ്റൊരു കാര്യം കൂടി വ്യക്തമാവും. അതാ
യത്, നാം പലപ്പോഴും ഉപയോഗിക്കുന്ന ഇംഗ്ലീഷ്പദങ്ങൾ അമേരിക്ക
ക്കാർ ഉപയോഗിക്കാവുന്നവയാണെന്ന്. പക്ഷേ ആ വസ്തുത നാം തിരി
ച്ചറിയുകയോ ഓർക്കുകയോ ചെയ്യാറില്ല. അതുകൊണ്ട് എന്തെങ്കിലും
ദോഷമുണ്ടെന്നല്ല സൂചിപ്പിക്കുന്നത്. വാക്കുകളോ ഭാഷയോ ആരുടേയും
സ്വകാര്യസ്വത്തല്ല. അത് ഒരു സമൂഹത്തിന്റെ പൊതുവായ സമ്പത്താ
ണ്. ഒരു സംസ്കാരത്തിന്റെ ഭാഗമാണ്. അമേരിക്കക്കാർ ഉപയോഗിക്കുന്ന
ഇംഗ്ലീഷ് ഭാഷയിലെ ഈ വ്യത്യാസങ്ങൾ അമേരിക്ക സന്ദർശിക്കുവാൻ
പുറപ്പെടുന്ന ഇംഗ്ലീഷുകാരെ പഠിപ്പിക്കാറുണ്ട്. ആർക്കും അബദ്ധം പറ്റ
രുത് എന്നു കരുതിയാണ് ഇതു ചെയ്യുന്നത്.

മറ്റൊരു വ്യത്യാസം കൂടി ഈ ഭാഷാഭേദങ്ങൾ തമ്മിലുണ്ട്. ഒരേ
വാക്കിന് ഇരുകൂട്ടരും ഭിന്നമായ അർഥങ്ങളാണു നൽകുന്നത്. ചില ഉദാ
ഹരണങ്ങൾ താഴെ കൊടുത്തിരിക്കുന്ന പട്ടികയിൽ ശ്രദ്ധിക്കുക.

പദം	ഇംഗ്ലീഷ്	അമേരിക്കൻ
ass	A donkey	human posterior
bathroom	a room containing a bath or shower	a room containing a toilet
bill	amount to pay for a service	a piece of paper currency
bomb	Success	disaster
buns	sticky cake	human posterior
bum	human posterior	unemployed, down-and-out
fag	Cigarette	male homosexual
hamper	picnic basket full of food	basket for dirty clothes
homely	Pleasant	ugly
Indian	one from the Indian sub-continent	indigenous American
knickers	worn under trouses or dress by women	trousers that end between the knee and ankle
mad	not sane	angry
mean	Stingy	aggressive
momentarily	for a short while	soon
pissed	Drunk	angry
now	Presently	soon
public school	fee-paying school	state school

queen	the head of state	male homosexual
rubber	implement to erase pencil marks	male contraceptive
smart	well dressed	clever
tea	drink served hot with milk	drink served cold with lemon
thong	casual footwear item	female underwear
tramp	unemployed, down-and-out	derogatory term for a female of "easy virtue"
wash up	wash dishes after a meal	wash face and hands

ഇംഗ്ലീഷ് ഭാഷയും ഷേക്സ്പിയറും

ഷേക്സ്പിയർ ജീവിച്ചിരുന്ന കാലഘട്ടത്തിൽ എഴുത്തുകാർ വായിക്കുവാനെന്നതിനേക്കാളേറെ കേൾക്കുവാൻ പരിശീലിപ്പിക്കപ്പെട്ട ഒരു ജനതയ്ക്കുവേണ്ടിയാണെഴുതിയിരുന്നത്. സ്വകാര്യതയെക്കാളധികം അവർക്ക് കൂട്ടായ്മയോടായിരുന്നു ആഭിമുഖ്യം. അതുകൊണ്ടാണ് അക്കാലത്ത് നാടകങ്ങൾ ഇത്രയധികം ജനപ്രിയമായത്. ഷേക്സ്പിയർ ജനിച്ച 1564 ൽ ഇംഗ്ലീഷ് സംസാരിച്ചിരുന്ന ഇംഗ്ലണ്ടിലെയും തെക്കൻ സ്കോട്ലണ്ടിലെയും ജനങ്ങൾ ഏകദേശം നാലു ദശലക്ഷംപേർ വരുമായിരുന്നു. ബ്രിട്ടീഷ് ദ്വീപുകളിലെ മറ്റു പ്രദേശങ്ങളിൽ ജീവിച്ചിരുന്നവർ കെൽറ്റിക് ഭാഷ സംസാരിച്ചിരുന്നവരായിരുന്നു. ബ്രിട്ടണു പുറത്ത് ആ ഭാഷ അറിയുന്നവർ ഉണ്ടായിരുന്നുവെന്നുപോലും പറയാനാവില്ല. യൂറോപ്പിലെ മറ്റു ഭാഷകളായ ഫ്രെഞ്ച്, ലാറ്റിൻ, ഇറ്റാലിയൻ, സ്പാനിഷ് എന്നിവയുമായി താരതമ്യം ചെയ്യുമ്പോൾ ഇംഗ്ലീഷ് ഒന്നുമല്ലായിരുന്നു. അന്നത്തെ യൂറോപ്പിലെ അന്തർദേശീയ ഭാഷയായിരുന്ന ലാറ്റിനായിരുന്നു സ്കൂളുകളിലും സർവകലാശാലകളിലും പഠനമാധ്യമം, തന്നെയുമല്ല വിവിധ വിജ്ഞാന ശാഖകളിലെ പ്രധാനപ്പെട്ട ഗ്രന്ഥങ്ങളെല്ലാം ലാറ്റിനിൽ ആയിരുന്നു എഴുതപ്പെട്ടിരുന്നത്. 1689 ൽ ഐസക് ന്യൂട്ടന്റെ ചലനത്തെ സംബന്ധിക്കുന്ന നിയമങ്ങളെക്കുറിച്ചുള്ള പ്രശസ്തമായ പ്രബന്ധങ്ങൾ ലാറ്റിനിലാണു പ്രസിദ്ധീകരിച്ചത്. ഇവയൊക്കെ ചരിത്രവസ്തുതകളാണെങ്കിലും പതിനാറാം നൂറ്റാണ്ടിൽ തന്നെ ഇത്തരം ഗ്രന്ഥങ്ങൾ ഇംഗ്ലീഷിൽ പ്രസിദ്ധീകരിക്കുവാനുള്ള ചില പ്രേരണകളുണ്ടായിരുന്നു. എഴുത്തും വായനയുമറിയാമായിരുന്ന ആളുകളുടെ എണ്ണത്തിലുള്ള വർധന, വിദ്യാഭ്യാസത്തിന്റെ പ്രചാരം, അച്ചടിയുടെ വരവ്, ശക്തമായ ദേശീയവികാരം, പ്രൊട്ടസ്റ്റന്റ് മതപരിഷ്കർത്താക്കളുടെ സ്വാധീനം എന്നിവയൊക്കെ ലാറ്റിനു പകരം ഇംഗ്ലീഷ് ഉപയോഗിക്കുവാൻ പ്രേരകമായ ഘടകങ്ങളായിരുന്നു. ഇതിനു ഗതിവേഗം കൂട്ടുവാൻ ലാറ്റിൻ ഗ്രന്ഥങ്ങളുടെ പരിഭാഷ, അവ

യുടെ ഇംഗ്ലീഷ് അനുകരണങ്ങൾ എന്നിവയ്ക്കു പുറമെ മൗലികമായ ഇംഗ്ലീഷ് രചനകളും സഹായിച്ചു. എക്കാലത്തുമെന്നപോലെ ഈ മാറ്റങ്ങളെ പാരമ്പര്യവാദികൾ ശക്തമായി എതിർത്തിരുന്നു. ഇത് ഏറ്റവും കൂടുതലായി അനുഭവപ്പെട്ടത് വൈദ്യശാസ്ത്രരംഗത്തായിരുന്നു. ആംഗലവൽക്കരണത്തിനെതിരായ വാദമുഖങ്ങൾ പലതായിരുന്നു. അതിൽ ചിലത് വളരെ വിചിത്രവും! ഒന്നാമതായി ആംഗലവൽക്കരണം 'പാണ്ഡിത്യ'ത്തെ ദോഷകരമായി ബാധിക്കും എന്ന വാദമായിരുന്നു; കാരണം, ക്ലാസ്സിക്കൽ ഭാഷ പഠിക്കുന്നതിൽ നിന്ന് അത് പഠിതാക്കളെ പിന്തിരിപ്പിക്കും. സാധാരണക്കാരുടെ കയ്യിലേക്ക് വിജ്ഞാനത്തെ ഏൽപ്പിക്കുന്നത് അപകടകരമാണ്. പണ്ഡിതോചിതമായ ഗ്രന്ഥങ്ങൾക്ക് ഇംഗ്ലീഷ് യോജിച്ചതല്ല; കാരണം അതിനു സാങ്കേതികവിജ്ഞാനത്തെ ആവിഷ്കരിക്കുവാൻ പ്രാപ്തിയുള്ള ശബ്ദകോശമില്ല. ഇത്തരമൊരു നിലപാട് തീർച്ചയായും സാധാരണക്കാരെ വിദ്യ നേടുന്നതിൽ നിന്ന് അകറ്റി നിർത്തുവാനും അങ്ങനെ അറിവിന്റെ കുത്തകാവകാശം കൈവശപ്പെടുത്തുന്നതിനും വേണ്ടി ബോധപൂർവം രൂപപ്പെടുത്തിയ ഒന്നായിരുന്നു. ശബ്ദകോശത്തിന്റെ ദൗർബല്യം മറ്റു ഭാഷകളിൽ നിന്ന് പദങ്ങൾ സ്വീകരിച്ച് മാറ്റിയെടുക്കാവുന്ന ഒന്നാണ്. വിവിധ വിജ്ഞാനശാഖകളെ സംബന്ധിക്കുന്ന പുസ്തകങ്ങൾ ഏതു ഭാഷയിൽ പ്രസിദ്ധീകരിച്ചാലും അത് ആ ഭാഷയ്ക്ക് മുതൽക്കൂട്ടാകുകയും ഭാഷയെ വിപുലീകരിക്കുകയും ശക്തിപ്പെടുത്തുകയും ചെയ്യും. ഇത് ആ ഭാഷ സംസാരിക്കുന്ന ജനതയ്ക്ക് പ്രയോജനപ്പെടുകയും ചെയ്യും.

ഇംഗ്ലീഷിനെ സംബന്ധിച്ചിടത്തോളം എഴുത്തുകാർ ആ ഭാഷയുടെ വളർച്ചക്കും വികാസത്തിനും ഒട്ടേറെ സംഭാവനകൾ നൽകിയിട്ടുണ്ട്. ഇതിൽ ഏറ്റവും പ്രധാനം ഷേക്സ്പിയറിന്റേതാണ് എന്നു പറയാം.

ഷേക്സ്പിയർ ഏകദേശം മൂവായിരത്തോളം വാക്കുകളും പ്രയോഗങ്ങളും ഇംഗ്ലീഷ് ഭാഷയ്ക്കു സംഭാവന നൽകിയിട്ടുണ്ട് എന്നാണ് *ഓക്സ്ഫെഡ് നിഘണ്ടു* പറയുന്നത്. അദ്ദേഹത്തിന്റെ കൃതികളിൽ നിന്ന് അദ്ദേഹത്തിന്റെ ശബ്ദകോശം പതിനേഴായിരം വാക്കുകളാണെന്നു ഭാഷാപണ്ഡിതർ കണക്കാക്കിയിട്ടുണ്ട്. വിദ്യാസമ്പന്നനും വളരെ ഭംഗിയായി ഭാഷ കൈകാര്യം ചെയ്യുവാൻ കഴിയുകയും ചെയ്യുന്ന ഒരാളുടെ ശരാശരി ശബ്ദകോശത്തിന്റെ നാലിരട്ടിയിലേറെയാണിത് എന്നും അവർ സൂചിപ്പിക്കുന്നു. ഇത് *ബൈബിളിന്റെ* ആധികാരികമായ പതിപ്പിനേക്കാൾ കൂടുതലാണത്രെ. അദ്ദേഹത്തിന്റെ സംഭാവനകളിൽ നിന്നുള്ള ചില ഉദാഹരണങ്ങൾ താഴെ കൊടുക്കുന്നു:

hot-blooded, ladybird, made-up, misplaced, mountaineer, obduracy, outstay, pendulous, puppy dog, critical, leapfrog, majestic, dwindle, pedant, arch-villain, bedazzle, cheap (as vulgar or flimsy), dauntless, embrace (as a noun), fashionable, go-between, honey-tongued, inauspicious, lustrous, nimble-footed, outbreak, pander, sanctimonious, time-honored, unearthly, vulnerable, well-bred.

പ്രയോഗങ്ങളിൽ നിന്നുള്ള ചില ഉദാഹരണങ്ങൾ ഇവയാണ്:

Eaten out of house and home, pomp and circumstance, foregone conclusion, full circle, the makings of, method in the madness, neither rhyme nor reason, one fell swoop, seen better days, it smells to heaven, a sorry sight, a spotless reputaion, strange bedfellows, the world's (my) oyster, all that glisters (glistens) is not glod, to knit one's brow, cold comfort, (to) give the devil his due, to play fast and loose, till the last gasp, laughing stock, fool's paradise, in a pickle, out of the question, the long and the short of it, it's Greek to me, it's high time, the naked truth, a countenance more in sorrow than in anger, a Daniel come to judgement, a dish fit for the gods, a plague on you, a sea change, age cannot wither her, nor custom stale her infinte variety, all corners of the world, all one to me, all the world's a stage, all's well that ends well, as cold as any stone, as dead as a doornail,. as merry as the day is long, as pure as the driven snow, bag and baggege, brevity is the soul of wit, comparisons are odorous, discretion is the better part of valour, eye of newt and toe of frog, wool of bat and tongue of dog, fair play, fancy free, fight fire with fire, frailty thy name is woman, foul play, good riddance, green eyed monster, as white as snow, hoist by your own petard, sharper than a serpent's tooth, a charmed life, not slept one wink, stand like greyhounds in the slips, wear one's heart upon one's sleeve, in stitches, in the twinkling of an eye, beggar all description, meat and drink, lie low, love is blind, make your hair stand on end, Men's evil manners live in brass; their virtues we write in water, milk of human kindness, more honoured in the breach than in the observance, much ado about nothing, salad days, neither a borrower nor a lender be, winter of our discontent, the jaws of death, pound of flesh, primrose path of dalliance, sans teeth, sans eyes sans taste, sans everything, screw your courage to the sticking place, send him packing, set your teeth on edge, short shrift, star crossed lovers, stiffen the sinews, stony hearted, devil incarnate, slings and arrows of outrageous fortune, far into the bowels of the land, to be or not to be, uneasy lies the head that wears a crown, vanish into thin air, what's in a name? wild goose chase.

ഇവയിൽ പലതും നാം എത്ര തവണ പ്രയോഗിച്ചിട്ടുണ്ടാകും! അപ്പോ ഴൊക്കെ അവ ഇംഗ്ലീഷ് ഭാഷയിലേക്കു സംഭാവന നൽകിയ വ്യക്തിയെ ക്കുറിച്ച് നാം ചിന്തിച്ചിട്ടുണ്ടാവുകയേ ഇല്ല.

പതിനാറാം നൂറ്റാണ്ടിന്റെ ഉത്തരാർധത്തോടെ ഇംഗ്ലീഷുകാർക്കിട യിൽ തങ്ങളുടെ മാതൃഭാഷയെക്കുറിച്ചുള്ള ധാരണതന്നെ മാറിയെന്നു പറയാം. മുൻപ് സ്വന്തം ഭാഷ പ്രയോജനപ്രദമാണെങ്കിലും അത് പ്രാകൃ തവും ഉന്നതമായ ആശയങ്ങളും സിദ്ധാന്തങ്ങളും ചിന്തകളും ആവിഷ്ക രിക്കുവാൻ കെൽപ്പില്ലാത്ത ഒന്നാണെന്നുമായിരുന്നു അവർ ധരിച്ചിരുന്ന ത്, അല്ലെങ്കിൽ ചില ആളുകൾ അവരെ ധരിപ്പിച്ചിരുന്നത്. പക്ഷേ നൂറ്റാ ണ്ടിന്റെ അവസാന പാദത്തോടെ തങ്ങളുടെ മാതൃഭാഷ ലാറ്റിനോടും ഗ്രീക്കിനോടും കിടപിടിക്കുവാൻ കെൽപ്പുള്ള ഒന്നാണെന്ന ധാരണയി ലേക്ക് ഇംഗ്ലീഷ് ജനത മാറി. റിച്ചാർഡ് ഫോസ്റ്റർ ജോൺസിനെപ്പോലുള്ള ഭാഷാപണ്ഡിതർ ഇത് പെട്ടെന്നുണ്ടായ മാറ്റമാണെന്നാണു പറയുന്നത്. അദ്ദേഹം ഈ മാറ്റത്തിന്റെ കാലം 1575 നും 1580 നും ഇടയ്ക്കുള്ള അഞ്ചു വർഷമാണെന്നു പറയുന്നത് മുഖവിലയ്ക്കെടുക്കാമോ എന്നു സംശയ മാണ്. അതെന്തായാലും, എലിസബത്ത്രാജ്ഞി ഭരിച്ചിരുന്ന കാലഘട്ട ത്തിലെ സാമൂഹികവും സാംസ്കാരികവുമായ മാറ്റങ്ങളുമായി ഈ വ്യത്യ സ്തമായ ചിന്തയ്ക്ക് ബന്ധമുണ്ടെന്ന് ഉറപ്പിച്ചു പറയാം. ഭാഷ ധന്യമാ ണെന്നും വാചാലമാണെന്നും ജനങ്ങൾക്കിടയിൽ ധാരണ വളരുവാൻ നാലു കാരണങ്ങളുണ്ടായിരുന്നുവെന്ന് ജോൺസ് പറയുന്നു. ഏതൊരു ഭാഷയും വാചാലമാകണമെങ്കിൽ ആ ഭാഷയുടെ സാഹിത്യം ശക്തമാ യിരിക്കണം. പതിനാറാം നൂറ്റാണ്ടിന്റെ ഉത്തരാർധത്തിൽ ഇംഗ്ലീഷ് കവി തയ്ക്ക് ഒരു പുതിയ ശക്തി കൈവന്നിരുന്നു.

ഫിലിപ്പ് സിഡ്നി, ജോൺ ലിലി, എഡ്മണ്ട് സ്പെൻസർ എന്നിവ രുടെ കവിതകളാണു തങ്ങളുടെ ഭാഷയ്ക്ക് കരുത്തും വാചാലതയുമു ണ്ടെന്നു വിശ്വസിക്കുവാൻ ഇംഗ്ലീഷുകാരെ പ്രേരിപ്പിച്ചതെന്ന് ജോൺസ് പറയുന്നു. ശക്തവും വിപുലവുമായ ഒരു ശബ്ദകോശമുണ്ടെങ്കിലേ ഭാഷ വാചാലമാകുകയുള്ളൂ. പതിനാറാം നൂറ്റാണ്ടായതോടെ ഇംഗ്ലീഷ് ഭാഷ സമൃദ്ധമാകുകയും അതിന്റെ ശബ്ദകോശം വിപുലമാവുകയും ചെയ്തു. ഇതിനു ലാറ്റിനിൽ നിന്നും ഗ്രീക്കിൽ നിന്നും കടംകൊണ്ട വാക്കുകളും ഏറെ സഹായകമായി എന്നു മാത്രമല്ല അവയ്ക്ക് സവിശേഷമായ വാചാ ലതയുമുണ്ടായിരുന്നു. ഭാഷയുടെ വാചാലതയ്ക്ക് മാറ്റുകൂട്ടുന്നത്

അതിന്റെ ആലങ്കാരികതയാണ്. അക്കാലത്ത് ഇംഗ്ലണ്ടിലെ സ്കൂളുകളിൽ അലങ്കാരശാസ്ത്രം പാഠ്യപദ്ധതിയിലെ നിർബന്ധവിഷയങ്ങളിൽ ഒന്നാ യിരുന്നു. ലാറ്റിൻ അലങ്കാരശാസ്ത്രത്തിന്റെ രീതികൾ വലിയതോതിൽ ഇംഗ്ലീഷ് കടമെടുക്കുകയും ചെയ്തു. നാലാമതായി ഏതു ഭാഷയും വള രണമെങ്കിൽ അതിനു ചില ചിട്ടകളൊക്കെയുണ്ടായിരിക്കണം. എലിസ ബത്ത് രാജ്ഞിയുടെ കാലമായപ്പോഴേക്കും ഇംഗ്ലീഷ്ഭാഷയ്ക്ക് സുദൃഢ മായ ഒരു വ്യാകരണവും ഏതാണ്ട് മാനകീകരിക്കപ്പെട്ട ഉച്ചാരണരീതിയും സ്പെല്ലിങ്ങും പദസംഘാടന സമ്പ്രദായവുമെല്ലാം കൈവരിക്കാൻ കഴി ഞ്ഞിരുന്നു എന്നുപറയാനാകില്ല. ലാറ്റിനിലും ഗ്രീക്കിലുമുണ്ടായിരു ന്നതുപോലെ ഇവയെക്കുറിച്ച് ആധികാരികമായി പ്രതിപാദിക്കുന്ന ഗ്രന്ഥ ങ്ങൾ ഇംഗ്ലീഷിലുണ്ടാകുന്നത് പതിനേഴാം നൂറ്റാണ്ടിൽ മാത്രമാണ്. ജോൺസ് പറയുന്നത്, നാലാമത്തെ ഈ മാനദണ്ഡം പാലിക്കുവാൻ ഇംഗ്ലീഷ് ഭാഷയ്ക്ക് അന്ന് കഴിഞ്ഞിരുന്നില്ലെങ്കിലും അത് ധന്യവും വാചാ ലവും ശക്തവുമായിരുന്നു എന്നാണ്.

ഇന്നത്തെ മാനദണ്ഡങ്ങളുപയോഗിച്ച് ജോൺസിന്റെ ഈ വാദം അംഗീകരിക്കാൻ കഴിഞ്ഞെന്നു വരില്ല. പക്ഷേ, ഇംഗ്ലീഷ് ഭാഷയുടെയും സാഹിത്യത്തിന്റെയും ചരിത്രത്തിൽ എലിസബത്ത് രാജ്ഞിയുടെ കാല ഘട്ടത്തിന് ഒരു സവിശേഷസ്ഥാനമുണ്ടെന്നും അത് ഏറ്റവും ക്രിയാത്മ കവും ജീവസ്സുറ്റതുമായ ഒരു കാലമായിരുന്നുവെന്നും നാം അംഗീകരി ക്കേണ്ടി വരും. സാഹിത്യത്തിൽ ഷേക്സ്പിയർ, മാർലോവ്, സ്പെൻസർ, ബെൻ ജോൺസൺ, ജോൺ ഡൺ തുടങ്ങിയവരുടെ കൃതികൾ ഇക്കാ ലത്താണ് രചിക്കപ്പെട്ടത്. ഒരുപക്ഷേ, ഏറ്റവും പ്രാധാന്യമർഹിക്കുന്നത് ബൈബിളിന്റെ ആധികാരികമെന്ന് ഇന്നും വിശേഷിപ്പിക്കപ്പെടുന്ന ഇംഗ്ലീഷ് വിവർത്തനമാണ്. ഇവ മാത്രമല്ല, അക്കാലത്തെ ഗദ്യസാഹിത്യത്തിലും ഈ ഊർജം പ്രകടമായിരുന്നു. അന്ന് സാധാരണ ഇംഗ്ലീഷുകാർ ഉപ യോഗിച്ചിരുന്ന ഭാഷയെ സംബന്ധിച്ച് നമുക്ക് പ്രത്യക്ഷമായ വിവരങ്ങ ളൊന്നുമില്ലെങ്കിലും ഷേക്സ്പിയർ നാടകങ്ങളിലെ നിരവധി കഥാപാ ത്രങ്ങൾ ഉപയോഗിക്കുന്ന ഭാഷയായിരുന്നിരിക്കണം അവരുടേത് എന്നു നമുക്ക് ന്യായമായും അനുമാനിക്കാം. ആ ഭാഷ അസാധാരണമാം വിധം ഊർജസ്വലവും ഭാവനാത്മകവുമായിരുന്നു എന്നു വേണം കരുതാൻ. വിദ്യാസമ്പന്നനായിരുന്നില്ല എന്നു മാത്രമല്ല പ്രാഥമികവിദ്യാഭ്യാസം മാത്ര മുണ്ടായിരുന്ന ഒരു വ്യക്തിയുടെ രചനകളിലെ സേവകരും തോട്ടക്കാ രും ദൂതന്മാരും ഭൃത്യന്മാരും സാധാരണ പട്ടാളക്കാരും കോമാളികളും സാധാരണക്കാരും സംസാരിക്കുന്ന ഭാഷ എത്രതന്നെ നാടകകാരന്റെ സംഭാവനയാണെന്നു പറഞ്ഞാലും അന്നത്തെ സാധാരണജനങ്ങളുടെ സംസാരരീതിയിൽ നിന്നുതന്നെയാവണം ഷേക്സ്പിയർ തന്റെ നാടക ങ്ങളിലെ സംഭാഷണത്തിനു ജീവൻ പകർന്നത്. ഉച്ചാരണരീതിയിൽ

പ്രാദേശികമായ പല വ്യത്യാസങ്ങളും ഇന്നത്തെപ്പോലെ അന്നും നില വിലുണ്ടായിരുന്നു. പക്ഷേ, മാനകീകരിക്കപ്പെട്ട ഒരു ഭാഷയായി രൂപപ്പെ ടുന്നതിന്റെ ശക്തമായ അടിത്തറ ഉണ്ടാകുന്നത് മേൽപ്പറഞ്ഞ വസ്തുത കളുടെ പിൻബലത്തിലാണ്. ഇതിനു സഹായകരമായ തരത്തിൽ ഒട്ടേറെ വിവർത്തനങ്ങളും, വിശേഷിച്ചും ലാറ്റിൻ ഭാഷയിൽ നിന്ന്, അക്കാലത്ത് ഉണ്ടായി. ഈ വിവർത്തനങ്ങൾ ശബ്ദകോശം കൂടുതൽ സമൃദ്ധമാകാൻ സഹായിച്ചു. പലപ്പോഴും വൈദേശികമായ ഭാഷയിൽ നിന്നു കടമെടുത്ത വാക്കുകൾക്കൊപ്പം തദ്ദേശീയമായ 'affix' കൾ ചേർത്തുകൊണ്ട് പുതിയ വാക്കുകൾ രൂപപ്പെടുത്തുന്ന ഒരു സമ്പ്രദായം ഉണ്ടാകുന്നത് ഈ കാല ഘട്ടത്തിലാണ്. ഒരുപക്ഷേ, ഷേക്സ്പിയറായിരിക്കും ഈ രീതി ഏറ്റവും കൂടുതൽ അവലംബിച്ചിട്ടുള്ളത്. 'un' എന്ന prefix ഉപയോഗിച്ച് അദ്ദേഹം 164 വാക്കുകൾ ആദ്യമായി പ്രയോഗിച്ചിട്ടുണ്ട് എന്ന് *ഓക്സ്ഫെഡ് നിഘണ്ടു* സൂചിപ്പിക്കുന്നു. ഏറ്റവും പ്രസിദ്ധങ്ങളായ ചില ഉദാഹരണ ങ്ങൾ താഴെ കൊടുക്കുന്നു. ലിയർ രാജാവിന്റെ "unaccommodated man" എന്ന പ്രയോഗം; ഒഫീലിയയുടെ "fair and unpolluted flesh" എന്ന പ്രയോഗം; ബാങ്കോയുടെ പ്രേതത്തെ "unreal mockery" എന്ന് മാക്ബെത്ത് സംബോധന ചെയ്യുന്നത്, ലേഡി മാക്ബെത്തിന്റെ "unsex me" എന്ന പ്രാർഥന; ലോകം ഒരു "unweeded garden" ആണ്. എന്ന ഹാംലെറ്റിന്റെ അഭിപ്രായം. ഇന്ന് പരക്കെ പ്രയോഗത്തിലുള്ള undress, uneducated, unfix, unhelpful, unmuscial, unrivalled, unsolicited, unkind എന്നീ പദങ്ങളെല്ലാം ഷേക്സ്പിയറാണ് ആദ്യമായി ഉപയോഗിച്ചത് എന്ന് നമ്മളിൽ ആരാണ് ഓർക്കാറുള്ളത്? ഇതിൽ ഏറ്റവും അവസാനത്തേത് നാം ചിലപ്പോൾ ഷേക്സ്പിയറിന്റേതായി ഓർത്തെന്നിരിക്കും; കാരണം "the most unkindest cut" എന്ന ഷേക്സ്പിയറിന്റെ പ്രയോഗം ആർക്കാണ് മറക്കാനാവുക!

Affix കൾ ചേർത്ത് മാത്രമല്ല രണ്ടു വാക്കുകൾ കൂട്ടിച്ചേർത്ത് പുതി യൊരു വാക്കുണ്ടാക്കുന്ന സമ്പ്രദായവും അന്ന് എഴുത്തുകാർ സ്വീകരി ച്ചിരുന്നു. ഇത്തരം വാക്കുകളിൽ ബഹുഭൂരിപക്ഷവും നാമങ്ങളായിരുന്നു വെന്നു മാത്രമല്ല അവ ദൈനംദിന പ്രായോഗികജീവിതവുമായി ബന്ധ പ്പെട്ടവയുമായിരുന്നു ഉദാഹരണത്തിന് 'bawdy-basket' (one who sells indecent literature), 'Frenchwoman', 'heaving-net', 'lung-flower', 'off-corn' (പതിര്) 'pinchfart' (പിശുക്കൻ) 'sheepbrand', 'spoonwort' എന്നിവ. ഇങ്ങനെ പല രീതിയിലും പുതിയ വാക്കുകൾ രൂപപ്പെടുത്തു ന്നതിനു ധാരാളം എതിർപ്പുകളുണ്ടായിരുന്നു. വിശേഷിച്ചും യാഥാസ്ഥി തികരിൽ നിന്ന്. ഇക്കൂട്ടർ ലാറ്റിനിൽ നിന്നും ഗ്രീക്കിൽ നിന്നും വാക്കു കൾ കടമെടുത്ത് അവയോട് ഇംഗ്ലീഷ് പദങ്ങൾ ചേർത്ത് പുതിയ വാക്കു കൾ രൂപപ്പെടുത്തുന്നതിനെ ശക്തമായി എതിർത്തിരുന്നു. അവരുടെ അഭി

പ്രായത്തിൽ വൈദേശിക പദങ്ങൾക്കു പകരം തദ്ദേശീയ പദങ്ങൾ ചേർത്ത് പുതിയവാക്കുകൾ രൂപപ്പെടുത്തുന്നതായിരുന്നു അഭികാമ്യം. ലാറ്റിനും ഗ്രീക്കും വശമില്ലാത്ത സാധാരണക്കാർക്ക് ഈ പുതിയ പ്രയോ ഗങ്ങൾ മനസിലാകില്ല എന്നതായിരുന്നു അവരുടെ വാദത്തിന്റെ യുക്തി. ഈ വാദത്തിന്റെ മുഖ്യ വക്താവായിരുന്ന റാൽഫ് ലീവർ ഇംഗ്ലീഷ് പദ ങ്ങൾ കൂട്ടിച്ചേർത്ത് പുതിയ വാക്കുകൾ സൃഷ്ടിച്ചെങ്കിലും അവയ്ക്ക് വലിയ അംഗീകാരം ലഭിച്ചില്ല. 'witcraft' (logic), 'endsay' (conclusion), 'naysay' (negation), 'saywhat' (definition), 'yeasay' (affirmation) എന്നിവ ഉദാഹരണങ്ങൾ.

കവി മിൽട്ടൺ ഇംഗ്ലീഷ് ഭാഷയുടെ ശബ്ദകോശം വിപുലപ്പെടുത്തു വാൻ നൽകിയ സംഭാവനകളെ ഭാഷാശാസ്ത്രജ്ഞർ അഞ്ചു തരത്തിൽ വിഭജിച്ചിട്ടുണ്ട്. (1) നിലവിലുള്ള ഒരു പദത്തിന് ഒരു പുതിയ അർഥം നൽകുക. 'space' എന്ന വാക്കിനു മിൽട്ടണാണ് ആദ്യമായി 'outer space' എന്ന അർഥം നൽകിയത്. (2) നിലവിലുള്ള ഒരു വാക്കിനു പുതിയ രൂപംനൽകുക. ഒരു ക്രിയാപദത്തിൽ നിന്ന് നാമരൂപം സൃഷ്ടിക്കുക; അല്ലെങ്കിൽ നാമരൂപത്തിൽ നിന്നോ നാമവിശേഷണത്തിൽ നിന്നോ ക്രിയാരൂപമുണ്ടാക്കുക. 'stunning', 'literalism'. (3) നിഷേധാർഥത്തി ലുള്ള പദങ്ങൾ 'un' എന്ന സഫിക്സ് ചേർത്ത് രൂപപ്പെടുത്തുക – 'un-principled', 'unaccountable'. ഈ പ്രയോഗം മിൽട്ടണു വളരെ പ്രിയപ്പെട്ട തായിരുന്നുവെന്നും അദ്ദേഹം ചുരുങ്ങിയത് 135 തവണയെങ്കിലും ഈ സഫിക്സ് ഉപയോഗിച്ച് പുതിയ വാക്കുകൾ രൂപപ്പെടുത്തിയിട്ടുണ്ട് എന്നുമാണ് വിദഗ്ധർ പറയുന്നത്. (4) രണ്ടു പദങ്ങൾ യോജിപ്പിച്ചുകൊണ്ട് പുതിയൊരു വാക്കുണ്ടാക്കുക. 'arch-fiend', 'self-delusion'. (5) പൂർണമായും പുതിയ പദങ്ങൾക്ക് ജന്മം നൽകുക. 'pandemonium', 'sen-suous'

വളർന്നുകൊണ്ടിരിക്കുന്ന ഏതു ഭാഷയും മറ്റു സംസ്കാരങ്ങളിൽ നിന്നും ഭാഷകളിൽ നിന്നും ശൈലികളും പദങ്ങളും കടംകൊള്ളുമെ ന്നാണ് ചരിത്രം നമ്മോടു പറയുന്നത്. ഈ കടംകൊള്ളലും അങ്ങനെ കടം കൊണ്ടത് സ്വാംശീകരിച്ച് സ്വന്തം ശബ്ദകോശത്തിന്റെ ഭാഗമാക്കി മാറ്റുന്നതും വളർച്ചയുടെ ലക്ഷണമാണ്. അപ്പോൾ കടമെടുക്കുന്നതിനെ എതിർക്കുന്നത് വളർച്ചയെ എതിർക്കുന്നതിനു തുല്യമാണ്. ഇംഗ്ലീഷ് ഭാഷ യിലേക്ക് ലാറ്റിൻഭാഷയിൽ നിന്നു പദങ്ങൾ കടമെടുത്തതിൽ പലപ്പോഴും ഔചിത്യമില്ലായിരുന്നുവെന്ന് കരുതുന്നവരുമുണ്ട്. റിച്ചാർഡ് മൾക്കാസ്റ്റർ എന്ന സ്കൂൾ അധ്യാപകൻ 1582 ലെഴുതിയ *First Part of the Elementary* എന്ന പുസ്തകത്തിൽ ഇംഗ്ലീഷ് ഭാഷ ദിവസവും വൈദേ ശിക പദങ്ങൾ കടമെടുക്കുന്നതിനെ പരാമർശിക്കുകയും പലപ്പോഴും ഈ കടമെടുപ്പ് അലങ്കാരത്തിനു വേണ്ടിയാണെന്നും സൂചിപ്പിക്കുന്നുണ്ട്.

അത്യാവശ്യ സന്ദർഭങ്ങളിൽ കടമെടുക്കുന്നതിനെക്കുറിച്ച് അദ്ദേഹത്തിനും പരാതിയൊന്നുമില്ല. എന്നാൽ ധീരതയുടെ പ്രകടനമായും പാണ്ഡിത്യ ത്തിന്റെ നിദർശനമായും കടമെടുക്കുന്നതിനെ അദ്ദേഹത്തിന് അംഗീക രിക്കാനാവുന്നില്ല. ഇത് പലപ്പോഴും ഭാഷ ദുർഗ്രഹമാകുന്നതിലേക്കു നയി ച്ചുവെന്നും മൾക്കാസ്റ്റർ പറയുന്നു. പല എഴുത്തുകാരും അത്തരം വാക്കു കളെ 'inkhorn terms' എന്ന് പരിഹസിക്കുന്നത് അക്കാലത്ത് ഒരു പതി വായിരുന്നു.

വ്യാകരണത്തിന്റെ കാര്യത്തിൽ അക്കാലത്ത് ഇന്നില്ലാത്ത ചില സ്വാതന്ത്ര്യങ്ങളൊക്കെ ഉണ്ടായിരുന്നു. ഉദാഹരണത്തിനു ഷേക്സ്പിയ റിന്റെ കഥാപാത്രമായ ഫെർഡിനാന്റ്, മിറാൻഡയെ വിശേഷിപ്പിക്കുന്നത് "The mistress which I serve" എന്നാണ്. ഇന്നാണെങ്കിൽ നമുക്ക് 'which' എന്നതിനു പകരം 'whom' എന്നു തന്നെ ഉപയോഗിക്കണം. അന്ന് ഈ രണ്ടു പ്രയോഗങ്ങളും അനുവദനീയമായിരുന്നു. അതുപോലെതന്നെ വിശേഷണങ്ങളുടെ കാര്യത്തിൽ 'sweeter', 'famousest' എന്നും 'more sweet', most famous എന്നും ഉപയോഗിക്കാമായിരുന്നു. മറ്റൊന്ന് അന്ന് രണ്ടു നിഷേധങ്ങൾ ("I cannot go no further") ഒരുമിച്ച് പ്രയോഗിച്ചാലും അത് അനിഷേധ്യമാകുമായിരുന്നില്ല. 'You', 'Thou' എന്ന സർവനാമം ഉപയോഗിക്കുന്നതിലും അവർക്ക് ചില സ്വാതന്ത്ര്യമുണ്ടായിരുന്നു. ബഹു വചനമാകുമ്പോൾ 'You' എന്നു തന്നെ പ്രയോഗിക്കണമായിരുന്നു. ഒരി ക്കലും ബഹുവചനമായി 'Thou' ഉപയോഗിക്കാറുണ്ടായിരുന്നില്ല. ഉപരി വർഗത്തിനിടയിൽ 'Thou' എന്ന പ്രയോഗം വൈകാരികമായ അടുപ്പവും സ്നേഹവും പ്രകടിപ്പിക്കുന്ന ഒന്നായിരുന്നു. പക്ഷേ സാധാരണക്കാർക്കി ടയിൽ 'thou' എന്ന പ്രയോഗം സാമൂഹികമായി താഴ്ന്നതലത്തിലുള്ളവ രെയോ പ്രായത്തിൽ ചെറുപ്പമായവരെയോ സംബോധന ചെയ്യുവാൻ ഉപയോഗിക്കപ്പെട്ടിരുന്നതാണ്. എന്നാൽ അത് നിർബന്ധമായി പ്രയോ ഗിക്കപ്പെടേണ്ട ഒന്നായിരുന്നില്ല. അക്കാലത്ത് ഒരു അപരിചിതനെ ഒരി ക്കലും 'Thou' എന്ന് സംബോധന ചെയ്തിരുന്നില്ല. അവർ 'You' എന്നു മാത്രമേ സംബോധന ചെയ്യപ്പെടാറുള്ളൂ. സാമൂഹികമായ ആചാരമര്യാ ദകളും സാംസ്കാരികമായ ചിട്ടവട്ടങ്ങളും ഈ സംബോധനകളെ നിയ ന്ത്രിച്ചിരുന്നു. മലയാളത്തിലുള്ള 'നിങ്ങൾ' എന്ന പൂജക ബഹുവചന ത്തിന്റെ പ്രയോഗവുമായി താരതമ്യപ്പെടുത്താവുന്ന ഒന്നാണിത്. തൊഴിലാളിവർഗത്തിൽപ്പെടുന്നവർ പരസ്പരം 'Thou' എന്നാണു സംബോധന ചെയ്തിരുന്നത്; അന്യോന്യം അടുപ്പമില്ലെങ്കിലും. പക്ഷേ, സാമൂഹികമായി ഉയർന്നവർഗത്തിൽപ്പെടുന്ന ഒരാളെ അവർ 'you' എന്ന് സംബോധന ചെയ്യേണ്ടിയിരുന്നു. മേൽപ്പറഞ്ഞതിനൊക്കെ വിരുദ്ധമായി ദൈവത്തെ സംബോധന ചെയ്യുവാൻ എല്ലാവരും 'Thou' എന്ന പദമാ ണുപയോഗിച്ചിരുന്നത്. ഇപ്പറഞ്ഞതിൽ നിന്നു വ്യക്തമാകുന്ന ഒരുകാര്യം

'Thou' എന്ന പദം വൈകാരികമായ അടുപ്പം സൂചിപ്പിക്കുവാനും അതു പോലെതന്നെ അടുപ്പമില്ലായ്മ സൂചിപ്പിക്കുവാനും അക്കാലത്ത് ഒരു പോലെ ഉപയോഗിക്കപ്പെട്ടിരുന്നു എന്നാണ്. മറ്റൊരു കാര്യം, ഇത്തരം പ്രയോഗങ്ങളെ നിയന്ത്രിക്കുന്ന വ്യാകരണനിയമങ്ങളൊന്നും ഉണ്ടായി രുന്നില്ല എന്നതാണ്. വേറൊരു വസ്തുത ഇന്നുള്ളപോലെ അന്ന് 'its' എന്ന പ്രയോഗം നിലവിലുണ്ടായിരുന്നില്ല എന്നതാണ് 'it' എന്ന പദ ത്തിന്റെ ഉടമാവകാശം സൂചിപ്പിക്കുവാൻ അന്ന് ഉപയോഗിച്ചിരുന്നത് 'his' എന്ന വാക്കാണ് 'its' എന്ന വാക്കിന്റെ ആദ്യ പ്രയോഗം നടന്നതായി *ഓക്സ്ഫെഡ് നിഘണ്ടു* രേഖപ്പെടുത്തുന്നത് 1598 ലാണ്.

അതുപോലെ തന്നെ, ഒരു ക്രിയാപദത്തിനൊപ്പം – (e)th എന്ന സഫിക്സ് ചേർത്ത് അതിന്റെ ഏകവചനരൂപമുണ്ടാക്കുന്ന പതിവ് അന്നു ണ്ടായിരുന്നു. (he singeth, he paaseth, he hath,) ആ രൂപമോ ഇന്ന് നാം പ്രയോഗിക്കുന്ന '-s' അല്ലെങ്കിൽ '-es' എന്ന സഫിക്സ് ഉപയോഗിക്കു വാനും അവർക്ക് സ്വാതന്ത്ര്യമുണ്ടായിരുന്നു. ഷേക്സ്പിയറിന്റെ കാല മായപ്പോഴേക്കും ഇന്നത്തെ രീതി നിലവിൽവന്നിരുന്നു. എഴുത്തിൽ മാത്ര മാണ് – (e)th എന്ന സഫിക്സ് ചേർത്തിരുന്നത്. He hath, he doth, he saith, എന്നിങ്ങനെയുള്ള പ്രയോഗങ്ങൾ അക്കാലത്തെ നാടകങ്ങളിലും കവിതകളിലും സുലഭമായി കാണാം.

'Do' എന്ന സഹായകക്രിയയുടെ കാര്യത്തിൽ ചോസറിന്റെ കാലത്തു നിലവിലുണ്ടായിരുന്ന സമ്പ്രദായത്തിനു മാറ്റം സംഭവിച്ചതായി കാണാം. ചോസർ 'Do' എന്ന സഹായകക്രിയ ഉപയോഗിച്ചിരുന്നില്ല. അദ്ദേഹം 'Know you not?' എന്നോ 'Know you?' എന്നോ മാത്രമേ ചോദിക്കുമായിരുന്നുള്ളൂ. ഇന്നാകട്ടെ 'Don't you know' എന്നോ 'Do you know' എന്നോ തന്നെ പ്രയോഗിക്കണം. ഷേക്സ്പിയറിന്റെ കാലത്ത് ഈ രണ്ടു രീതികളും നിലവിലുണ്ടായിരുന്നു. ഇതിൽ ആദ്യത്തേത് പതി നെട്ടാം നൂറ്റാണ്ടിന്റെ ആദ്യദശകങ്ങളിലാണ് അപ്രത്യക്ഷമാകുന്നത്. ഉദാ ഹരണത്തിനു 'barn, father, board, farce' എന്നീ വാക്കുകളിലെ 'r' എന്ന അക്ഷരം. ഇന്ന് അത് ഉച്ചരിക്കുന്നില്ല എങ്കിലും എഴുതുമ്പോൾ നാം ആ അക്ഷരം ചേർക്കാറുണ്ട്. ഇതിനു മറ്റൊരു കാരണമുണ്ട്. സ്പെല്ലിങ്ങിന്റെ കാര്യത്തിൽ ഒരു മാനകീകരണം നടന്നിരുന്നതിനാൽ ഉച്ചരിക്കാത്ത ആ അക്ഷരം ഉപേക്ഷിക്കുവാൻ പിന്നീട് ആരും തയ്യാറാ യില്ല. ഉച്ചാരണത്തിന്റെ കാര്യത്തിലും ചില വ്യത്യാസങ്ങൾ അന്നുണ്ടാ യിരുന്നു. ചില ഉദാഹരണങ്ങൾ മാത്രം ഇവിടെ സൂചിപ്പിക്കാം. അക്കാ ലത്ത് bread, breath, dead, sweat എന്നിവപോലുള്ള വാക്കുകൾ meat എന്ന വാക്ക് ഇന്ന് ഉച്ചരിക്കുന്നതുപോലെയായിരുന്നു ഉച്ചരിച്ചിരുന്നത്. blood, flood, foot, look തുടങ്ങിയവപോലുള്ള വാക്കുകൾ ഇന്ന് നാം food, moon എന്നീ വാക്കുകൾ ഉച്ചരിക്കുന്നതുപോലെയും. അതുപോലെ

തന്നെ are എന്ന വാക്ക് prepare എന്ന വാക്കിലെ അവസാനശബ്ദം ഉച്ചരിക്കുന്നതുപോലെയായിരുന്നു ഉച്ചരിക്കപ്പെട്ടിരുന്നത്. ഇംഗ്ലണ്ടിൽ എല്ലാ യിടത്തും ഇതായിരുന്നു ഉച്ചാരണ രീതി എന്നല്ല സൂചിപ്പിക്കുന്നത്. ലണ്ട നിൽ ഇങ്ങനെയായിരുന്നു എന്നാണു പറയുന്നത്. ഇത്തരത്തിലുള്ളൊരു നിഗമനത്തിലെത്തുവാൻ അക്കാലത്തെ കവിതകളിലെ പ്രാസസമ്പ്രദാ യമാണു പ്രേരണ നൽകുന്നത്.

എലിസബത്ത് രാജ്ഞിയുടെ കാലഘട്ടത്തിൽ ഇംഗ്ലണ്ടിന്റെ സാമൂ ഹിക രാഷ്ട്രീയ മണ്ഡലങ്ങളിൽ കാതലായ ചില മാറ്റങ്ങൾ നടക്കുന്നു ണ്ട്. ജ്ഞാനോദയത്തിന്റെ ഫലമായുണ്ടായ മാറ്റങ്ങൾ മാത്രമായിരുന്നില്ല അവ. ഭരണകൂടത്തിന്റെ തലപ്പത്ത് രാജ്ഞി/രാജാവായിരുന്നു. മധ്യകാ ലഘട്ടത്തിൽ യൂറോപ്പിലെ ഭരണകൂടങ്ങളെ നിയന്ത്രിച്ചിരുന്നത് റോമൻ കാത്തലിക് സഭയായിരുന്നു. എലിസബത്ത് രാജ്ഞി ഇതവസാനിപ്പിക്കു കയും പ്രൊട്ടസ്റ്റന്റ് സഭയെ ഒരു ദേശീയ സ്ഥാപനമാക്കി ഉയർത്തുകയും സഭയെ തന്റെ നിയന്ത്രണത്തിൽ കൊണ്ടുവരികയും ചെയ്തു. മാനവി കവാദത്തിന്റെ ആശയങ്ങളും സംസ്കാരവും ഇക്കാലത്ത് കൂടുതൽ പ്രചാരം നേടുകയുമുണ്ടായി. അതിനു പ്രധാന പങ്കുവഹിച്ചത് സർവക ലാശാലകളാണ്. ദേശീയമായ ഒരു കാഴ്ചപ്പാടുണ്ടാകുന്നതും ശക്തിപ്പെടു ന്നതും ഇക്കാലത്താണ്. എലിസബത്ത് രാജ്ഞിയുടെ അൻപത് ലക്ഷം പ്രജകളിൽ ബഹുഭൂരിപക്ഷവും ഗ്രാമങ്ങളിൽ താമസിച്ചിരുന്നവരായി രുന്നുവെങ്കിലും രാജ്യത്തിന്റെ സമ്പത്തിന് അവർ വിദേശരാജ്യങ്ങളുമാ യുള്ള കച്ചവടത്തെയാണ് ആശ്രയിച്ചിരുന്നത്. കച്ചവടത്തിൽ മേൽക്കൈ നേടുവാൻ വേണ്ടി നടത്തിയ സ്പെയിനുമായുള്ള പോരാട്ടം വിജയംവരി ച്ചപ്പോൾ ഇംഗ്ലണ്ട് യൂറോപ്പിലെ മുഖ്യശക്തിയായി മാറി. പുതിയ രൂപ ത്തിലുള്ള മൂലധനം രാജ്യത്ത് വന്നുചേരുകയും പിന്നീടുള്ള ദേശീയ നയ ങ്ങൾ രൂപപ്പെടുത്തുന്നതിൽ ഈ മൂലധനം ഒരു പ്രധാന പങ്കുവഹിക്കു കയും ചെയ്യുന്നുണ്ട്. കച്ചവടത്തിനായി ലോകമെമ്പാടും സഞ്ചരിക്കുവാൻ തയ്യാറുള്ള ഒരു പുതിയ സാമൂഹികവിഭാഗം മുന്നോട്ടുവരികയും അവർ അതിൽ വൻ വിജയമാകുകയും ചെയ്യുന്നതാണ് പിന്നീട് നാം കാണുന്ന ത്. ഇതുകൊണ്ടാണു ബ്രിട്ടൺ "a nation of shopkeepers" എന്ന് വിശേ ഷിപ്പിക്കപ്പെടുന്നത്. വ്യാവസായികസമ്പത്തിന്റെ വലിയൊരു പങ്ക് തുണി മില്ലുകളിൽ നിന്നായിരുന്നു വന്നിരുന്നത്. സാമ്പത്തികമായ ഈ നേട്ട ങ്ങൾ ജീവിതനിലവാരം ഉയർത്തുന്നതിൽ വലിയ പങ്കുവഹിച്ചു എന്നു പറയേണ്ടതില്ലല്ലോ. രാഷ്ട്രീയമായി അത് രാജവാഴ്ചയെ കൂടുതൽ ശക്ത മാക്കി, വിശേഷിച്ചും കാത്തലിക് സഭയ്ക്കെതിരായി. തന്നെയുമല്ല, ദേശീ യബോധം വളർത്തുന്നതിൽ അത് നിർണായകമായ സ്വാധീനമാകുകയും ചെയ്തു. ഖനനവും തുണിമില്ലുകളും വ്യവസായികരംഗത്തെ ശക്തമായ സംരംഭങ്ങളായിരുന്നു.

ഈ മാറ്റങ്ങൾ പഴയ രീതിയിലുള്ള സമീപനങ്ങളെ അട്ടിമറിക്കു

കയും വ്യക്തിയുടെ വികാസത്തിനും പ്രവർത്തനോന്മുഖമായ ജീവിത രീതിക്കും ഊന്നൽ നൽകുകയുമുണ്ടായി. ജ്ഞാനോദയം സൃഷ്ടിച്ച പുതിയ ഉണർവും ഇതോടൊപ്പം ചേർന്നപ്പോൾ ശാസ്ത്രീയവും ഉൽപ്പാ ദനോന്മുഖവുമായ പഠനത്തിനു പ്രാമുഖ്യം ലഭിക്കുകയും സംശയിക്കുക, അന്വേഷിക്കുക എന്നീ രണ്ടു ക്രിയകൾക്ക് സാർവത്രികമായ അംഗീകാരം ലഭിക്കുകയും ചെയ്തു. ശാസ്ത്രീയമായ വിജ്ഞാനത്തിനുവേണ്ടിയുള്ള അന്വേഷണവും, മനുഷ്യന്റെ ഡൈഷണികമായ കഴിവുകളിലുള്ള അച ഞ്ചലമായ വിശ്വാസവും പുതിയ ശാസ്ത്രശാഖകൾ ആവിർഭവിക്കുന്ന തിനു കാരണമായി. ഈ ശാസ്ത്രശാഖകളുടെ അടിസ്ഥാനത്തിൽ ഒരുകൂട്ടം പുതിയ പ്രൊഫഷണലുകൾ സമൂഹത്തിലുണ്ടായി. വൈദ്യ ശാസ്ത്രരംഗത്ത് പ്രവർത്തിക്കുന്നവർ, നാവികർ, സർവേയർമാർ, ഖനന എഞ്ചിനീയർമാർ, മറ്റു ശാസ്ത്രമേഖലകളിൽ പ്രവർത്തിക്കുന്നവർ, ഗവേ ഷകർ, പണ്ഡിതർ, ഇവർക്കൊക്കെ പുറമെ കുറെ വ്യാജന്മാരും ഈ പുതിയ സാമൂഹികവിഭാഗത്തിലുണ്ടായിരുന്നു. ഇവരുടെയെല്ലാം പഠന ങ്ങളും അന്വേഷണങ്ങളും മന്ത്രവാദത്തിനും രസവാദത്തിനും ജ്യോതി ഷത്തിനും സമൂഹത്തിലുണ്ടായിരുന്ന സ്വാധീനവുമായി കൂടിക്കലർന്ന ഒരവസ്ഥയായിരുന്നു അന്ന്. മനുഷ്യനേയും പ്രകൃതിയേയും വ്യാഖ്യാ നിക്കുവാനും മനസിലാക്കുവാനും വിലയിരുത്തുവാനുമുള്ള മനുഷ്യ യുക്തിയുടെ കഴിവിലും ഈ പുതിയ വികാസപരിണാമങ്ങൾ ആവിഷ്ക രിക്കുവാനുള്ള തങ്ങളുടെ ഭാഷയുടെ കഴിവിലുള്ള വിശ്വാസവും, ഭാഷ യുക്തിയുടെ ഉപകരണമാണെന്ന ഉറച്ച ധാരണയും ഇംഗ്ലീഷ് ഭാഷയ്ക്ക് പുതിയൊരു ഊർജവും ഉണർവും നൽകി.

മറ്റു ഭാഷകളിൽ നിന്ന് വാക്കുകൾ സ്വീകരിച്ച് അവ സ്വന്തം ഭാഷ യുടെ ശബ്ദകോശത്തിന്റെ ഭാഗമാക്കുവാൻ ഇംഗ്ലീഷുകാർ ഒരു മടിയും ഇന്നുവരെ കാണിച്ചിട്ടില്ല. ഇങ്ങനെ ചില ഭാഷകളിൽ നിന്നു വന്ന് ഇന്ന് ഇംഗ്ലീഷ് ഭാഷയുടെ ശബ്ദകോശത്തിന്റെ ഭാഗമായി മാറിയിരിക്കുന്ന വാക്കുകളുടെ പട്ടികകൾ താഴെ കൊടുക്കുന്നു. നാം ഈ വാക്കുകൾ ഉപയോഗിക്കുമ്പോൾ അവയുടെ യഥാർഥ ശ്രോതസ്സ് ഏതെന്ന് ആലോ ചിക്കാറേ ഇല്ല എന്നുകൂടി ഈ പട്ടികകൾ വെളിവാക്കും.

Admiral, albatross, alchemy, alcohol, alcove, alfalfa, algebra, algorithm, alkali, Allah, almanac, amber, amulet, aniline, antimony, arsenal, artichoke, assassin, average, benzene, Betelgeux, caliber, caliph, caramel, carat, caraway, cheque, cipher, coffee, cork, cotton, drub, elixir, emir, fakir, gala, garbage, garble, gazelle, genie, giraffe, harem, hazard, henna, Islam, jar, lute, magazine, mask, mattress, minaret, mirror, monkey, monsoon, mosque, Muslim, nadir, pancreas, Quaran, racket, ream, safari, saffron,

Sahara, satin, shekh, sheriff, soda, sofa, sultan, syrup, tabby, Taliban, talisman, tamarind, tariff, zenith, zero

എന്നിവയെല്ലാം അറബിക് ഭാഷയുടെ സംഭാവനകളാണ്. Aryan, ashram, banyan, beryl, bhaji, brilliant, camphor, candy, crimson, ginger, guru, hemp, indigo, lacquer, mandarin, mantra, musk, nirvana, opal, orange, pepper, raja, sugar, swastika എന്നീ വാക്കുകൾ ഇംഗ്ലീഷു കാർ സംസ്കൃതത്തിൽ നിന്ന് കടംകൊണ്ടവയാണ്. ഹിന്ദിയിൽ നിന്നും ഇംഗ്ലീഷ് ഭാഷ പദങ്ങൾ കടംകൊണ്ടിട്ടുണ്ട്. Bangle, basmati, Blighty, cheetah, chutney, coolie, cot, juggernaut, jungle, loot, mahout, pukka, punch, pundit, samosa, sari, shampoo, thug, തുടങ്ങിയവ ഉദാഹരണ ങ്ങൾ. 'tank' ഗുജറാത്തി വാക്കാണ്. Betel, copra, teak എന്നിവ മലയാ ളത്തിലെ വെറ്റില, കൊപ്ര, തേക്ക് എന്നീ പദങ്ങളുടെ പരിഷ്കരിച്ച ഇംഗ്ലീഷ് രൂപങ്ങളാണ്. Bungalow, dinghy, jute, tom-tom എന്നിവ ബംഗാ ളിയിൽ നിന്നുള്ളവയാണു. Anaconda, cash, catamaran, corundum, curry, mango, pariah എന്നിവ തമിഴിന്റെ പരിഷ്കരിച്ച രൂപങ്ങളാണ്.

ദക്ഷിണാഫ്രിക്കയിലെയും നമീബിയയിലെയും ജനങ്ങൾ സംസാ രിക്കുന്ന ഭാഷയാണ് ആഫ്രിക്കാൻസ്. ഈ ഭാഷയിൽ നിന്നും ഇംഗ്ലീഷ് ഭാഷയിലേക്ക് പദങ്ങൾ കടന്നുവന്നിട്ടുണ്ട്. Apartheid, commando, scoff, slim, springbok, trek, wildebeest തുടങ്ങിയവ ഉദാഹരണം. ജാപ്പനീസ് ഭാഷയിൽ നിന്നും ഇംഗ്ലീഷിലേക്ക് വന്നിട്ടുള്ളതാണ് rickshaw, sake, samurai, shogun, sumo, tsunami, tycoon തുടങ്ങിയ വാക്കുകൾ.

ലാറ്റിനിൽ നിന്നായിരിക്കാം ഒരു പക്ഷേ ഏറ്റവും കൂടുതൽ വാക്കുകൾ ഇംഗ്ലീഷിൽ എത്തിയിട്ടുള്ളത്. കുറെ ഉദാഹരണങ്ങൾ താഴെ കൊടു ക്കുന്നു.

Advert, agenda, agitator, album, alias, alibi, animal, apex, aquarium, Aquarius, arbiter, arena, Aries, August, autumn, axis, calendar, Cancer, Capricon, captor, cardinal, circus, creator, creditor, curator, curriculum, cursor, data, December, disucs, doctor, educator, equinox, February, focus, formula, forum, fungus, genius, habitat, inch, index, inertia, inferior, innuedo, interior, joke, july, june, junior, liberator, matrix, maximum, May, medium, memoradum, merit, Mercury, mile, minimum, miracle, momentum, monitor, moratorium, motor, nebula, nectar, nim-bus, Neptune, November, nucleus, obese, occult, October, omen, onus, orbit, pantomime, parent, pastor, peninsula, penis, picture, pirate, Pisces, premium, prohibit, pronoun, quadrant, quarantine,

quota, rabid, radius, recipe, referendum, refrigerae, reign,
relegate, religion, republic, respect, rostrum, rota, rude,
Sagittarius, saliva, salubrious, sandal, sartorial, satellite, scale,
Scorpius, segment, senior, September, series, silence, sinister,
species, spectator, spectrum, stadium, stimulus, street, study,
stupid, suburb, superior, table, tacit, tandem, tavern, terminus,
torpedo, transport, triangle, trident, ulterior, uniform, vacuum,
vagina, valour, vehicle, ventriloquist, Venus, versus, veto, via,
victim, victor, villa, violator, virgo, virile

ലാറ്റിൻ പദങ്ങളും പ്രയോഗങ്ങളും ഇംഗ്ലീഷിലേക്കു കടന്നു വന്നത്
ആറു വിഭാഗങ്ങളായി തരംതിരിക്കാമെന്ന് എഫ് ടി വുഡ് അഭിപ്രായപ്പെ
ടുന്നുണ്ട്. 55 ബി സി യിൽ റോമൻ സൈന്യം ഇംഗ്ലണ്ട് ആക്രമിച്ചു കീഴ
ടക്കി എ ഡി 410 വരെ റോമക്കാർ അവിടം ഭരിച്ചിരുന്ന കാലത്ത്
കടന്നുവന്നവ. '-caster' എന്നും '-chester' എന്നും അവസാനിക്കുന്ന
പല സ്ഥലനാമങ്ങളും അക്കാലത്ത് ലാറ്റിനിൽ നിന്ന് കടന്നുവന്നതാണ്.
രണ്ടാമത്തെ വിഭാഗത്തിൽപ്പെട്ടവ ആംഗിൽസും സാക്സണുകളും
ഇംഗ്ലണ്ട് ആക്രമിച്ച് കീഴടക്കിയപ്പോൾ അവർ കൊണ്ടുവന്ന ലാറ്റിൻ പദ
ങ്ങൾ. ഇങ്ങനെ നൂറ്റിഎഴുപതോളം ലാറ്റിൻവാക്കുകൾ ഇംഗ്ലീഷിലേക്കു
വന്നിട്ടുണ്ട് എന്നാണ് മേരി സാർജെർസൺ എന്ന ഗവേഷകയെ ഉദ്ധരി
ച്ചുകൊണ്ട് എഫ് ടി വുഡ് പറയുന്നത്. മൂന്നാമത്തെ വിഭാഗത്തിൽപ്പെ
ടുന്ന വാക്കുകൾ ക്രിസ്ത്യൻ മിഷണറിമാർ കൊണ്ടുവന്നവയാണ്. ഇത്
ഇരുന്നൂറ്റിഅൻപതോളം വാക്കുകൾ ഉണ്ടെന്ന് ചൂണ്ടിക്കാണിക്കപ്പെട്ടിട്ടു
ണ്ട്. നാലാമതായി മധ്യകാലഘട്ടത്തിൽ കടന്നുവന്നവ. പ്രധാനമായും
മതം, നിയമം, വൈദ്യശാസ്ത്രം, രസവാദം എന്നീ മണ്ഡലങ്ങളിലാണ്
ഇക്കാലത്ത് ലാറ്റിൻപദങ്ങൾ കടന്നുവന്നത്. ഏറ്റവും അധികം ലാറ്റിൻ
വാക്കുകൾ ഇംഗ്ലീഷിലേക്കു കടന്നുവരുന്നത് നവോത്ഥാനകാലത്താണ്.
1550 മുതൽ 1600 വരെയുള്ള അൻപതു വർഷങ്ങളിലാണു കൂടുതലായും
ഇത് സംഭവിച്ചിട്ടുള്ളത് എന്ന് വുഡ് പറയുന്നു. ഇതിന്റെ കാരണങ്ങൾ
നാം നേരത്തെ മനസിലാക്കിയതാണ്. ആറാമതായി കുറെ സാങ്കേതിക
പദങ്ങളാണ്. അവ പ്രത്യേകസന്ദർഭങ്ങളിലോ അക്കാദമിക ആവശ്യ
ങ്ങൾക്കോ ഒക്കെ ഉപയോഗിക്കുന്നവയാണ് Dictum, quantum, radius,
vacuum, apex, credo, prima facie, ipso facto, habeas corpus, vice
versa, mutatis mutandis, recipe എന്നിവ ഉദാഹരണങ്ങൾ. അലോപ്തി
മരുന്നുകളുടെയും പക്ഷിമൃഗാദികളുടെയും ശാസ്ത്രീയനാമങ്ങൾ മിക്ക
വാറും ലാറ്റിൻഭാഷയിൽ നിന്നുള്ളവയാണ് ഗ്രീക്കു ഭാഷയിൽ നിന്നും
ഇത്തരത്തിലുള്ള പേരുകൾ കടന്നുവന്നിട്ടുണ്ട്.
മറ്റൊരു ക്ലാസ്സിക്കൽ ഭാഷയയ ഗ്രീക്കിൽനിന്നും ഒട്ടേറെ വാക്കുകൾ

ഇംഗ്ലീഷുകാർ കടമെടുത്തിട്ടുണ്ട്. ഉദാഹരണങ്ങൾ ഇവയാണ്: -gram, -graph, -logy -meter -nomy -philia- phobia, -phone, -scope, academy, acrobat, alphabet, amazon, amnesia, anonymous, anthropo-, anti-, antipodes, aristocrat, asbestos, athlete, attic, auto, barbarian, biobishop, buffalo, canopy, cathedral, catholic, democracy, dinosaur, diploma, dogma, dram, echo, economy, ego-, epitaph, Eucharist, Exodus, genesis, geo-, gymnasium, gyna-, gypsy, helicopter, helio-, hemi-, hero, hetero-, hippopotamus, history, holocaust, horizon, hydro-, idea, isotope, kilo-, litho-, logarithm, Marathon, martyr, mathematics, meander, mechanic, machine, mega-, melody, method, Metroplis, micro-, mime, monarch, moron, museum, myopia, mytriad, mystery, nemesis, neural, nerve, obelisk, ocean, Olympic, orphan, ostracize, paleo-, pandemonium, panic, panorama, paranoia, philo-, phono-, photo-, ply-, programme, prophet, psalm, psycho-, pygmy, pylon, pyramid, python, rhinoceros, rhythm, sarcasm, scene, seismic, siphon, skeleton, sporadic, stethoscope, stigma, strategy, sycophant, symphony, synopsis, syntax, tele-, theatre, theory, therm-, thesuarus, thesis, thorax, toxic, tragedy, treacle, tripod, tyrant, xeno-.

ജെർമൻ ഭാഷയിൽ നിന്നുവന്ന പല പദങ്ങളും ഇന്ന് ഇംഗ്ലീഷിന്റെ ഭാഗമാണ്. Angst, blitz, brake, bridle, clock, clown, dollar, flak, Gestapo, hamburger, heroin, hinterland, kindergarten, lager, larch, luck, menthol, muffin, nickel, noodle, plunder, poodle, quartz, rapier, rocket, rub, rucksack, scoop, shirk, scoundrel, sling, sod, stroll, swindle, tackle, vandal, veneer, waltz, waylay, wrangle, yodel തുടങ്ങിയവ.

അതുപോലെതന്നെ, abacus, amen, bedlam, cider, cinnamon, cora, elephant, gauze, Jew, jockey, jot, jubilee, jug, leviathan, manna, maudlin, messiah, rabbi, sapphire, Satan, sodomy തുടങ്ങിയവ ഹീബ്രുവിൽ നിന്നാണ് ഇംഗ്ലീഷിലേക്ക് വന്നത്.

ഇങ്ങനെ കാലങ്ങളായി മറ്റു ഭാഷകളിൽ നിന്ന് കടമെടുത്തും കട മെടുത്തവ സ്വാംശീകരിച്ചും സമ്പന്നമായ ഇംഗ്ലീഷ് ഭാഷയാണ് ഇന്നു നമുക്കുള്ളത്. ആഗോളീകൃതമായ ലോകത്ത് ഇംഗ്ലീഷ് ഭാഷയുടെ പ്രാധാ ന്യവും പ്രസക്തിയും മറ്റെന്നത്തേക്കാളുമധികം വർധിച്ചിട്ടുണ്ട്. നമ്മുടെ ദൈനംദിന ജീവിതത്തിൽ വിവരസാങ്കേതികവിദ്യയുടെ പ്രാധാന്യവും പ്രസക്തിയും വർധിച്ചത് ഇംഗ്ലീഷ് ഭാഷയുടെ പ്രാധാന്യവും പ്രസക്തിയും വർധിപ്പിച്ചിട്ടുണ്ട്. ഇന്നും വളരുകയും വികസിക്കുകയും ചെയ്തുകൊ ണ്ടിരിക്കുന്ന ഈ ഭാഷ മലയാളിക്ക് രണ്ടാം ഭാഷയാണ്. നമ്മുടെ സർവ കലാശാലകളിലെയും കോളേജുകളിലേയും പഠനമാധ്യമവും ഒന്നാം

ഭാഷയും ഇംഗ്ലീഷ് ഭാഷയാണ് എന്നത് നമ്മുടെ വിദ്യാഭ്യാസത്തിൽ ആ ഭാഷയ്ക്കുള്ള പ്രാധാന്യത്തെ സൂചിപ്പിക്കുന്നു. കേരളത്തിലെ ഭരണഭാഷ മലയാളമാണെന്നിരിക്കലും ഇപ്പോഴും പല സന്ദർഭങ്ങളിലും ചില കാര്യങ്ങൾ ഇംഗ്ലീഷ് ഭാഷയിൽ പറയുന്നതാണു കരണീയം. ചില സന്ദർഭ ങ്ങളിലെങ്കിലും മലയാള ഭാഷയിലൂടെ ആശയവിനിമയം നടത്തുന്നതിലും നല്ലത് ഇംഗ്ലീഷ് ഭാഷ ഉപയോഗിക്കുന്നതാണ് എന്നു നമുക്കെല്ലാവർക്കും തോന്നിയിട്ടുണ്ടാകും. അത് ആ ഭാഷയുടെ ആശയപ്രകാശനത്തിനുള്ള കഴിവാണു സൂചിപ്പിക്കുന്നത്.

അനുബന്ധം

ഇംഗ്ലീഷ് ഭാഷയുടെ ചരിത്രത്തിലെ നാഴികക്കല്ലുകൾ എന്ന് വിശേ ഷിപ്പിക്കാവുന്ന സംഭവങ്ങൾ.

55 ബി സി	റോമൻസൈന്യം ഇംഗ്ലണ്ട് ആക്രമിക്കുന്നു.

43 എ ഡി	റോമൻ കോളനിയായ ബ്രിട്ടാനിയ സ്ഥാപിക്കപ്പെടുന്നു.

410 എ ഡി	ജെർമാനിക് ഗോത്രക്കാർ ആദ്യമായി ഇംഗ്ലണ്ടിലെത്തുന്നു.

410 – 600	ജെർമാനിക് വംശജർ ഇംഗ്ലണ്ടിൽ തങ്ങളുടെ ആധിപത്യം ഉറപ്പിക്കുന്നു.

600 – 1100	പഴയ ഇംഗ്ലീഷ് അഥവാ ആംഗ്ലോ സാക്സൺ കാലഘട്ടം.

600	ക്രിസ്തുമതം ഇംഗ്ലണ്ടിൽ പ്രചരിക്കുന്നു.

792 – 93	വൈകിംഗ് വംശജർ ഇംഗ്ലണ്ട് ആക്രമിക്കുന്നു.

871	ആൽഫ്രഡ് വെസെക്സിന്റെ രാജാവാകുന്നു. ലാറ്റിൻ കൃതി കൾ ഇംഗ്ലീഷിലേക്ക് വിവർത്തനം ചെയ്യുവാൻ നടപടികൾ സ്വീകരിക്കുന്നു. എന്ന ചരിത്രഗ്രന്ഥത്തിനു തുടക്കം കുറി ക്കുന്നു.

878	വെസെക്സിലെ ആൽഫ്രഡ് രാജാവ് നോഴ്സുകളുമായി സന്ധി ചെയ്യുന്നു.

1066	നോർമൻ ഫ്രെഞ്ചുകാർ ഇംഗ്ലണ്ട് കയ്യടക്കുന്നു.

1100 – 1500	മധ്യകാല ഇംഗ്ലീഷ് കാലഘട്ടം. നോർമൻ പടയോട്ടത്തിനു ശേഷമുള്ള ആദ്യത്തെ ഒന്നര ശതാബ്ദത്തോളം കാലം ഇംഗ്ലീഷ് കീഴാളരുടെ ഭാഷയായി തരംതാഴ്ത്തപ്പെടുന്നു. ഭരണ നിയമ രംഗങ്ങളിൽ ഫ്രെഞ്ച് ഭാഷയുടെ ഉപയോഗം നിർബന്ധിതമാക്കുന്നു. ഇംഗ്ലീഷ് സംസാര ഭാഷ മാത്രമായി ചുരുങ്ങുന്നു. പൊതുവിൽ ഇംഗ്ലണ്ട് രണ്ടു ഭാഷകൾ –

ഫ്രെഞ്ചും ഇംഗ്ലീഷും— സംസാരിക്കുന്നവരുടെ നാടായിത്തീ
രുന്നു.

1258   നോർമൻ പടയോട്ടത്തിനുശേഷം ആദ്യമായി ഇംഗ്ലണ്ടിൽ
രാജകൽപ്പന ഇംഗ്ലീഷിൽ പുറപ്പെടുവിക്കുന്നു.

14-ാം നൂറ്റാണ്ട് വർഗഭേദമെന്യേ ഇംഗ്ലണ്ടിലെ ജനതയ്ക്ക്
ഇംഗ്ലീഷ് തങ്ങളുടെ മാതൃഭാഷയാണെന്ന ബോധം വള
രുന്നു.

1348   ഓക്സ്ഫെഡിലും കേംബ്രിഡ്ജിലുമൊഴിച്ച് മറ്റു വിദ്യാഭ്യാസ
സ്ഥാപനങ്ങളിലെല്ലാം ലാറ്റിൻ ഭാഷയ്ക്കു പകരം ഇംഗ്ലീഷ്
പഠനമാധ്യമമാകുന്നു.

1362   കോടതികളിൽ ഇംഗ്ലീഷ് ഔദ്യോഗികഭാഷയായി പ്രഖ്യാപി
ക്കപ്പെടുന്നു. ആദ്യമായി പാർലമെന്റിൽ ഇംഗ്ലീഷ് ഉപയോ
ഗിക്കപ്പെടുന്നു.

1388   ജെഫ്രി ചോസർ *കാന്റർബറി കഥകളുടെ* രചന ആരംഭി
ക്കുന്നു.

1400   The Great Vowel Shift എന്നറിയപ്പെടുന്ന സ്വരമാറ്റം ആരംഭി
ക്കുന്നു.

1476   വില്യം കാക്സ്റ്റൺ ആദ്യത്തെ ഇംഗ്ലീഷ് അച്ചടിശാല തുട
ങ്ങുന്നു.

1485   കാക്സ്റ്റൺ തോമസ് മാലറിയുടെ *Le Marted' Arthur* പ്രസി
ദ്ധീകരിക്കുന്നു.

1492   കോളംബസ് ന്യൂഫൗണ്ഡ ലാന്റിൽ എത്തിച്ചേരുന്നു.

1500 – 1650   ആധുനിക ഇംഗ്ലീഷ് ഭാഷയുടെ ആദ്യകാലം.

1525   വില്യം റ്റിൻഡെയിൽ *ബൈബിളിന്റെ* പുതിയ നിയമം ഇംഗ്ലീ
ഷിലേക്ക് വിവർത്തനം ചെയ്യുന്നു.

1546   *The Book of Common Prayer* ന്റെ ആദ്യപതിപ്പ് പുറത്തിറ
ങ്ങുന്നു.

1564   വില്യം ഷേക്സ്പിയറിന്റെ ജനനം.

17–19   നൂറ്റാണ്ടുകൾ. ബ്രിട്ടീഷ് സാമ്രാജ്യത്വത്തിന്റെ ആരംഭവും
വളർച്ചയും. ലോകത്തിലെ മറ്റു ഭാഗങ്ങളിലുള്ള ഭാഷകളിൽ
നിന്ന് ഇംഗ്ലീഷിലേക്കു വാക്കുകൾ ധാരാളമായി കടന്നു
വരുന്നു.

1604   *Table Alphabeticall* എന്ന പേരിൽ റോബർട്ട് ക്രോഡി ഇംഗ്ലീ
ഷിലെ ആദ്യത്തെ നിഘണ്ടു പ്രസിദ്ധീകരിക്കുന്നു.

1607   അമേരിക്കയിൽ ഇംഗ്ലീഷുകാരുടെ ആദ്യത്തെ വാസസ്ഥല
മായ ജെയിംസ്ടൗൺ സ്ഥാപിക്കപ്പെടുന്നു.

1611   *ബൈബിളിന്റെ* ആധികാരികമായ പതിപ്പ് എന്നു വിശേഷി
പ്പിക്കപ്പെടുന്ന *King James Version* പ്രസിദ്ധീകരിക്കപ്പെടുന്നു.

1616   വില്യം ഷേക്സ്പിയറിന്റെ മരണം.

1623	ഷേക്സ്പിയർ നാടകങ്ങളുടെ ആദ്യത്തെ അച്ചടിച്ച പതിപ്പായ *First Folio* പുറത്തിറങ്ങുന്നു.
1700	കൾ ഇംഗ്ലീഷ് സാഹിത്യത്തിലെ ക്ലാസ്സിക്കൽ കാലഘട്ടം. ലാറ്റിൻ ഭാഷയിൽ നിന്നും ഗ്രീക്ക് ഭാഷയിൽനിന്നും വാക്കുകൾ കടം കൊള്ളുകയും അവയിൽനിന്നു പുതിയ വാക്കുകൾ രൂപപ്പെടുത്തുകയും ചെയ്യുന്ന പതിവ് അനുസ്യൂതം തുടരുന്നു.
1702	ഇംഗ്ലീഷിലെ ആദ്യത്തെ വർത്തമാനപത്രമായ *The Daily Courant* ലണ്ടനിൽ നിന്ന് പ്രസിദ്ധീകരണം ആരംഭിക്കുന്നു.
1755	സാമുവൽ ജോൺസൺ ഇംഗ്ലീഷ് നിഘണ്ടു പ്രസിദ്ധീകരിക്കുന്നു.
1770	ക്യാപ്റ്റൻ കുക്കും കൂട്ടരും ആസ്ത്രേലിയയിൽ ചെന്നെത്തുന്നു.
1828	നോവ വെബ്സ്റ്റർ തന്റെ നിഘണ്ടു പ്രസിദ്ധീകരിക്കുന്നു.
19–ാം	നൂറ്റാണ്ട്. ഭാഷ നിരന്തരമായി മാറിക്കൊണ്ടിരിക്കുന്ന ഒന്നാണെന്ന് ഭാഷാപണ്ഡിതർ അംഗീകരിക്കുന്നു. ഇൻഡോ-യൂറോപ്യൻ ഭാഷാകുടുംബം എന്നൊന്ന് ഉണ്ടെന്നും അതിലെ അംഗങ്ങൾ ആരൊക്കെയെന്നും തിരിച്ചറിയപ്പെടുന്നു.
19 – 20	നൂറ്റാണ്ടുകൾ. ശാസ്ത്രസാങ്കേതിക മണ്ഡലങ്ങളിലെ പുതിയ കണ്ടുപിടിത്തങ്ങളും ആ മണ്ഡലങ്ങളുടെ അഭൂതപൂർവമായ വളർച്ചയും ശാസ്ത്രസാങ്കേതിക വിഷയങ്ങളിലെ ശബ്ദകോശത്തിന്റെ വിപുലനം.
1928	*Oxford English Dictionary* പ്രസിദ്ധീകരിക്കുന്നു.

www.ingramcontent.com/pod-product-compliance
Lightning Source LLC
Chambersburg PA
CBHW020725160726
47993CB00006B/2352